ஆதிவாசிகள் இனி நடனம் ஆடமாட்டார்கள்

ஹஸ்தா சௌவேந்திர சேகர்

சாகித்திய அக்காடமி யுவ புரஸ்கார் விருது பெற்றவர் 2015

தமிழில்

லியோ ஜோசப்

எதிர் வெளியீடு

ஆதிவாசிகள் இனி நடனம் ஆடமாட்டார்கள்
கதைகள்

ஹஸ்தா சௌவேந்திர சேகர்
தமிழாக்கம்: லியோ ஜோசப்

முதல் பதிப்பு: ஆகஸ்ட் 2017
இரண்டாம் பதிப்பு: ஜூன் 2018

எதிர் வெளியீடு,
96, நியூ ஸ்கீம் ரோடு, பொள்ளாச்சி – 642 002
தொலைபேசி: 04259 – 226012, 99425 11302

வடிவமைப்பு: ஜீவமணி

விலை: ரூ. 250

aadhivasigal ini nadanam aadamaattargal
Stories
The Adivasi will Not Dance
Hansda Sowvendra Shekhar

Translated by: Leo Joseph

Copyright © Hansda Sowvendra Shekhar 2015

First Published in the English language in India by
Speaking Tiger Publishing Pvt. Ltd, 2015

Tamil Edition © Copyright with Ethir Veliyeedu

First Edition: August 2017
Second Edition: June 2018

Published by
Ethir Veliyeedu, 96, New Scheme Road, Pollachi - 2.
email: ethirveliyedu@gmail.com
www.ethirveliyeedu.com

ISBN : 978-81-933955-7-8
Cover Design: Vijayan
Printed at Jothy Enterprises, Chennai.

All rights reserved. No part of this book may be reprinted or reproduced or utilised in any form or by any electronic, mechanical or other means, now known or hereafter invented, including photocopying and recording, or in any information storage or retrieval system, without permission in writing from the Publisher.

இந்தக் கதைத் தொகுப்பில் தூய்மைக் குறைவான, எப்போதும் விரிவாக்கம் அடைந்துகொண்டே இருக்கிற, வளம் கொழிக்கும் தாதுப்பொருட்கள் புதையுண்டு கிடக்கும் வனாந்திரப் பகுதிகள் கொண்ட ஜார்க்கண்ட் மாநிலத்தில், ஒரு தொலைநோக்குப் பார்வையில், இரத்தமும் சதையும் கொண்ட திடகாத்திரமான பாத்திரங்களைப் படைத்து, அவர்கள் வாழும் மண்ணில் அவர்களைப் பிறப்பித்து, அவர்களை உற்சாகமாக உலவவிட்டு, தேவைப்பட்டால் தங்கள் மண்ணுக்காக இரத்தம் சிந்தும் இந்தப் பாத்திரங்களுக்கு உயிரூட்டியிருக்கிறார், இந்நூலாசிரியர் ஹஸ்தா செளவேந்திர சேகர்.

நடனக்குழுத் தலைவர் மங்கள் மர்மு, இந்திய ஜனாதிபதி முன்பு, தன் நிகழ்ச்சியை நடத்த மறுத்துவிடுகிறார். அதனால், அவர் அடியும் உதையும்படுகிறார். ஆழம் காணமுடியாத அன்பு கொண்டுள்ள சுரேன் - கீதா தம்பதி யினர் குழந்தைகள் வார்டுக்கு வெளியே தாங்கள் கொண்டுள்ள தனித்தனிக் காரணங்களுக்காக, நீலம் பூத்துப் பிறந்த தங்கள் குழந்தை இயல்பான நிறத்திற்கு வரவேண்டுமே என்று காத்திருக்கிறார்கள். பன்முணியும், பிரம்-சோரனும் தங்கள் வாழ்க்கையில் வசந்தம் வீசுகிற காலத்தில் வதோதராவிற்கு இடம் பெயர்கிறார்கள். அங்கு அவர்கள் அசைவம் சாப்பிடுவதைத் தவிர்த்துவிட வேண்டும் என்று முடிவெடுக்கிறார்கள். அதனால் அம்மாநில குடிமக்களாக அவர்கள் ஓர் அங்கீகாரம் தேடிக் கொள்கிறார்கள். சர்ஜாம்டி என்னும் கிராமத்தின் ஜீவன் பஸோ-ஜி என்னும் பெண்மணி. அங்கே நிகழும் இயல்பான மரணங்களுக்கு, இவளுடைய கடந்த காலத்தில் நடைபெற்ற மரணங்கள் இப்போது வந்து அவளைக் குற்றம் சுமத்துகின்றன. பிழைப்பைத் தேடி மேற்குவங்கம் நோக்கி இடம்பெயரும் சந்தால் இனத்துப் பெண்ணாகிய தாளமை, 50 ரூபாய்க்காகவும் திண்பண்டத்திற்காகவும் ஒரு போலீஸ்காரனுக்கு இரையாகிறாள்.

ஆதிவாசிகள் இனி நடனம் ஆட மாட்டார்கள் என்னும் இந்நூல் ஒரு முதிர்ச்சி பெற்ற, உணர்ச்சிமிக்க, ஆழமான அரசியல் சார்ந்த கதைகளைக் கொண்டுள்ளது. இந்தக் கதைகள் வாழ்க்கைக்கு வலுவூட்டுவதாக அமைந்துள்ளன. இந்நூல் ஹஸ்தா சௌவேந்திர சேகர் அவர்களை சமகால எழுத்தாளர்களில் ஒரு சிறந்த எழுத்தாளராக மேம்படுத்திக் காட்டுகிறது.

நன்றி

'ஆதிவாசிகள் இனி நடனம் ஆடமாட்டார்கள்' என்ற இந்நூலில் கண்டுள்ள எட்டுக் கதைகள், பல தலைப்புகளில், பல்வேறு நிலைகளில், பல இதழ்களில் வெளியிடப்பட்டுள்ளன. 'அசைவம் சாப்பிடுகிறார்கள்' என்ற கதை 'லா.லிட்.,' என்ற இதழிலும், 'மகன்கள்' என்ற தலைப்பு கொண்ட கதை 'நார்தன் ரிவியு' என்ற இதழிலும் 'பகையாளியோடு உணவு அருந்துதல்' என்ற கதையும், 'அவள் ஒரு விலைமகளைத் தவிர வேறில்லை' என்ற கதையும் 'ஃபோர் குவாடர் மேகஸின்' என்ற இதழிலும், 'நீலம் பூத்துப் பிறந்த குழந்தை' 'ஸ்டேட்ஸ்மன்' இதழிலும், 'பஸோ-ஜி' மற்றும் 'ஆர்வம், அறிதல், மறைவு' 'இந்தியன் லிட்டிரேச்சர்' என்ற இதழிலும், 'ஆதிவாசிகள் இனி நடனம் ஆட மாட்டார்கள்' என்ற சிறுகதை 'தௌலி ரிவ்யு'விலும் வெளிவந்தவை.

இந்தக் கதைத் தொகுப்பு வெளியாவதற்கு உதவிகரமாக இருந்த 'ஸ்பீக்கிங் டைகர்' ஆசிரியர் உள்பட அனைவருக்கும் நன்றியுடையவனாக இருப்பேன்.

- ஹஸ்தா சௌவேந்திர சேகர்

ஞாயிறு, 9 ஆகஸ்ட் 2015 பக்கௌர், சந்தால் பர்கானா

ஜார்க்கண்ட் அரசாங்கத்தின் மருத்துவத்துறை அதிகாரியாக ஹஸ்தா சௌவேந்திர சேகர் இருந்து வருகிறார். இவரது புகழ்பெற்ற நாவலான 'தி மிஸ்ட்டிரியஸ் எய்ல்மெண்ட் ஆஃப் ரூபி பாஸ்கி' 2014க்கான 'தி ஹிந்து' விருதுக்கும், அதே ஆண்டு 'கிராஸ் வேர்டு புக்' விருதுக்கும் தேர்வு செய்யப்பட்டது.

ஹஸ்தா சௌவேந்திர சேகர், 2015 இல் 'சாகித்ய அகாடமி யுவ புரஸ்கார்' விருது பெற்றார்.

பொருளடக்கம்

01 அசைவம் சாப்பிடுகிறார்கள் 9
02 மகன்கள் 36
03 புலம் பெயரத் தகுந்த மாதம் - நவம்பர் 47
04 ஏற்றத்தாழ்வு இல்லை 50
05 பகையாளியோடு உணவு உண்ணுதல் 65
06 நீலம் பூத்துப் பிறந்த குழந்தை 97
07 பஸோ - ஜி 120
08 ஆர்வம், அறிதல், மறைவு 138
09 அவள் ஒரு விலைமகளைத் தவிர வேறில்லை 152
10 ஆதிவாசிகள் இனி நடனம் ஆடமாட்டார்கள் 173

அசைவம் சாப்பிடுகிறார்கள்

எங்கள் அத்தை பன்முணி 2000 இல் வதோதராவிற்கு இடம் பெயர்ந்தபின் வழக்கமாக ஓட்டலில்தான் உணவு அருந்தத் தொடங்கினாள். வதோதராவில் குடியேறுவதற்கு முன்பே தொற்றுநோய் மற்றும் வயிற்றுப் பிரச்சினைகளுக்குப் பயந்து புவனேஸ்வரில் தன் கணவர் பிரம், மகன்கள் ஹோப்பன், ராபி ஆகியோருடன் இருந்தபோது வெளியே உணவு அருந்துவதைத் தவிர்த்து வந்தாள். காட்ஷிலா நகருக்கு அருகில் உள்ள அவர்கள் கிராமத்திலிருந்து புறப்பட்டு, மாருதி ஓம்னி காரில் தேசிய நெடுஞ்சாலை வழியாக இரவு தாமதமாக வீடு வந்து சேரும் நாட்களில் பன்முணியால் இரவு சமையல் செய்ய முடியாமல் களைப்படைந்து விடுவதுண்டு. அப்போதெல்லாம் சாலையோரங்களில் உள்ள ஓட்டல்களிலிருந்து சாப்பாட்டுப் பொட்டலங்களை வாங்கி வந்து விடுவார்கள். ஓட்டல் சாப்பாடு ஒரு வாய் சாப்பிட்டாலே வயிறு தொந்தரவு செய்துவிடும் என்ற எண்ணம் கொண்டவள் என் அத்தை பன்முணி.

"உனக்கு ஒத்துக்கொள்கிற சாப்பாடு எங்கேயும் கிடைக்காது" என்று பிரம்-குமாங் கேலி செய்வார். கிராமங்களுக்கு மின்சாரம் விநியோகம் செய்யக்கூடிய, மத்திய அரசு நிறுவனமான 'கிராமின் வித்யூத் நிகம்' என்ற நிறுவனத்துக்கு பிரம் சோரன் ஓர் இயக்குநராக இருந்தார். இருபது ஆண்டுகளுக்கு மேலாக அவர் அந்த நிறுவனத்தில்தான் வேலை செய்தார். அவருடைய பணியின் ஒரு பகுதி அதிக தூரம் வெளியில் பயணம் செய்வதுதான். அதனால் அவர் சாப்பாட்டின்மீது ஓர் அக்கறை எடுத்துக் கொள்வதில்லை.

"எனக்கு ஒத்துக்கொள்கிற சாப்பாடு கிடைக்கவில்லை என்றால், நான் சாப்பிடவே மாட்டேன்" என்று பன்முணி பட்டென்று பதில் சொன்னாள் பிரம்-குமாங், மனைவியோடு வாக்குவாதம்

செய்வதை விரும்புவதில்லை. முதல் காரணம், பயன் இல்லாத வாதம் அவருக்குப் பிடிப்பது இல்லை. இரண்டாவது, தன் சமையற்கட்டில் பன்முணி தரமான உணவுப் பொருட்களைப் பயன்படுத்துவாள் என்பது அவர் நன்கு அறிந்தது ஒரு காரணம். வழக்கமாக வீட்டில் செய்யும் பருப்புச் சாதம், பரோட்டா இவைகளைத் தவிர, பத்திரிகைகளிலும், டி.வி. நிகழ்ச்சிகளிலும் வருகின்ற சமையல் குறிப்புகளைப் பார்த்துவிட்டு, அவைகளையும் செய்து பார்த்துவிட வேண்டும் என்ற ஆர்வம் கொண்டவள் பன்முணி. முட்டை, பால், கோதுமை, பூசணி ஆகியவைகளைக் கொண்டு புதிது புதிதாக எதையாவது செய்து பார்த்து விடுவாள். உருளைக்கிழங்கு தோலையும் தக்காளிப் பழத்தோலையும்கூட வீணாக்காமல் அதிலிருந்து ஒரு ஸ்வீட் செய்து விடுவாள். கோதுமையைப் பயன்படுத்தி இட்லி செய்ய பன்முணியால் மட்டும்தான் முடியும். அதிக புளிப்புச் சுவையுள்ள தக்காளி ஊறுகாய், அரிசி மாவிலிருந்து அநேக சுவைமிக்க இனிப்பு வகைகள் செய்வாள்.

"அம்மாவிடம் மாட்டுச் சாணத்தைக் கொடுத்தால்கூட, அதை வைத்துச் சுவையான பித்தா செய்துவிடுவார்கள்" என்று ராபி சொல்லிச் சிரிப்பான்.

பெரிய ஓட்டல்களிலும், சாலையோர ஓட்டல்களிலும் கிடைக்கக் கூடிய விதவிதமான உணவு வகைகள் செய்வதில் பன்முணி கை தேர்ந்தவள். புக்கா, மசாலா தோசை, சௌமெய்ன், சில்லி சிக்கன் போன்ற வகைகளை மிக ருசியாகச் செய்வாள். அவளின் மகன் எங்காவது ஓட்டலில் சில்லி சிக்கன் சாப்பிட்டது தெரிய வந்தால், உடனே வீட்டில் அவர்களுக்குச் சில்லி சிக்கன் செய்து கொடுத்து விட்டு, எது ருசியாக இருந்தது என்று கேட்பாள்.

இதில் என்ன ஆச்சரியம் என்றால், 1999 ஆம் ஆண்டு இறுதியில் பிரம்-குமாங் வதோதராவுக்கு மாறுதல் செய்யப்பட்ட விபரம் தெரிந்தவுடன், அவள் கவலைப்பட்ட முதல் விஷயமே சாப்பாட்டுப் பிரச்சினைதான்.

"அங்கே எதை சாப்பிடப் போகிறோம்?" என்று அங்கலாய்ப்பாகக் கேட்டாள்.

"குஜராத் மக்கள் ஜில்-ஹக்கு சாப்பிட மாட்டார்கள், தெரியுமா?"

இவர் குடும்பத்தாரும், காட்ஷிலா நண்பர்களும்கூடக் கவலைப் பட்டார்கள். "எங்கே தங்கப் போகிறீர்கள்? என்ன சாப்பிடப்

போகிறீர்கள்? அவ்வளவு தூரத்தில் உள்ள ஊருக்குப் போய் எப்படி சமாளிக்கப் போகிறீர்கள்?" என்றெல்லாம் கேட்டனர்.

எல்லாரும் இப்படிக் கேட்டதால் அவர்கள் இருவரும் சற்று குழப்பத்தில் ஆழ்ந்தனர். தனக்கு இந்த வயதில் மாறுதல் வரும் என்று அவர் நினைத்துப் பார்க்கவே இல்லை. பணி நிறைவுக்கு இன்னும் பத்து ஆண்டுகளே உள்ள நிலைமையில் இந்த மாறுதல் அவர்கள் வாழ்க்கையைப் பாதிக்கும். உண்மையாகப் பார்க்கப் போனால், இந்த மாறுதல், இந்த நாட்டின் ஒரு மூலையிலிருந்து இன்னொரு மூலைக்குச் செல்ல வேண்டிய மாறுதலாக இருக்கிறது.

குஜராத்தில் உள்ள உறவினர்களோடு பன்முணி தொடர்பு கொண்டு பேச ஆரம்பித்துவிட்டாள். ஜாப்பன்-டி* என்ற எங்கள் முக்கிய உறவுக்காரப் பெண் குஜராத்தில் இருந்தாள். அவளது கணவர் மத்திய தொழில்துறை பாதுகாப்புப் படையில் இருந்தார்.

"ஹலோ, ஜாப்பன், என் வீட்டுக்காரருக்கு குஜராத்திற்கு மாறுதல் வந்திருக்கிறது."

"ஓ, அப்படியென்றால் நீங்கள் வதோதராவுக்கு வரப் போகிறீர்களா?"

"ஆமா, அந்த இடம் எப்படி?"

"நல்ல இடம், சுத்தமாக, பளிச்சென்று இருக்கும். அடுக்கி வைக்கப்பட்டது போல அழகாகத் தெரியும். வந்த கொஞ்ச நாட்களில் உங்களுக்குப் பிடித்துப் போய்விடும்."

"நல்லது. ஆனால், எங்கே தங்குவது, எந்த மாதிரி சாப்பாடு கிடைக்கும் என்றுதான் கவலையாக இருக்கிறது."

"புரிகிறது பன்முணி. இங்கே அது ஒரு சிக்கல்தான்."

"சிக்கலா?"

"ஆமா, ஜி. இங்கேயுள்ள சாப்பாட்டு முறைகள் கொஞ்சம் வித்தியாசமாக இருக்கும். எங்களுக்குப் பழகிப் போய்விட்டது. உங்களுக்கு ஆரம்பத்தில் கொஞ்சம் கஷ்டமாக இருக்கும்."

"எது, எதுவெல்லாம் அப்படி, ஜாப்பன்?"

“அப்படிப் பார்த்தால், இங்கு யாரும் அசைவம் சாப்பிட மாட்டார்கள். மீன், கறி, சிக்கன் எல்லாம் சாப்பிட மாட்டார்கள். முட்டைகூட எடுத்துக்கொள்ள மாட்டார்கள்.”

“ஓ.”

“கவலைப்படாதீர்கள் - ஜி. இங்கே அசைவம் சாப்பிடுகிறவர்களும் இருக்கிறார்கள். கறியும், முட்டையும் ஒரு சில இடங்களில் மட்டுமே கிடைக்கும். அதெல்லாம் அவ்வளவு சுலபமாகக் கிடைத்துவிடாது. சைவம் சாப்பிடுகிறவர்களும், அசைவம் சாப்பிடுகிறவர்களும் சேர்ந்து ஒரே இடத்தில் இருப்பது இல்லை. இங்கு அப்படித்தான்.”

“அப்படியானால் என்ன செய்வது, ஜாப்பன்?”

“கவலைப்படாதீர்கள் - ஜி, உங்களுக்கு கறி, முட்டை, சாப்பிடத் தோணும்போதெல்லாம் இங்கே வந்து விடுங்கள். இங்கு ஒரு வளாகத்தில் எல்லாம் தாராளமாகக் கிடைக்கிறது. ஒரு பிரச்சினையும் இருக்காது.”

• • •

2000 ஆண்டின் இறுதியில் பிரம்-சோரன் தம்பதியினர் வதோதராவுக்கு வந்து விட்டனர். மூத்த மகன் ராபி, கட்டாக் மருத்துவக் கல்லூரியில் படித்துக் கொண்டிருந்ததால், அவன் அங்கேயே தங்கிவிட்டான். 9 ஆம் வகுப்பு படித்துக்கொண்டிருந்த ஹோப்பனும் அம்மா, அப்பாவோடு வந்து ஓ.என்.ஜி.சி. கேந்திரிய வித்யாலயா பள்ளியில் சேர்ந்து விட்டான். அவர்கள் தங்கியிருந்த வீட்டிலிருந்து ஒரு மணிநேரம் வாகனப் பயணம். அவர்கள் வீடு சுபன்புரா காலனியின் கீழ்த்தளத்தில் அமைந்திருந்தது. வயது முதிர்ந்த ராவ் தம்பதியினருக்குச் சொந்தமான அந்த வீடு போதுமான இடவசதி கொண்ட இரண்டு மாடி உள்ள வீடு. பெரிய ஹால், அதில் சாப்பிடும் இடம் தனியாக ஒதுக்கப்பட்டிருந்தது. இரண்டு படுக்கை அறைகள், இரண்டு குளியல் அறைகள், ஒரு சமையல் அறை. வீட்டின் முன் பகுதியில் ஒரு வராண்டா இருந்தது. பின்புறம் ஒரு சிறிய வராண்டா. முன் வராண்டாவின் முன்பு இருந்த பகுதியின் ஒருபுறம் பூச்செடிகளும் மறுபுறம் கார் நிறுத்துமிடமும் அமைந்திருந்தது. மேல்தளத்திற்கும் மொட்டை மாடிக்கும் செல்ல, பக்கவாட்டில் படிக்கட்டு அமைக்கப்பட்டிருந்தது. ராவ் தம்பதியினர் வைத்திருந்த மாருதி 800 கார் நிறுத்தப்பட்டிருந்தது. இன்னொரு கார் நிறுத்துவதற்காக வெளிக்கதவை ஒட்டி ஒரு

கொட்டகை போடப்பட்டிருந்தது. வெளிக்கதவு வழியாக பொது நுழைவு வாயில் இருந்தது.

தெலுங்கு பேசும் ராவ் தம்பதியினர் ஆந்திராவில் இருந்து வந்தவர்கள். பிரம்-குமாங் போல, ராவ்கூட மத்திய அரசுப் பணியாளராக இருந்தவர். வதோதரா வருமுன், இந்தியா முழுவதும் பல இடங்களில் இவர் பணி மாறுதல் பெற்று, வேலை செய்திருக்கிறார். வதோதரா வந்து, இந்த சுபன்புரா காலனி கட்டிய கொஞ்ச காலத்தில் இவர் பணி நிறைவு பெற்றார். ராவ் தம்பதியினருக்கு இரண்டு மகன்கள். மூத்தமகன் ஜெர்மனியில் பணியாற்றுகிறார். இளைய மகன் ஏதோ ஒரு மாநிலத்தில் பொறியியற் கல்வி பயின்று வருகிறார்.

இந்த வீட்டில் குடியேறியபின் ராவ்-வுடன் ஏற்பட்ட முதல் சந்திப்பை பிரம்-குமாங்கினால் மறக்க முடியாது. இருவரும் அமர்ந்து பிஸ்கட், டீ சாப்பிட்டு முடித்தபின், "மிஸ்டர் சோரன், நீங்கள் தவறாக எடுத்துக் கொள்ளவில்லை என்றால், நான் உங்களை ஒன்று கேட்கலாமா? உங்களைப் பற்றி நீங்கள் இன்னும் கொஞ்சம் விபரமாகச் சொல்லக் கூடாதா? நீங்கள் எங்கிருந்து வருகிறீர்கள்?" என்று ராவ் கேட்டார்.

"நீங்கள் கேட்டதில் தவறு ஒன்றுமில்லை. நாங்கள் ஜார்கண்ட் மாநிலத்தைச் சேர்ந்தவர்கள்" என்றார் பிரம்-குமாங்.

"அப்படியா, நான் ஜார்க்கண்ட் வந்திருக்கிறேன்" பிரம்-குமாங்கை ஆச்சரியப்படுத்தும் வகையில் கொஞ்சம் தயக்கத்தோடு தொடர்ந்தார். "ராஞ்சிக்கும் பாலமுவுக்கும் வந்திருக்கிறேன். அது ரொம்பக் காலம் ஆச்சு. அதெல்லாம் அப்போ பீஹாரோடு இருந்தது. சில நாட்களுக்கு முன்புதானே ஜார்க்கண்ட் தனி மாநிலம் ஆனது."

"ஆமா, நவம்பர் மாதம்தான் ஆனது" என்றார் பிரம்-குமாங்.

"இப்படிக் கேட்கிறேனே என்று நீங்கள் என்னைத் தவறாக நினைத்துக் கொள்ளக் கூடாது. சரியா?"

"அப்படியெல்லாம் நினைக்கமாட்டேன். கேளுங்கள் சார்."

"சோரன் என்பது ஒரு மலைஜாதி, அதாவது தாழ்த்தப்பட்ட பெயர் தானே? தெரிந்துகொள்ளத்தான் அப்படிக் கேட்கிறேன். ஒரு தகவலுக்காக."

ஓர் உயர்ந்த மனிதன்போல் காணப்படும் மிஸ்டர் ராவ், இப்படி ஒரு கேள்வியை நேரிடையாகக் கேட்பார் என்று எதிர்பார்க்கவில்லை. குமாங் அதிர்ச்சியடைந்தாலும், உணர்ச்சிகளை அடக்கிக்கொண்டார்.

"ஆமா சார். நாங்கள் மலை ஜாதியினர் தான். சந்தால்" என்றார் பிரம்-குமாங்.

"தயவுசெய்து நீங்கள் தவறாக எடுத்துக் கொள்ள மாட்டீர்கள் என்று நம்புகிறேன், மிஸ்டர் சோரன். நான் மலைவாழ் ஜாதியினருக்கு எதிரானவன் அல்லன். இந்தியா முழுவதும், நான் பணியமர்த்தப்பட்ட இடங்களில் மலை ஜாதியினரோடு வேலை செய்திருக்கிறேன். ராஞ்சியிலும் இருந்திருக்கிறேன். எல்லா இன மக்களையும் மதிக்கிறவன் நான். இந்த நகரத்தைப் பொருத்தவரை நாம் வெளியாட்கள்தான், தெரியுமா."

மிஸ்டர் ராவ் என்ன சொல்ல வருகிறார் என்று புரிந்து கொள்ள முடியாமல் ... "எனக்கு அது புரிகிறது சார்" என்றார் பிரம்-குமாங்.

"இதை ஏன் கேட்டேன் தெரியுமா, மிஸ்டர் சோரன், இங்குள்ள எல்லாருமே என்னைப் போன்ற எண்ணம் உடையவர்கள் இல்லை."

பிரம்-குமாங் கவனமாகக் கேட்டுக் கொண்டிருந்தார்.

"வதோதரா இந்துக்களின் கோட்டை. இங்கு வாழ்கிற மக்கள் எல்லாம், உணவு வகையில் ஆச்சாரமாக (சுத்தமாக) இருக்கிறவர்கள். இந்தச் சுத்தம் என்பது எனக்கும் சரிவரத் தெரியாது. எனக்குத் தெரிந்ததெல்லாம் இங்கு யாரும் அசைவம் சாப்பிடுவதில்லை. கறி, மீன், முட்டை, கோழி என்பதெல்லாம் இங்கு கிடையாது. இதைச் சாப்பிடுகிறவர்களை இம்மக்கள் ஏற்றுக் கொள்வதும் இல்லை."

"ஆமாம் சார்" என்று பிரம்-குமாங் தலையாட்டினார்.

"மலை ஜாதியினரையும், கீழ் ஜாதி இந்துக்களையும்கூட இவர்கள் சுத்தம் இல்லாதவர்களாகத்தான் பார்க்கிறார்கள். உங்களுக்குப் புரிந்திருக்கும் என்று நம்புகிறேன்." இதைச் சொன்னதற்காக மிஸ்டர். ராவ் வருத்தப்பட்டது போலத் தெரிந்தது.

"ஆமாம் சார். இந்த விபரம் எனக்குத் தெரியும்" என்று பிரம்-குமாங் சொன்னார்.

முகம்மதியர்களும், கிறிஸ்தவர்களும் இங்கு தங்குவதில்லை. அவர்களுக்கென்று பிரத்தியேகமான ஓர் இடத்தை வைத்துக் கொள்கிறார்கள். நகரின் உட்பகுதிகளில் தங்கி விடுகிறார்கள். கிறிஸ்தவர்களுக்கும் முஸ்லிம்களுக்கும் தனித்தனிப் பகுதிகள் உண்டு.

பிரம்-குமாங் ஆமோதித்துக்கொண்டு வந்தார்.

"மிஸ்டர் சோரன், நீங்கள் பார்ப்பதற்கு நல்ல மனிதராகத் தெரிகின்றீர்கள். குடும்பப்பாங்கான மனிதர். நாங்கள் உங்கள் மீது நல்ல எண்ணம் கொண்டுள்ளோம். ஆனால், நீங்கள் ஒன்று செய்கின்றீர்களா?"

பிரம்-குமாங் முதலில் தயங்கிவிட்டுப் பிறகு "சொல்லுங்கள் சார், என்ன செய்ய வேண்டும்?" என்றார்.

"இங்கே பாருங்கள், மிஸ்டர் சோரன். எல்லாரும் உங்களைப் பற்றித் தெரிந்துகொள்ள விரும்புகிறார்கள். இவர்கள் எப்போதும் இதில் ஆர்வம் உள்ளவர்கள். அவர்கள், உங்கள் ஊர் எது என்று கேட்டால், தயவுசெய்து ஜார்க்கண்ட் என்று சொல்லுங்கள். அது மட்டும் போதும். வேறு எதுவும் அதற்குமேல் சொல்ல வேண்டாம். புவனேஸ்வரிலிருந்து மாறுதலாகி இங்கே வந்திருக்கிறேன் என்று சொன்னால் இன்னும் நல்லது. எல்லாருக்கும் தெரிந்த ஓர் ஊரைச் சொல்வதால் ஒரு குழப்பமும் வராது, சரிதானே?"

"ஆமா, ஆமா, அதுதான் சரி." பிரம்-குமாங் கொஞ்சம் நிம்மதியடைந்தார். "இதை எல்லாம் எதிர்பார்த்துத்தான் இருக்க வேண்டும்" என்றார்.

"என்னிடம் யாரும் உங்களைப் பற்றி விசாரித்தால், எனக்கு மிகவும் நெருக்கமான நண்பர்கள் மூலமாகவும், கூட வேலை செய்யும் நபர்கள் மூலமாகவும் உங்களைத் தெரியும் என்று சொல்வேன். நல்ல மனிதர் நீங்கள் என்றும் சொல்வேன்" என்றார் ராவ்.

பிரம்-குமாங் ஒரு சிரிப்பை வரவழைத்துக் கொண்டார். "அப்படிச் சொல்வதுதான் நல்லது" என்றார்.

மிஸ்டர் ராவ் ஒரு நிம்மதிப் பெருமூச்சு விட்டார். "நன்றி, மிஸ்டர் சோரன். நாங்கள் ஆடும் கோழியும் சாப்பிட்டு வந்தோம். முட்டையும் எடுத்துக்கொள்வோம். காலை உணவில் கட்டாயம் முட்டை இருக்கும். என் மகன்கள் அசைவப் பிரியர்கள். ஆனால், இங்கே இருக்கும்போது அப்படிச் சாப்பிடுவதில்லை. இந்த இடம் ஒரு

ஆதிவாசிகள் இனி நடனம் ஆடமாட்டார்கள் | 15

மாதிரி ஆச்சாரமான இடம். இதைத் தெரிந்துகொண்டுதான் இங்கே தங்க முடிவு செய்தோம். அதற்குக் கொஞ்சம் விலை கொடுக்க வேண்டியிருந்தது. உங்களுக்குப் புரிந்திருக்குமென்று நம்புகிறேன்."

"நன்றாகப் புரிந்துவிட்டது" என்றார் பிரம்-குமாங்.

"அதையும் நிச்சயமாகச் சொல்லிவிட முடியாது. யார்மீது யார் வன்மம் காட்டுவார்களோ தெரியாது. இங்கே, இந்தக் காலனியில் நாம் குஜராத்தியர் இல்லை என்பதற்காக எத்தனை பேர் நம்மீது வெறுப்பைக் கக்குவார்கள் என்று தெரியாது. யாருக்கும் தெரியாது. அதோ, அங்கே, அந்த வீட்டில் இருக்கும் குடும்பத்தினர் முகம்மதியர்கள். இங்கேயுள்ள யாருக்கும் அவர்கள் இங்கு வந்திருப்பதில் உடன்பாடு இல்லை. எல்லாரும் எப்போதும் எச்சரிக்கையாக இருப்பது நல்லது."

"நீங்கள் சொல்வது சரிதான்" என்று பிரம்-குமாங் தலையாட்டினார்.

மிஸ்டர் ராவ் மீண்டும் ஏதோ தயக்கத்துடன், "மிஸ்டர் சோரன், எச்சரிக்கைப் பற்றிப் பேசுவதால், இன்னொரு உதவியும் செய்யச் சொல்லி உங்களைக் கேட்கலாமா?"

பிரம்-குமாங் ஓரிரு நிமிடம் யோசித்தார். வேறு என்ன வந்துவிடப் போகிறது? "ம்..., என்ன சொல்லுங்கள்?" என்றார்.

"இங்கே நம்முடைய சமையற்கட்டில் எந்தவிதமான அசைவமும் சமைக்க மாட்டீர்கள் என்று எனக்கு ஓர் உத்திரவாதம் கொடுக்க முடியுமா? கோழி, ஆடு, மீன், முட்டை எதுவும் வேண்டாம்."

பிரம்-குமாங் கீழே இறங்கி வந்து மேலே நடந்த உரையாடலைப் பன்முணியிடம் விவரித்தார். அவள் தலையைப் பிடித்துக்கொண்டு நீண்டநேரம் அப்படியே அமர்ந்துவிட்டாள்.

● ● ●

பன்முணி, அக்கா மகளை நேரில் சென்று பார்த்து, "ஜாப்பன், நாம் எங்கேதான் வந்திருக்கிறோம்?" என்று புலம்பினாள்.

"கவலைப்படாதீர்கள், ஜி. இந்த இடம் பழகிப் போய்விடும்" என்றாள் ஜாப்பன்.

"அசைவம் சாப்பிடுகிறவர்களை இவர்கள் ஏன் வெறுக்கிறார்கள்? வாரத்திற்கு ஒரு நாள் மீனோ, கறியே சாப்பிடுகிறோம். அவ்வப்போது முட்டை சாப்பிடுவோம்" என்று ஆத்திரத்தில் வெடித்தாள்.

"என்ன செய்வது ஜி? ஆடு, கோழி, மீன், முட்டை, பாட்டில் எல்லாம் இங்கே, இந்த வளாகத்திலே கிடைக்கும். வெளியே வாங்க முடியாது. வெளியே எதுவும் கிடைக்காது. வதோதரா கடைவீதிகளில் எங்கு தேடினாலும் கிடைக்காது."

பன்முணி நம்பிக்கை இழந்து தலை ஆட்டினாள். "கவலைப்படாதீர்கள் ஜி. உங்களுக்கு எப்போதெல்லாம் கறி, மீன் சாப்பிட ஆசை வருகிறதோ, அப்போது நம் வீட்டிற்கு வந்துவிடுங்கள். தொலைபேசி இணைப்பு பெற்றுவிட்டீர்களா, இல்லையா?"

"இன்னும் கிடைக்கவில்லை. அடுத்த வாரமோ அல்லது அதற்கு அடுத்த வாரமோதான் வருமாம்."

"சரி, ஜி. தொலைபேசி இணைப்பு கிடைத்தவுடன் என்னைக் கூப்பிடுங்கள். மதியமோ அல்லது இரவோ, என்றைக்காவது ஒரு நாள் வைத்துக்கொள்வோம். வழக்கமான நம் சந்தால் இனத்துச் சாப்பாடு! சரியா?"

தொலைபேசி இணைப்புக் கிடைத்தவுடன், கட்டாக்கில் தங்கியிருக்கும் தன் மகன் ராபியைத்தான் முதன்முதலில் கூப்பிட்டாள். "மகனே, இரண்டு வாரமாக ஆடோ, கோழியோ சாப்பிடவில்லை. முட்டை கூடச் சாப்பிட முடியவில்லை. தெரியுமா?"

"நல்லது அம்மா, ரொம்ப நல்லது" என்று சொல்லிச் சிரித்தான்.

"நல்லதா?"

"ஆம். உங்கள் வயிறாவது நன்றாக இருக்கும், இல்லையா? நீங்கள் கோழி சாப்பிடுகிறபோதெல்லாம் உங்களுக்கு செரிமானக் கோளாறு வந்து விடுகிறதல்லவா?"

"நான் சமைக்கிறபோது அப்படியெல்லாம் வருவதில்லையே?"

"கவலைப்படாதீர்கள், அம்மா. சாப்பாட்டை மாற்றிக்கொள்ளுங்கள். வயதானவர்கள் கறி, முட்டை சாப்பிடக்கூடாது. அதனால் நெஞ்சுவலி, கொழுப்பு, எடை கூடுதல், அஜீரணம் போன்ற பல

ஆதிவாசிகள் இனி நடனம் ஆடமாட்டார்கள் | 17

பிரச்சினைகள் வருகின்றன." இதைக் கேட்டு பன்முணி இன்னும் எரிச்சல்பட்டாள்.

● ● ●

விரும்பியதைச் சாப்பிடும் விஷயத்தில்கூட இவ்வளவு சிக்கல் இருந்தும் பன்முணி ஓராண்டுக்குள் வதோதராவை நேசிக்கத் தொடங்கி விட்டாள். சாலைகளும், கடைவீதிகளும் அவ்வளவு அழகாகவும் வசதியாகவும் இருந்தன.

இது ஒரு பழங்காலத்து நகரம். ஆனாலும் போதுமான இடவசதியுடன், பார்ப்பதற்கு பச்சைப் பசேலென்றும் இருந்தது. ஒடிஸா, ஜார்க்கண்ட் போல் இது இல்லை. ஒருநாள் அவர்கள் ஓட்டலுக்கு உணவருந்தச் சென்றபோது, தன் எண்ணங்களை மாற்றிக்கொண்டு வதோதராவை பன்முணி மனதார ஏற்றுக்கொண்டு விட்டாள்.

ஒருநாள் வீட்டிற்குத் தேவையான பொருட்களை எல்லாம் கடை வீதிகளில் வாங்கி முடித்தபின், "இன்று நாம் இங்கேயே சாப்பிட்டு விடுவோமே" என்று ஓர் ஆலோசனையை பிரம்-குமாங் சொன்னார்.

"அதைக்கேட்டு பன்முணி அதிர்ந்து விட்டாள். இங்கேயேவா?"

"அர்ரே, இங்கே இருக்கின்ற சாப்பாட்டு ஓட்டல்கள் எப்படி இருக்கின்றன என்று ஒருநாள்தான் சாப்பிட்டுப் பார்ப்போமே. இந்த ஓட்டல்கள் புவனேஸ்வரில் உள்ள ஓட்டல்கள் மாதிரி இல்லை. இங்கே ஓட்டல்கள் எல்லாம் சுத்தமாக இருக்கின்றன."

சரி என்று ஆவலோடு அவள் பிரம்-குமாங் பின்னால் சென்றாள்.

அந்த ஓட்டல் இடப்புழக்கமும், காற்றோட்டமும் உள்ள ஓர் இடம். சுத்தமாக இருந்தது. வாடிக்கையாளர்கள் வந்து அமர்வதற்கும், சிப்பந்திகள் பரிமாறுவதற்குச் சென்றுவர வசதியாக, சாப்பாட்டு மேஜைகளுக்கிடையே நெருக்கடி இல்லாமல் நல்ல இடைவெளி இருந்தது. மேஜைகளின் மீது வெண்ணிற விரிப்புகள் அழுக்கில்லாமல் பளிச்சென்று காணப்பட்டன. இங்கே, எங்கேயும் தண்ணீர் சிந்திக் கிடக்கவில்லை. சுவர் ஓர மூலை இடுக்குகளில் தூசு படிந்து காணப்படவில்லை.

பன்முணியின் சொந்தவீடு போல அது இருந்தது. பிரம்-குமாங்கும் பன்முணியும் குஜராத் 'தலி' கேட்டு வாங்கிச் சாப்பிட்டனர். அதன்

சுவை அவளுக்கு மிகவும் பிடித்திருந்தது. எப்படியோ அந்த இடம் அவளுக்கு மிகவும் பிடித்துப் போய், அவளை ஈர்த்துவிட்டது.

• • •

சோரன் தம்பதியினர் அடிக்கடி ஜாப்பன்-டி வீட்டிற்கு (விருந்தாளியாகச்) சென்றனர். பிரம்-குமாங்கின் அலுவலகப் பணி, ஹோப்பன் பள்ளி வேலைகள் காரணமாக, சோரன் குடும்பத்தினருக்கு வேலைப் பளு அதிகமாகிவிட்டது. பன்முணி-ஜிக்கும் வதோதரா பழக்கமாகிவிட்டது. அதனால் ஜாப்பன்-டி வீட்டிற்கு இவர்கள் சென்று வருவது கொஞ்சம் கொஞ்சமாகக் குறைந்துவிட்டது. இருப்பினும் மாதம் ஒரு முறையாவது கட்டாயம் சந்தித்துக் கொள்ள வேண்டும் என்று முடிவு செய்துகொண்டனர்.

அதேமாதிரி ஜாப்பன்-டி வீட்டிலும் சாப்பாட்டு முறையில் மாற்றம் ஏற்பட்டது. ஜார்க்கண்டிலிருந்து வந்திருக்கும் உறவினரை நன்கு கவனிக்க வேண்டும் என்ற ஆர்வம் அதிகம் இருந்தது. மீன் குழம்பையும், கோழிக் குழம்பையும் வகை வகையாகச் செய்து போட்டனர். ஆனால், அதேசமயம், சோரன் தம்பதியினர் அசைவம் சாப்பிடுவதைக் கிட்டத்தட்டக் குறைத்துவிட்டுச் சைவச் சாப்பாட்டில் ஆர்வம் காட்ட ஆரம்பித்துவிட்டார்கள். அதனால் அவர்கள் வதோதராவில் உள்ள ஓட்டல்களில் சைவம் சாப்பிடத் தொடங்கி விட்டார்கள். இதனால் ஜாப்பன்-டியை வருத்தப்படவேண்டாம் என்றும் கேட்டுக் கொண்டார்கள். பருப்பு, நெய், ஒரு தார்கறி. பிறகு அசைவம் ஏன்? பெயருக்கு ஒரு முட்டை பொறியல் இது போதும்.

"இந்த ஊர் பார்ப்பதற்கு சுத்தமாகவும், அழகாகவும் இருக்கிறது, ஜி" என்று ஜாப்பன் டி, பன்முணியிடம் சொன்னாள். "இங்கு வந்து வாழ்வது ஓர் அபூர்வமான வாய்ப்பு. இங்கு எல்லாமே ஒழுங்காக இருக்கும். நீங்கள் இன்னும் அகமதாபாத் போனதில்லை, அப்படித்தானே, ஜி?"

பன்முணி ஜி, "இல்லை, ஆனால் கேள்விப்பட்டிருக்கிறேன். அது ஓர் அருமையான இடம், இல்லையா?"

"நல்ல இடம். அழகான ஊர், அழகாக இருக்கும். அவ்வளவு அழகான போக்குவரத்துச் சாலைகள். படுத்துக்கொள்ள வேண்டும் போல இருக்கும். கடை, கடைத்தெருவும் அப்படியிருக்கும்" என்று சொல்லும்போது அவள் கண்கள் பிரகாசமடைந்தன.

“ம்... நான், என் வீட்டுக்காரரை ஒரு நாளைக்கு அங்கே அழைத்துச் செல்லச் சொல்லிக் கேட்க வேண்டும்.”

“கட்டாயமாக, ஜி. குஜராத் மாநிலத்தில் உள்ள நகரங்களும் குப்பையாக இருக்கும். சாலையெல்லாம் குப்பையாகவும், நெரிசலாகவும் இருக்கும். ஆனால், ஒரு தடவை இங்கே கடுமையான பிளேக் நோய் பரவியதே, நினைவிருக்கிறதா? ஒரு ஆறு, ஏழு ஆண்டுகளுக்கு முன்னால்?”

பன்முணிக்கு நினைவிருந்தது. அதே ஆண்டு ஒரு நாள், இவளின் இரயில் பயணத்தில், காட்ஷிலாவில் இரயில் நின்றபோது, அந்த இரயில் நிலைய அதிகாரி அகமதாபாத்-ஹவுரா விரைவு வண்டி காட்ஷிலா வழியாகச் செல்லும் என்று அறிவித்திருந்ததால், அந்த விரைவு வண்டி அங்கே வந்தவுடன் எல்லாரும் தங்கள் மூக்கையும், முகத்தையும் கைகளாலும் கைக்குட்டைகளாலும் மூடிக் கொண்டார்கள்.

“எப்போது அந்த வியாதி பெருமளவு பரவத் தொடங்கியதோ, அப்போதிலிருந்து அதன் நகரங்களையும் பெருநகரங்களையும் தூய்மையாக வைத்துக்கொள்ளத் தொடங்கிவிட்டனர்” என்று ஜாப்பன்-டி சொன்னாள்.

பன்முணி அடிக்கடி ஜாப்பன்-டியிடம் “புவனேஸ்வரில் எப்போதும் சாலையோர உணவகங்களில் நான் உணவு அருந்துவதைத் தவிர்த்து விட முயற்சி செய்வேன். ராபியும், ஹோப்பனும் வெளியிலிருந்து சாப்பாடு வாங்கி வரும்போதெல்லாம் அதைச் சாப்பிட்டுவிட்டு வியாதியில் விழுந்து விடுவேன். வாயுத் தொந்தரவு, வயிற்றுவலி. இதற்குப் பயந்து வெளியில் சாப்பிடுவதே இல்லை. அவர் என்னை வெளியில் சாப்பிடக் கூப்பிட்டால், ஸ்வஸ்தி அல்லது மேஃபேர் போன்ற நல்ல, சுத்தமாக இருக்கிற, விலை உயர்ந்த உணவகங்களுக்கு அழைத்துச் செல்லச் சொல்வேன். அல்லது போக மாட்டேன். ஆனால், இங்கே வெளியில் சாப்பிடுவது மிகவும் பிடித்திருக்கிறது, ஜாப்பன்.”

“நான்தான் சொன்னேனே, ஜி, இந்த இடம் உங்களுக்குப் பிடித்துப் போய்விடும் என்று.”

• • •

பழக்கப்பட்டுப் போனதை அவ்வளவு எளிதாக மாற்றிக் கொள்ள முடியாது. ஓரளவுக்கு, வெற்றிகரமாக மீன், கோழி, ஆடு

முதலியவற்றைக் கொஞ்சம் கொஞ்சமாகத் தவிர்த்து வந்தார்கள். ஆனாலும், அவ்வப்போது முட்டையின் மீதுள்ள ஆசையை அவர்களால் ஒழித்துவிட முடியவில்லை.

சுபன்புரா காலனிக்கருகில், சந்தையின் கடைக்கோடி மூலையில் பீஹார்க்காரர் வைத்திருந்த ஒரு சிறிய கடை ஒன்று இருந்தது. அந்தச் சந்தையிலேயே, முட்டை கிடைக்கும் கடை என்று அது ஒன்றுதான் இருந்தது. அங்கு சிலர் வந்து முட்டை வாங்குவார்கள். பிரம்-குமாங்கோ அல்லது ஹோப்பனோ அந்தக் கடைக்குப் போவார்கள். தங்களைத் தெரிந்தவர்கள் யாரேனும் கவனிக்கிறார்களா என்பதைச் சுற்றுமுற்றும் பார்த்துத் தெரிந்துகொள்வார்கள். இரண்டு முட்டைகள் வாங்குவார்கள். அதையும் முட்டை என்று தெரியாதவாறு கவனமாகக் கட்டி வாங்கிக்கொள்வார்கள். அதை தாங்கள் கொண்டு வந்திருந்த துணிப்பையில் போட்டுக்கொண்டு வீட்டுக்கு வந்துவிடுவார்கள்.

முட்டை வாங்குவது ஓர் இமாலயச் சாதனை என்றால், அதை வீட்டில் சமைப்பது அதைவிடச் சாதனை. ஒரே நேரத்தில் ஒரு முட்டைக்கு மேல் பொறியல் செய்தால் மாட்டிக்கொள்வோமோ என்ற பயம் இருக்கும். அந்தக் குறிப்பிட்ட நாளில் ஹோப்பன் ஒரு முட்டை சாப்பிட்டால், ஒரு வாரம் கழித்துத்தான் அடுத்த முட்டை சாப்பிடலாம். பன்முணி முட்டை சமைக்கிற வாசம் வீட்டுக்கு வெளியே போனால், அது சுபன்புரா காலனிக்கே போனது மாதிரி.

அதைவிட முட்டை ஓடுகளை அப்புறப்படுத்துவது அடுத்த ஒரு மிகப்பெரிய சிக்கல்.

ஒவ்வொரு நாளும் காலையில் சோரன் தம்பதியினர் வீட்டுக் குப்பைகளைச் சேர்த்து ஒன்றாகக் கட்டுவார்கள். பழம், காய்கறித் தோல்கள், பொட்டலம் கட்டியிருந்த தாள்கள், தேயிலை இலைகள் எல்லாவற்றையும் ஒரு பாலித்தீன் பையில் போட்டுக் கட்டுவார்கள். அதை பிரம்-குமாங்கோ அல்லது ஹோப்பனோ கொண்டு போய் காலனிக்கு அந்தப்பக்கம் உள்ள முனிசிபல் குப்பைத் தொட்டியில் போட வேண்டும். சில நாட்களில் அந்தக் குப்பைப் பையில் முட்டை ஓடுகள் இருக்கும். இதைவிடச் சிக்கல் என்னவென்றால், குப்பைப் பையில் முட்டை ஓடுகளைப் போட முடியாத நாட்களில், அவர்கள் வீட்டுத் தோட்டத்திலேயே குழி தோண்டி அதில் போட்டு மூட வேண்டியிருக்கும்.

இவை போன்ற நாட்களில் புவனேஸ்வரில் அனுபவித்த சுதந்திரத்தை இழக்க வேண்டியிருந்தது. ஒவ்வொரு மனிதர்மீதும் ஒரே மாதிரி வீசும் வங்காள விரிகுடாவின் தென்றலை இழந்துவிட வேண்டியிருந்தது. புவனேஸ்வரில் ராபிக்கும், ஹோப்பனுக்கும் ஆளுக்கு இரண்டு முட்டை வீதம் செய்து கொடுப்பது நினைவுக்கு வருகிறது. அந்நகர் வாழ் பெண்கள் எல்லாம் இவள் தயாரிக்கும் சுவைமிகுந்த கட்லா-மச்சை மிகவும் பாராட்டுவார்கள். நிச்சயமாக அவர்கள் வீட்டு சமையற்கட்டில் சிக்கனும் மட்டனும் எப்போதும் இருக்கும். சிக்கன், மட்டன், மீன் சமையல் வாசனை வீட்டுக்கு வெளியேயும் தூக்கும். அதையும் தாண்டி, வீட்டு வாரியக் காலனி முழுவதும் பரவும். இதுபற்றி யாரும் முகம் சுளித்ததில்லை. யாரும் வந்து அவள் கணவனின் சட்டையைப் பிடித்து, "சோரன், இங்கே கறி, மீன் சமைக்கக்கூடாது என்று நான் சொல்லவில்லையா?" என்று கேட்டதில்லை. அதற்கு மாறாக, பௌஜோ. எய் டிஷ் டவ்மோ கெம்ட்டி டையார் கவ்ரோக்கோ? என்றுதான் கேட்பார்கள். இதை எப்படிச் சமைத்தாள் என்று அவர்களுக்குச் சந்தோஷமாகச் சொல்வாள்.

பன்முணி, ஒடிஷாவில் ஒரு சந்தால்காரியாக, ஒரு ஒடியாக்காரியாக, ஒரு பெங்காலியாக இருப்பாள். ஆனால், இங்கோ குஜராத்தில், ஒரு குஜராத்காரியாக மட்டுமே இருக்க முடியும். புவனேஸ்வரில், நகரின் எல்லா சந்தால் இனத்தவரும் சேர்ந்து பாஹா, சோஷ்னா, சாக்ராட் ஆகிய விழாக்களை ஆனந்தமாகக் கொண்டாடுவார்கள். எல்லாரும் சேர்ந்து ஆண்டுக்கு ஒருமுறை நந்தன் கானன் மிருகக்காட்சி சாலைக்கு சுற்றுலா செல்வார்கள். அங்கு பன்முணி எல்லாருக்கும் ஜில்-லெட்டோ சமைத்துக் கொடுப்பாள். அத்துடன் கட்டாக், பிரதீப், ரூர்கேலா, பரிபாடா, கோரப்புட் போன்ற பல இடங்களிலிருந்தும் சந்தால் உறவினர்களை விருந்துக்கு அழைப்பாள். அது ஒரு போற்றுதலுக்குரிய சந்திப்பாக அமையும். சந்தால் இனத்தவர்கள் இங்கே குஜராத்திலும் இருக்கிறார்கள், அலுவலகங்களில் பணியாற்றுகிறார்கள் என்று ஜாப்பன்-டி மூலம் பன்முணி தெரிந்துகொண்டாள். இங்குள்ள சந்தால் இனத்தவரையெல்லாம் ஒருங்கிணைத்து, அப்படியே ஒரு பிக்னிக் அழைத்துச் சென்று, அங்கே ஜில்-லெட்டே சமைத்துக் கொடுக்க வாய்ப்பிருந்தால் அற்புதமாக இருக்கும். ஆனால், அவள் அப்படி நினைத்துப் பார்க்கையில், அவள் வாழும் சமுதாயத்தினரின் இறுக்கமான பழக்க வழக்கங்களைப் பின்பற்றுவது அவளை இன்னும் இறுக வைக்கிறது.

இருப்பினும் வதோதரா இன்றும் அவளை ஈர்த்துக்கொண்டே இருக்கிறது. 2002 இல் ஹோப்பன் அரசுப் பொதுத்தேர்வு எழுதுவதற்கு முன்பு கடைசியாக அவள் ஜார்க்கண்ட் போயிருந்தபோது தன் மூன்று வயது நிறைந்த தங்கையின் மகளுக்கு கண்ணாடி வேலைப்பாடு நிறைந்த சட்டை ஒன்றை வாங்கினாள். தன் வீட்டிற்கென்று வதோதரா மாவட்ட கைவினைஞர்களால் செய்யப்பட்ட, பாரம்பரியமான சோபா ஒன்றைத் தேர்ந்தெடுத்துக் கொண்டாள். அற்புதமான கடைசல் வேலைப்பாடுகளோடு செய்யப்பட்ட அந்த சோபா பார்ப்பதற்குப் பளபளவென்று மின்னியது. அவர்கள் இதுவரை பயன்படுத்தி வந்த பழைய சோபாவை வராந்தாவில் கொண்டுபோய் போட்டுவிட்டு, புது குஜராத் சோபாவைக் கொண்டு வந்து வரவேற்பு அறையில் போட்டார்கள். மேலும் அந்த வீட்டைப் படங்களாலும், பலவகை மாலைகளாலும், பூக்களாலும் அழகுபடுத்தினார்கள்.

ஓராண்டுக் காலத்திற்குள் அந்தப் புது இடத்திற்கு தங்களை நன்கு பழக்கப்படுத்திக் கொண்டார்கள். தங்கள் அலுவலகங்களிலும், அக்கம் பக்கத்திலும் நன்கு பழகிக்கொண்டனர். சோரன் தம்பதியினர் ஆதிவாசி இனத்தைச் சார்ந்தவர்கள் என்று எல்லாருக்கும் நன்கு தெரிந்தது. அங்கு நிலவும் நடைமுறைப் பழக்கவழக்கங்களை நன்கு அனுசரித்துக்கொண்டனர். அங்கேயுள்ள கோவில்களுக்குச் சென்றனர். இந்துமத விழாக்களைக் கொண்டாடினர். வீடுகளில் விளக்கேற்றி பூஜை செய்தனர். மொத்தத்தில் எல்லாராலும் இந்தத் தம்பதியினர் ஏற்றுக்கொள்ளப்பட்டனர்.

பிரம்-குமாங்கும், பன்முணியும் வதோதராவைத் தங்கள் சொந்த இடமாக எண்ணி அவர்கள் நடந்துகொண்ட விதம் மிஸ்டர் ராவுக்கு மிகவும் பிடித்திருந்தது. ஒவ்வொரு மாலை வேளையும் ராவ், பிரம்-குமாங்கோடு கனிவுடன் பேசும் உரையாடல் நாளுக்குநாள் வளர்ந்து நல்ல நட்பு உருவாகியது. இதற்கிடையில் பன்முணியும் திருமதி ராவ் அவர்களும் மிகவும் நெருக்கமாகிவிட்டார்கள்.

ஒருநாள் காலை பிரம்-குமாங் வெளியே பணிக்குச் சென்றிருந்த போது, வீட்டைவிட்டு வெளியே வராத திருமதி ராவ் திடீரென்று பன்முணி வீட்டுக்கு வந்தாள். சிறிதுநேரம் பேசிக்கொண்டிருந்த பின், திடீரென்று, "திருமதி சோரன் உங்கள் அடுப்பில் நான் கொஞ்சம் முட்டை பொறித்துக்கொள்ளலாமா?" திரு. ராவ் என்னை வீட்டில் செய்ய அனுமதிப்பதில்லை என்று திருமதி ராவ் கேட்டு விட்டாள். பன்முணி சிறிதுநேரம் அதிர்ந்து போனாள். அவளுக்கு என்ன சொல்வது என்றே தெரியவில்லை. இது சற்றும் நினைத்துப் பார்க்காத

ஒன்று. இப்போதுதான் ஒருவரையொருவர் தெரிந்துகொள்ளத் தொடங்கி இருக்கிறோம். ஒருவேளை இது சிக்க வைக்கக்கூடிய தந்திரமாக இருக்கலாம். ஹோப்பன் முட்டை ஓடுகளை தோட்டத்தில் புதைத்து மறைத்ததை இவர்கள் பார்த்திருப்பார்களோ? இப்போது என்ன நடக்கப் போகிறதோ?

"திருமதி ராவ் அவர்களே!" ஏதோ சொல்ல வந்தவள் நிறுத்திக் கொண்டாள்.

திருமதி ராவ் புரிந்து கொண்டாள். "தயவுசெய்து தவறாக எடுத்துக் கொள்ள வேண்டாம், திருமதி சோரன். உங்களுக்கு முன்னாள் இந்த வீட்டில் இருந்தவர்களை மிஸ்டர் ராவ் போகச் சொல்லிவிட்டார். மாதக் கணக்காக நான் அசைவம் சாப்பிடவில்லை. அவர் அதற்கு இடம் கொடுக்க மாட்டார்."

பன்முணி ஜி, இன்று காலைதான் காரமான ஆந்திரா முட்டை பொறியல் எப்படிச் செய்வது என்று கற்றுக்கொண்டாள். சாப்பிட்டு முடித்தபின் பாத்ரூமிற்குள் சென்ற திருமதி ராவ் வாய் கொப்பளிக்கும் சத்தம் கேட்டது. அவள் வெளியே வந்தபோது பன்முணி ஜி ஓர் ஏலக்காயை அவளிடம் கொடுத்து அதை மென்று கொண்டிருக்கச் சொன்னாள்.

அடுத்த சில மாதங்கள் பன்முணியும், திருமதி ராவும் அடிக்கடி ஜாப்பன்-டி வீட்டிற்குச் செல்வார்கள். அங்கே அவர்களுக்குப் பிடித்த அசைவம் சமைத்துச் சாப்பிடுவார்கள். சமயங்களில் பள்ளிவிட்டு வரும் ஹோப்பனும் அவர்களோடு சேர்ந்துகொள்வான். யாருடைய சமையல் நன்றாக இருந்தது என்று அவன் தீர்ப்பு வழங்குவான்.

• • •

2002 பிப்ரவரி மாதம் 27 ஆம் நாள் காலை ஹோப்பனின் தேர்வு முடிந்துவிட்டதால், காட்ஷிலா போவதற்காக முன்பதிவு செய்ய பிரம்-குமாங்கும் ஹோப்பனும் வதோதரா இரயில் நிலையத்திற்கு வந்திருந்தனர். காலை சுமார் 11.00 மணி இருக்கும். பிரம்-குமாங் டிக்கெட்டை வாங்கிக்கொண்டு வெளியே ஹோப்பன் இருந்த இடம் நோக்கி வந்துகொண்டிருந்தார். திடீரென்று ஏதோ ஓர் பயங்கரச் சத்தம் கேட்டது.

இரயில் தீப்பிடித்துக்கொண்டதாக யாரோ கத்தினார்கள்.

கண் இமைக்கும் நேரத்தில் - பிரம்-குமாங் இன்னும் ஹோப்பனிடம் வந்து சேரவில்லை - பதிவு செய்யுமிடத்தில் கூச்சலும் குழப்பமும் சூழ்ந்துவிட்டது.

"என்ன, இரயில் எரிந்துவிட்டதா? எங்கே?"

"இங்கே இல்லையா? வேறு எங்கே? எப்படி நடந்தது?"

"யார், யார் இறந்தார்கள்?"

"கலகக்காரர்களா? எங்கே?"

முன்பதிவு செய்யப்படும் இடத்தில் ஏற்பட்டக் கூச்சல் குழப்பத்தில், வாங்கிய டிக்கெட் என்ன ஆச்சு என்று தெரியவில்லை? அந்தப் படிவம், இரயில் கால அட்டவணை எல்லாம் எங்கே போச்சு என்று தெரியவில்லை.

திடுக்கிட்டுப் போன ஹோப்பன் சுற்றும்முற்றும் பார்த்தான். அவன் அப்பா வெளியே ஓடிவந்துகொண்டிருந்தார். இவன் கையை உயர்த்திக் காட்டி, "பாபா, பாபா" என்று கத்தினான்.

"ஓடு, காருக்கு ஓடு, வேகமாக" என்று பிரம்-குமாங் கத்தினார்.

ஹோப்பன் ஓடினான். வாகனம் நிறுத்தப்பட்டிருந்த இடத்தை நோக்கி குமாங் வேகமாக ஓடினார். காரை அடைந்து, திரும்பிப் பார்த்தபோது மக்கள்கூட்டம் கூச்சலும் குழப்பமுமாக இருந்தது. மக்கள் தங்கள் உடைமைகளையும் குழந்தைகளையும் கையில் பிடித்துக்கொண்டு இரயில் நிலையத்தைவிட்டு தெறித்து ஓடிக்கொண்டிருந்தார்கள். அதைவிட்டு, நிலையத்திற்கு அப்பால், நகர்ப்பகுதி அமைதியாகக் காட்சியளித்தது. வாகனங்களில் வந்தவர்கள் இவர்களை அழைத்துக் கொண்டு சென்றனர். அங்கே ஓர் நல்லெண்ணத்தோடு தங்கள் வாகனங்களை பின்புறம் நகர்த்த ஒருவருக்கொருவர் இடம் கொடுத்தனர். ஆனாலும் அவர்கள் கண்களில் ஒரு கலவரம் தெரிந்தது. அவசர அவசரமாக ஓடிய பிரம்-குமாங் கார் கதவைத் திறந்து உள்ளே உட்கார்ந்து ஹோப்பன் ஏறுவதற்கு அவன் பக்கம் உள்ள கதவைத் திறந்துவிட்டு, "வேகமாக உள்ளே வந்து உட்கார்" என்றார்.

"பாபா, முதலில் நீங்கள் காரை பின்பக்கம் நகர்த்துங்கள், நான் வெளியே நின்று பார்த்துச் சொல்கிறேன்" என்றான்.

"நீ முதலில் உள்ளே ஏறு" என்று பிரம்-குமாங் அவசரப்படுத்தினார்.

ஹோப்பன் உள்ளே பாய்ந்து உட்கார்ந்து கதவை இழுத்துச் சாத்தினான். பிரம்-குமாங் காரைப் பின்புறம் நகர்த்தியபோது, பின்புறம் நின்றிருந்த வாகனத்தின்மீது இலேசாக உரசிவிட்டது. ஹோப்பனின் இதயம் வேகமாகத் துடித்தது. அப்பாவின் முகத்தை நிமிர்ந்து பார்த்தான். இதுவரை அந்தப் பரபரப்பில் அந்த முகத்தைப் பார்த்ததில்லை. முதலில் அவர்கள் அந்த இடத்தைவிட்டு நகர்ந்தார்கள். பிறகு இரயில் நிலையத்தைவிட்டு வெளியேறி நகருக்குள் நுழைந்தனர்.

அதற்குள் இந்த அச்சத்தின் அலைகள் எங்கும் பரவத் தொடங்கியது. ரயில் நிலையத்தை ஒட்டி இருந்த பகுதிகளில் கதவுகள் மூடப்பட்டன. 'எங்கேயோ கலவரம் வெடித்துவிட்டது.' குமாங் முகத்தில் கலவரம் பரவ, கண்கள் சாலையைப் பார்த்து காரை ஓட்டியபடிச் சொன்னார்.

"என்ன, அப்பா நடந்தது?"

"ஏதோ பெரிய கலவரம் நடந்துவிட்டது. பலர் கொல்லப் பட்டிருக்கிறார்கள். எதுவும் நிச்சயமாகத் தெரியவில்லை."

"கொல்லப்பட்டிருக்கிறார்களா? எங்கே?"

"சரியாகத் தெரியவில்லை."

ஹோப்பன் அதற்குமேல் எதுவும் கேட்கவில்லை. எவ்வளவு சீக்கிரம் முடியுமோ, அவ்வளவு சீக்கிரம் வீட்டிற்குப் போக வேண்டும். அதுவே அவன் விருப்பம். அவன் அம்மாவை நினைத்துப் பார்த்தான். அம்மா என்ன செய்துகொண்டிருப்பார்கள்? எங்கேனும் கலவரம் நடந்தால் அதை டி.வி.யில் சொல்வார்கள். அம்மா பொதுவாக முற்பகல் நேரத்தில் டி.வி. பார்ப்பதில்லை. இந்த நேரத்தில் அம்மா டி.வி. பார்த்து கலவரம் நடப்பதைத் தெரிந்துகொண்டு கதவு, ஜன்னல் எல்லாம் மூடிக் கொண்டிருந்தால் நல்லது என்று நினைத்தான். டிக்கெட் என்ன ஆச்சு என்று அப்பாவைக் கேட்க நினைத்தான். புறப்பட்ட அவசரத்தில் அதையெல்லாம் எங்காவது தவறவிட்டிருக்கிற வாய்ப்பு உள்ளது. பிறகு, டிக்கெட் எல்லாம் அப்பாவின் சட்டைப்பையிலிருந்து எட்டிப் பார்த்ததைக் கண்டுகொண்டான்.

இரயில் நிலையத்திலிருந்து சுபன்புரா காலனி தேசிய நெடுஞ்சாலையை ஒட்டி 10 கி.மீ. தூரம். அவர்கள் வாகனத்தில் விரைந்து வீட்டுக்கு வந்து கொண்டிருந்தபோது, சாலையோரங்களில் மக்கள் சாவகாசமாக நடந்து வந்துகொண்டிருந்ததையும், வாகனங்கள் இயல்பாக ஓடிக் கொண்டிருந்ததையும், அன்றாட வாழ்க்கை சாதாரணமாகப் போய்க்

கொண்டிருந்ததையும் கண்டார்கள். இந்த நிலை எவ்வளவு நாட்கள் நீடிக்குமோ என்று வேதனைப்பட்டான்.

கார் வீட்டை அடைந்ததும் ஹோப்பன் காரிலிருந்து கீழே குதித்து, ஓடிப்போய் அவசர அவசரமாக முன் கதவைத் திறந்து விட்டான். பிரம்-குமாங்கும் வேகமாக காரை ஓட்டிச்சென்று கார் கொட்டகையில் நிறுத்தினார். கார் கதவுகளைச் சாத்திவிட்டு, பின் ஓடிச்சென்று எல்லாக் கதவுகளையும் மூடித் தாழிட்டார்.

பன்முணி பதட்டத்துடன் ஓடிவந்து என்ன ஆச்சு என்று பிரம்-குமாங்கைக் கேட்டாள். அவர்கள் வீட்டு வேலைக்கு அமர்த்தியிருந்த அந்தப் பெண்ணும் போய்விட்டாள். "நம் வீட்டுக்குத் தேவையானதெல்லாம் இருக்கின்றனவா?" அரிசி, காய்கறி, பிஸ்கெட், சோப்பு எல்லாம் இருக்கின்றனவா? அல்லது வாங்க வேண்டுமா?" என்று பிரம்-குமாங் கேட்டார்.

"ஆ... ஆமா, ஏன்? ஏன் கேட்கிறீர்கள்? ஒன்றும் பிரச்சினை இல்லையே?" பன்முணி குழம்பிப்போய்க் கேட்டாள்.

"இல்லை - நிலைமை நன்றாக இல்லை" என்று சொல்லிக்கொண்டு ஜன்னல் வழியாக வீதியை எட்டிப் பார்த்தார். "ஊரடங்கு உத்தரவு பிறப்பித்திருப்பார்கள் போலிருக்கிறது. எங்கோ ஓரிடத்தில் இரயிலில் தீ வைத்துவிட்டார்களாம். சொல்லு, வீட்டுக்குத் தேவையான தெல்லாம் இருக்கின்றனவா? இல்லையென்றால் உடனடியாக ஓடிச்சென்று வாங்கி வரவேண்டும்" என்று கேட்டார் பிரம்-குமாங்.

"இல்லை, இல்லை. எங்கேயும் போக வேண்டாம். எல்லாம் வீட்டில் இருக்கின்றன. எங்கேயும் போக வேண்டாம். ஹோப்பன் வீட்டிலேயே இரு."

மதியத்திற்குள் வதோதரா நகரமே அமைதியில் உறைந்துவிட்டது. ஒரு மணி நேரத்திற்குள்ளாகவே ஆரவாரமான இந்நகரமே எந்தச் சத்தமுமில்லாமல் அமைதியாகிவிட்டது. நகரின் ஒவ்வொரு வீட்டுக்கதவுகளும் ஜன்னல்களும் இறுக மூடப்பட்டிருந்தன. பிரம்-குமாங்கும், ஹோப்பனும் வந்து சேர்ந்த பத்து நிமிடத்தில் மிஸ்டர் ராவ் இறங்கி வந்து பிரம்-குமாங்கை என்ன நடந்தது என்று விசாரித்தார். எல்லாரும் வீட்டுக்குள் முடங்கி கிடப்பதைக் கண்டதும் வெளிக் கதவை இழுத்துச் சாத்திவிட்டு மேலே சென்று எல்லாக் கதவுகளையும் ஜன்னல்களையும் மூடிக்கொண்டார்.

பிரம்-குமாங் செய்தி பார்க்கலாம் என்று டி.வி.யைப் போட்டுப் பாாத்தார். டி.வி.யின் எல்லா அலைவரிசைகளிலும் இரயில் எரிந்து கொண்டிருக்கும் நிகழ்வே காட்டப்பட்டது. சபர்மதி விரைவு இரயில் வதோதராவிலிருந்து 100 கி.மீ. தொலைவில் உள்ள கோத்ராவில் நின்ற போது, யாரோ சிலர் இரயிலுக்கு நெருப்பு வைத்துவிட்டார்கள். தீ வைத்த விஷமிகள் வெளியிலிருந்து இரயில் பெட்டிகளை பூட்டி விட்டதாகச் சொல்லப்படுகிறது. உள்ளிருந்த 58 பேரும் உயிரோடு எரித்துக் கொல்லப்பட்டனர். தீ வைத்தவர்கள் முஸ்லிம்கள் என அடையாளம் காணப்பட்டுள்ளது. இப்போது இந்துக்கள் அவர்களைப் பழிவாங்கிக்கொண்டிருக்கிறார்கள்.

அகமதாபாத் நகரில் இந்துக்கள் வீதிகளில் வந்து, முஸ்லிம் மக்கள் உடைமைகளைச் சூறையாடி, அவர்களை உயிரோடு எரித்தார்கள். வதோதராவிலும் கலவரம் பரவியதாக செய்திகள் வந்தன. ஆனால், சோரன் குடும்பத்தினர் வீட்டிலிருந்து வீதிகளைப் பார்த்தபோது எல்லாம் அமைதியாகக் காணப்பட்டது. கலவரங்கள் நகரின் வேறு சில இடங்களில் நடந்திருக்கலாம். ஒருவேளை முஸ்லிம்கள் இறைச்சி விற்பனை செய்யும் இடங்களில் நடந்திருக்கலாம்.

டி.வி. செய்தியைக் கேட்டதும் உடனடியாக பன்முணி, ஜாப்பன்-டியைக் கூப்பிட்டுப் பேசினாள். அவளுக்கு இந்த விஷயம் எதுவுமே தெரிந்திருக்கவில்லை.

சி.ஐ.எஸ்.எப். வளாகத்தில் மிகுந்த பாதுகாப்பில் இருந்துவரும் ஜாப்பன்-டி "நாங்கள் பத்திரமாக இருக்கிறோம். எங்களைப் பற்றிக் கவலைப்பட வேண்டாம். நீங்கள் எல்லாரும் எப்படி இருக்கிறீர்கள்?" என்று கேட்டாள்.

"எங்களுக்கு ஒன்றும் பிரச்சினை இல்லை. வீட்டில்தான் இருக்கிறோம். கதவுகளையும் ஜன்னல்களையும் மூடிக்கொண்டு பத்திரமாக இருக்கிறோம்."

"ஆமா, ஜி. வீட்டிலேயே இருங்கள். வீட்டைவிட்டு வெளியில் போக வேண்டாம்."

பிறகு பன்முணி ராபியைக் கூப்பிட்டுக் பார்த்தாள். ஆனால், அவன் விடுதியில் இல்லை. மாலை சுமார் 4.00 மணி அளவில் ராபி அம்மாவைக் கூப்பிட்டுப் பேசினான். "எல்லாரும் வீட்டில்தானே இருக்கிறீர்கள்?" என்று கேட்டான்.

"ஆமா, நாங்கள் வீட்டில்தான் இருக்கிறோம். நீ எங்கே போயிருந்தாய்! நான் உன்னைக் கூப்பிட்டுப் பார்த்தேன்."

"நான் மருத்துவமனையில்தான் இருந்தேன். எனக்கு வார்டு டியூட்டி. ரவுண்ட்ஸ் போயிருந்தேன். அங்கே கலவரம் பரவி இருக்கிறதாமே. எல்லா டி.வி.யிலும் இதே செய்திதான். வெளியே ஓடிப் பொதுத் தொலைபேசியில் உங்களைக் கூப்பிட்டுப் பார்த்தேன். பல தடவை முயற்சித்தும் லைன் கிடைக்கவில்லை."

"இங்கே, எங்களுக்கு ஒரு பிரச்சினையும் இல்லை. அங்கே, கட்டாக்கில் நிலைமை எப்படி இருக்கிறது?"

"கட்டாக்கில் ஒரு பிரச்சினையும் இல்லை. அமைதியாக இருக்கிறது. என்னைப் பற்றிக் கவலைப்பட வேண்டாம்."

"உடனே திரும்பி ஹாஸ்டலுக்குப் போய்விடு. தனியாக எங்கேயும் போக வேண்டாம். இரவில் எங்கேயும் போகாதே. பாதுகாப்பு இல்லை என்பது போலத் தெரிந்தாலோ அல்லது கலவரம் வந்தாலோ, ஏதாவது ஒரு நண்பன் வீட்டிற்குப் போய்விடு. அல்லது நகரைவிட்டு வெளியில் போய்விடு. அல்லது காட்ஷிலாவுக்குக்கூடப் போய்விடலாம். நிலைமை சரியாகும்வரை அங்கேயே இருந்துவிடு."

"நான் பார்த்துக்கொள்கிறேன், அம்மா. கவலைப்படாதீர்கள். இங்கே எந்தப் பிரச்சினையும் இல்லை."

சோரன் தம்பதியினர் வீட்டிற்குள்ளேயே இருந்தனர். எரிந்து கொண்டிருக்கும் இரயில்தான் டி.வியில் காட்டப்பட்டுக் கொண்டிருந்தது. 24 மணி நேரமும் காவல்துறை வாகனங்கள் ரோந்து வந்து கொண்டிருந்தன. வீட்டிற்குள்ளே முடங்கிக் கிடந்ததால் அவர்களால் எதையும் பார்க்கவோ கேட்கவோ இயலவில்லை. திரைச்சீலைகள் இழுத்துவிடப்பட்டிருந்தன. விளக்குகள் மங்கிய வெளிச்சத்தில் தான் எரிந்தன. கனமான இதயங்களோடுதான் அவர்கள் படுக்கச் சென்றார்கள்.

அடுத்தநாள் காலை எல்லாரும் சீக்கிரம் எழுந்துவிட்டார்கள். டி.வி.யில் நேற்றைய செய்திதான் வந்துகொண்டிருந்தது. பிரம்-குமாங் திரையை இலேசாக விலக்கி ஜன்னல் வழியாக எட்டிப் பார்த்தார். சாலையில் காவல்துறையினரைத் தவிர யாருமே அங்கே காணப்படவில்லை. எல்லா வீட்டுக் கதவுகளும் ஜன்னல்களும் இறுக மூடப்பட்டிருந்தன. 'நாம் வீட்டிற்குள்ளே கைதிகளாக இருக்கிறோம்' என்றார் பிரம்-குமாங்.

அன்று இரவு வன்முறையாளர்கள் வந்தார்கள்.

● ● ●

திரு. முகம்மது என்பவர் நகருக்கு வெளியே எங்கோ ஓரிடத்தில் வேலை செய்கிறார் என்று அனைவருக்கும் தெரியும். அந்தக் குடும்பத்தில் நான்கு பெண்கள்தான். அவரது மனைவி; அவரது வயதான விதவைத் தாய்; பருவமடைந்த இரண்டு பெண்கள். சுபன்புரா காலனியில் வசித்துவந்த ஒரே ஒரு முஸ்லிம் குடும்பத்தினர்.

சோரன் குடும்பத்தினரும், அக்கம் பக்கத்துக் குடும்பத்தினரும், அந்த அரைகுறை வெளிச்சத்தில் இரண்டு வாகனங்கள் வந்து நிற்பதைக் கண்டனர். அதிலிருந்த கத்தி, கம்பு, அரிவாள் போன்ற ஆயுதங்களுடனும், எரியும் டார்ச் விளக்குகளுடனும் சுமார் 20 பேர்கள் 'ஜெய் ஸ்ரீராம்' என்று கத்திக்கொண்டு திமுதிமுவென்று வாகனங்களிலிருந்து இறங்கினார்கள்.

சிலர் வெளிக்கதவை உடைத்துக்கொண்டு உள்ளே நுழைந்தனர். அங்கு கிடைத்த கற்களையும், செங்கற்களையும் எடுத்துக் கொண்டனர். அந்த வீட்டு ஜன்னல்களின்மீது கற்களை வீசி எறிந்தனர். வாசற்கதவை உடைத்தனர்.

"துலுக்கப் பயலே, வெளியே வாடா."

கதவை அடித்து உடைத்தனர். எந்த நேரமும் அது உடைந்து விழுந்து விடும் போலிருந்தது.

"வம்மாலே...! துலுக்கப் பயலே! எங்கேடா உங்க அம்மாவிட்டு 'இதிலே' ஒளிந்திருக்காயாடா? வெளியே வாடா!"

அந்த இந்து வெறியர்கள் போட்ட சத்தத்தில் சுபன்புரா காலனியின் சுற்றுச்சுவரே அதிர்ந்தது.

"எங்கள் மக்கள் இந்துக்களை நீங்கள் எரித்தீர்கள். உங்களை எரிக்கிறோம் பாருங்கடா." அந்த இந்துக் கும்பல் கொடுத்த அடியில் கதவு உடைந்தது. உடனே அந்தக் கும்பல் ஒரு பெட்ரோல் வெடிகுண்டைக் கொளுத்தி முகம்மது வீட்டின் உள்ளே எறிந்தனர். ஜன்னல் கண்ணாடிக் கதவுகளை உடைத்து, ஜன்னல் திரைகளுக்குத் தீ வைத்தனர்.

அந்த முகமதியப் பெண்கள் மாடிக்கு ஓடினார்கள். நெருப்பு கொழுந்துவிட்டு எரிந்ததால் ஏற்பட்ட புகையில் இவர்களுக்கு மூச்சுத் திணறியது. பறந்து வந்து கதவைத் திறந்துவிட்டுக்கொண்டனர். அபயக்குரல் எழுப்பி கத்திக்கொண்டும் கதறிக்கொண்டும் மாடி ஜன்ன லில் சாய்ந்துகொண்டனர். இந்துக் கும்பல் ஆபாசமான, கெட்ட, கெட்ட கீழ்த்தரமான வார்த்தைகளில் அவர்களைத் திட்டினார்கள். மகிழ்ச்சியில் ஆர்ப்பரித்தார்கள். அவர்கள்மீது காரி உமிழ்ந்தார்கள்.

அதே நேரத்தில் எதிர்பாராத ஏதோ ஒன்று நடந்தது.

'டொய்ங்'

இந்து கலகக் கும்பலின் ஓரத்தில் நின்றுகொண்டிருந்த ஒருவன் காலில் ஸ்டீல் தாம்பாளம் ஒன்று எறியப்பட்டது போல வந்து விழுந்தது. கூட்டம் நிமிர்ந்து பார்த்துப் புரிந்துகொண்டது.

"டேய், வம்மாலே...! யாருடா அவன்? அடிக்கிற அடியிலே உன் அடிப்பக்கம் தெறிச்சுப் போகும்."

'தட்!'

அடுத்து ஒரு கனமான, சுழற்றி எறியப்பட்ட அன்னக் கரண்டி குறியாக வந்து ஒருவனின் வலது கண்ணைப் பதம் பார்த்தது.

"ஐயோ" அப்படியே கண்ணில் கை வைத்தபடி தரையில் குப்புற விழுந்தான்.

கலகக்காரக் கும்பல் ஒரு நிமிடம் குழம்பிப் போய் அமைதியாக நின்றது. 'யார் அது?' என்று பிரம்-குமாங் முணுமுணுத்தார். எல்லாப் பாத்திரங்களும் மாடியிலிருந்தே குறி வைத்து எறியப்பட்டதாகத் தெரிந்தது. பன்முணி அமைதியாக நின்றாள். பிரம்-குமாங்கும், ஹோப்பனும் ஜன்னல் வழியாக எட்டிப் பார்க்கத் திரும்பியபோது, பன்முணி சமையற்கட்டுக்குள் சென்றார். சத்தமில்லாமல் சில பாத்திரங்களைச் சேர்த்துக் கட்டி எடுத்துக்கொண்டாள். பதுங்கிப் பதுங்கி தன் தோழி(யர்) இடத்திற்குச் சென்றாள். பிரம்-குமாங்கும், ஹோப்பனும் பார்த்துக்கொண்டிருக்கும் போதே, மூன்று கனமான ஸ்டீல் டம்ளர்களும், ஒரு பிரஷர் குக்கரும், சாப்பாட்டுத் தட்டுகளும் பறந்து வந்து அக்கும்பலைத் தாக்கின.

தொடர்ந்து பாத்திரங்கள் அடுக்கடுக்காய் அவர்கள்மீது இறங்கின. கம்புகளும், கட்டைகளும், மற்ற வீட்டுச் சாமான்களும் அவர்கள்

மண்டைகளைப் பதம்பார்த்தன. இப்போது மற்ற, மற்ற மாடிகளில் இருந்தும் இதே மாதிரி ஆயுதங்கள் அவர்கள்மீது சரமாரியாக இறங்கின.

முகம்மதுவின் உள்வீட்டில் நெருப்பு பரவிக்கொண்டிருந்த அதே சமயம், அந்த நாற்பது ஐம்பது கலகக்காரர்களும் இரும்பு, ஸ்டூல், அலுமினியம், கட்டை, கம்பு ஆகியவைகளால் பலமாகத் தாக்கப்பட்டனர். அந்தக் காலனிப் பெண்கள் எல்லாரும் போராளிகளாகத் துணிந்துவிட்டனர். சில பெண்கள் அரிவாள்மனைகளையும், கத்திகளையும் வீசினார்கள். சிலர் தேக்சாக்களையும், வறுவல் சட்டிகளையும் கொண்டு தாக்கினார்கள். சிலர் கனத்த இரும்புகளை எடுத்து அவர்கள்மீது எறிந்தனர். சிலர் கம்புகளையும் துடைப்பக்கட்டைகளையும் எடுத்து எறிந்தனர். எறிவதற்கு வசதியான பொருட்கள் கிடைக்காத பெண்கள் காய்கறிகளையும், ஜூஸ் பாட்டில்களையும், எண்ணெய் பாட்டில்களையும் கொண்டு எறிந்தனர்.

கலகக்காரர்களில் பலர் கடுமையாகத் தாக்கப்பட்டனர். கனமான இரும்புகள் அவர்கள் மண்டைகளைப் பிளந்தன. பாட்டில்கள் கால்களை வெட்டின. வறுவல் தட்டுகள் கண்கள், காதுகள், கழுத்துகளைக் கிழித்தன.

“பயந்தாங்கொள்ளி பொம்பளைங்களே” என்று கோபத்தில் கலகக்காரர்கள் கத்தினார்கள்.

“ஆமாடா, நீங்கள்தான் பயந்தாங்கொள்ளிகள்” என்று பெண்கள் திரும்பக் கத்தினர். “நீங்கள் எல்லாரும் ஒரு அப்பனுக்குப் பொறந்திருந்தா, நீங்கள் நேராக வந்து, சம்மந்தப்பட்ட அந்த ஆண்களோடு மோதி இருப்பீர்கள். அந்த வீட்டுப் பெண்களைக் காயப்படுத்தியிருக்க மாட்டீர்கள்.”

“அவர்கள் எங்கள் ஜனங்களைக் கொன்றுவிட்டார்கள்” என்று கும்பல் கத்தியது.

“அவர்கள் உங்கள் அம்மாவைக் கொன்றார்களா?” என்று பெண்கள் கேட்டார்கள். “அந்த வீட்டுப் பெண்கள் உங்கள் அம்மாவைப் போல வயதானவர்கள்; உங்கள் அம்மாக்களின் வயதை ஒத்த இந்தப் பெண்களைத் தாக்குவதற்குமுன், உங்கள் அம்மாக்களை நினைத்துப் பாருங்கள்.”

"அவர்கள் முஸ்லிம்கள். அவர்களைக் கொல்லுவதுதான் நியாயம்."

"எங்களை முதலில் கொல்லுங்கள். நாங்கள் கீழே வருகிறோம். எங்களைக் கொல்லுங்கள், அதற்கப்புறம் போய் அந்தப் பெண்களைக் கொல்லுங்கள்."

இந்தத் தாக்குதல் கலகக்காரக் கும்பலை கோபப்படுத்தியது. இப்போது அந்தக் காலனிவாழ் ஆண்மக்கள் அனைவரும் திரண்டு வீதிக்கு வந்து விட்டனர். ஓர் அனுபவம் மிகுந்த, ஓய்வுபெற்ற இராணுவ அதிகாரி ஒருவர் அவர்களை வழிநடத்தி அழைத்துவந்தார். அந்த இராணுவ அதிகாரி, "முதலில் எங்களைக் கொல்லுங்கள்" என்று கம்பீரமாகச் சொன்னார். "பிறகு எங்கள் காலனிப் பெண்களைக் கொல்லுங்கள்."

ஒரு மாபெரும் கூட்டம், அறுபது எழுபதுக்கு மேல், ஆண்கள் பெண்கள் என, கலகக்காரக் கும்பலைவிட அதிக அளவில் திரண்டு வந்தனர். இவ்வளவு கூட்டம் வெளியே வந்தபோது திருவாளர் ராவ்வும், பிரம்-குமாங்கும் வீட்டைவிட்டு வெளியே வந்து கூட்டத்தோடு சேர்ந்துகொண்டனர்.

அந்த இராணுவ அதிகாரி, கைகூப்பி பணிவுடன், தாழ்ந்து பணிந்து, ஆணித்தரமான, அதே சமயம் நம்பிக்கையான குரலில், 'உங்களைக் கெஞ்சிக் கேட்டுக்கொள்கிறோம். அவர்களை எதுவும் செய்யாதீர்கள்' என்று கேட்டார்.

கலகக்காரர்கள் சுற்றும்முற்றும் பார்த்தனர். வாகனங்களில் ஏறி, ஓடி மறைந்துவிட்டனர்.

நடு அறையில் பற்றி எரிந்துகொண்டிருந்த நெருப்பு எங்கும் பரவிவிடும் போல் தெரிந்தது. ஆச்சரியம். ஆண்கள் அனைவரும் ஒன்று சேர்ந்தனர். அப்போதே ஒரு மனிதச் சங்கிலியை உருவாக்கினர். தண்ணீரும் மணலும் வரிசையாக அனுப்பப்பட்டு தீயை அணைத்தனர். பிறகு அப்பெண்களைக் காப்பாற்றினர். அந்த வீட்டு வயதான பெண்மணி உணர்விழந்து காணப்பட்டார். ஒரு மணி நேரம் வெளியில் காற்றோட்டமான இடத்தில் கிடத்தப்பட்டாள். பிறகு உணர்வு பெற்று எழுந்தாள். அந்த பெண்மணியின் பேத்திகளும் மருமகளும் அதிர்ச்சியில் உறைந்துபோய் நின்றனர். மருமகளுக்கு அழுகையை நிறுத்த முடியவில்லை. பேத்திமார்களுக்குப் பேச்சு வரவில்லை. இராணுவ அதிகாரி அவர்களைத் தன் வீட்டுக்கு அழைத்துச் சென்றார்.

அன்று இரவு சுபன்புரா காலனியில் யாரும் தூங்கவில்லை.

ஆண்கள் அனைவரும் அந்தக் காலனிக்கு இரவு நேரங்களில் காவல் போட வேண்டும் என்று தீர்மானம் செய்தனர். அகமதாபாத்தில் அவ்வளவு அமைதியாக இருந்த காலனிகள் அப்படியே சூறையாடப்பட்டதும், தீக்கிரையாக்கப்பட்டதுமான செய்திகள் அவர்களுக்கு வந்துகொண்டிருந்தன. கொள்ளைக்காரர்களுக்கும், கொலைகாரக் கும்பலுக்கும் சுபன்புரா காலனியில் இருக்கும் முகம்மதுவின் இல்லத்தை எளிய இலக்காக இருக்க இடம் கொடுக்க முடியாது.

சூரியன் மறைந்ததும், இளைஞர் பட்டாளம் கையில் கம்புகளோடும், விசில்களோடும் குறிக்கப்பட்ட வீடுகளுக்கு பாதுகாப்பு கொடுத்து வந்தனர். எங்கேனும் ஓர்அசம்பாவிதம் நடந்தால் அபாய அறிவிப்புக் குரல் எழுப்புவார்கள். ஹோப்பனும், பிரம்-குமாங்கும் இந்த அணியின் உறுப்பினர்கள். பகற்பொழுதுகளில் அவரவர் வேலையைப் பார்த்துச் சென்றுவிடுவார்கள். ஆனால், இரவு நேரம் வந்தாலே ஊரடங்கு உத்தரவு வந்துவிடும். இதனால் குஜராத் முழுவதும் அரசுத் தேர்வுகள் 15 நாட்கள் தள்ளிப் போடப்பட்டன. 15 நாட்களுக்குப் பிறகும் நிலைமை சரியாகவில்லை. மாணவர்கள் போலீஸ் பாதுகாப்பின் கீழ் தேர்வு எழுதினர். பிரம்-குமாங்கே ஹோப்பனை காரில் கொண்டு போய்த் தேர்வு எழுத விட்டுவிட்டு, தேர்வு முடிந்தவுடன் வீட்டிற்கு அழைத்து வருவார். கடைச்சாமான்கள் வாங்குவதெல்லாம் பகற் பொழுதுகளில் மட்டும்தான். இரவு வந்துவிட்டால், எல்லாரும் வீடுகளைப் பூட்டிக்கொள்வார்கள். நகர் முழுவதும் போலீஸ் ரோந்து வந்துகொண்டிருக்கும். இளைஞர் பட்டாளம் கம்புகளோடும் விசில்களோடும் அந்தப் பகுதி வீடுகள் அனைத்தையும் பாதுகாத்து வந்தனர். இந்த நிலை சுமார் ஒரு மாதத்திற்கும் மேலாக நீடித்தது.

• • •

இந்தக் கலவரம் நடந்து இரண்டு ஆண்டுகளுக்குப் பின்னும் பிரம்-குமாங் குஜராத்திலேயே தொடர்ந்து இருந்து வந்தார். 2004 இல் ராஞ்சிக்கு மாற்றப்பட்டார். அதற்கு முன்பே பன்முணியும் ஹோப்பனும் விரைந்து வீடு வந்துவிட்டனர்.

ஹோப்பன் அரசுத் தேர்வில் தேர்ச்சி பெற்ற பின், எல்லாச் சான்றிதழ்களையும் பெற்றுக்கொண்டு அம்மாவோடு புவனேஸ்வர் வந்துவிட்டான். அவர்கள் ஒரு வீட்டை வாடகைக்கு எடுத்துக்கொண்டார்கள். ஹோப்பன் அங்கே இருந்த ஒரு

கல்லூரியில் சேர்ந்தான். மேசை, நாற்காலிகள், சோபா, கண்ணாடிப் பொருட்கள், குஜராத் கைவினைப் பொருட்காட்சியில் வாங்கிய நினைவுப் பொருட்கள் அனைத்தையும் இங்கே கொண்டு வந்தார்கள். பிரம்-குமாங் வதோதராவில் ராவ் வீட்டிலேயே தங்கி இருந்தார். விடுமுறை நாட்களில் குடும்பத்தினரைப் பார்க்க புவனேஸ்வர் வருவார். அப்படியே வீட்டிற்கு அருகில் உள்ள ஓர் அலுவலகத்திற்கு மாறுதல் வேண்டி விண்ணப்பித்தார். அதன்படி அவர் ராஞ்சிக்கு மாறுதலான செய்தியை அறிந்தபோது குடும்பமே ஆனந்தத்தில் கூத்தாடியது. ஓர் அழகான, பெரிய, மூன்று படுக்கை அறைகள் கொண்ட வீட்டை டோரண்டாவில் வாங்கினார்கள். இப்போது ராபியும் ஹோப்பனும் புவனேஸ்வர் வீட்டில் இருந்த அனைத்துப் பொருட்களையும் ராஞ்சிக்குக் கொண்டு வந்தார்கள். பிறகு ராபியும் ஹோப்பனும் வதோதரா சென்று அப்பாவை ராஞ்சிக்கு அழைத்து வந்தார்கள்.

பன்முணி ஜி இப்போது ராஞ்சியில் தன் வீட்டில் இருப்பது போலவே உணர்ந்தார். அவள் சொல்வது போல, இது 'நம் ஊர்; நம் மக்கள்'.

பன்முணி ஜி, ஒரு ஆற்று மீனைச் சுத்தம் செய்து அதன்மீது உப்பையும் மஞ்சள் தூளையும் தடவி காய வைத்துக்கொண்டே சொல்கிறாள். "இங்கு நாங்கள் எதைச் சாப்பிடுகிறோம் என்று யாரும் கவனிப்பதில்லை. அடுத்தவர்கள் எதைச் சாப்பிடுகிறார்கள் என்று நாங்களும் கவனிப்பதில்லை."

★ டி – ஜார்க்கண்ட் மாநிலத்தில் பெண்களை மரியாதையாக அழைக்கப் பயன்படுத்தும் சொல்.

மகன்கள்

ஒரு நாரைக் குஞ்சு கொல்லைப்புறத்தில் சுருண்டு விழுந்து துடித்துக் கொண்டிருந்தது. சில நொடிகளில் அது இறந்துவிட்டது.

எஜமானியம்மா ஆத்திரத்தில் கத்தினாள். "மருமகளே... நீ எங்கே இருக்கிறாய்? நீ உயிருக்கு உயிராக வளர்க்கிறாயே, ஒரு மாமரம், அது இன்னொரு உயிரை எடுத்துக்கொண்டது. தினம் அதற்கு ஒரு உயிர்ப் பலி தேவைப்படுகிறது!"

இப்போது அவள் குற்றச்சாட்டு டாக்டரம்மா பக்கம் திரும்பியது. ஏனென்றால், ஒரு காலத்தில் தன்னுடைய பேரக் குழந்தைகள் அந்த மாமரத்தில் பழுத்த மாங்கனிகளைச் சுவைத்துச் சாப்பிடுகிற போது தன்னை நினைத்துப் பார்ப்பார்களே என்ற நம்பிக்கையில் 19 ஆண்டுகளுக்கு முன்பு அந்த மாமரத்தை நட்டு வைத்தாள். அவளின் எதிர்பார்ப்பு நியாயமானதே. கிஷோர்பூரில் இருந்து வாங்கப்பட்டு, நன்றாக செழித்து வளர்ந்த மாமரத்தின் கொட்டையை எடுத்துத்தான் அவள் முளைக்கப் போட்டாள். இருந்தும், மரபணு மாறுபாடு காரணமாகவோ, சூழல்களின் வேறுபாடு காரணமாகவோ அல்லது வேளாண்மை விளைவுகளின் புரிதல் இல்லாத காரணமாகவோ அந்த மரம் நல்ல பலனைத் தரவில்லை. எங்கள் கொல்லைப்புறத்தில் ஒரு கணிசமான இடத்தை அந்த மரம் அடைத்துக்கொண்டு நிற்பதோடு, குளிர்காலத்தில் ஒரு பொட்டு வெளிச்சம்கூட வரவிடாமல் தடுத்து விடுகிறது. ஆனாலும், காக்கைகள், மைனாக்கள், நாரைகள், அணில், பச்சோந்தி ஆகிய அனைத்துக்கும் இரவு நேரங்களில் இதுவே தாய்வீடு. இந்தக் காரணத்தால் இந்த மரம் வெட்டப்படாமல் இன்னும் நிற்கிறது. எங்கள் வாசலுக்கு வரும் வழியில், சாலையோரம் சாய்ந்து நிற்பதுபோல் ஒரு மாமரம் நின்றது. கொல்லைப் புறத்தில் நிற்கும் மரம் போல வழியில் நிற்கும் இம்மரம் அவ்வளவு பாதுகாப்பானதாகப்படவில்லை. அதையும் ஒட்டுக்கன்றாக

நட்டு, அதன் தாய்மரம் பலன் அளிக்காததால், இந்த மாங்கன்றை அவள் அவ்வளவாக கவனிக்கவில்லை. ஆனால், கவனிக்கப்படாத இம்மரம் அந்த நகரத்திலேயே சுவையான பழங்களைக் கொடுத்தது. கோடை காலத்தில் மாங்காய் அடிக்க வரும் தெருவோரத்துச் சிறுவர்களை அடித்து விரட்டுவதில் எங்கள் நேரம் எல்லாம் கழியும். நண்பர்கள் எல்லாரும் தங்களுக்கு எவ்வளவு பழம் வேண்டும் என்பதை முன்கூட்டியே சொல்லிவிடுவார்கள். பலர் இதிலிருந்து ஒட்டுக் கன்றுகள் கேட்பார்கள். இது போன்ற ஒட்டு மரக்கன்றுகள் கொடுத்தால் குடும்பத்தில் ஏதாவது அசம்பாவிதம் நடக்கும் என்று சாக்குப் போக்குச் சொல்லி அதைக் கொடுப்பதில்லை.

• • •

ஒருநாள் மாலை, அந்த நாரைக்குஞ்சு இறந்தநாள் அன்று, அப்பாவின் தங்கை மகளான கல்பனா-டி வீட்டிற்கு வந்தாள். அதற்குள் அந்தப் பறவைக்குஞ்சு இறந்த செய்தி மறந்து போனதால், டாக்டரம்மாவும் எஜமானியம்மாவும் சிரித்து கூத்தடித்துக்கொண்டிருந்தார்கள். எல்லாப் பெண்களும் பார்த்துப் பொறாமைப்படும் அளவு கல்பனா-டி நல்ல வாழ்க்கை வாழ்ந்துகொண்டு வந்தாள். அவளுக்கு அழகான கணவன், நல்ல குடும்பம், ஏராளமான சொத்து சுகம். இருப்பினும் சொத்து சுகம் எல்லாம் அலுத்துப் போனதால், அடிக்கடி வீட்டுக்கு வந்து அவளின் வருத்தங்களை எங்களோடு பகிர்ந்து கொள்வாள்.

கல்பனா-டி யின் 19 வயது மகன் சுராஜ் காணாமல் போய்விட்டான் என்ற தகவலை எங்களிடம் சொல்ல வந்தாள். ஏற்கனவே அந்த விஷயத்தை அவள் எங்களிடம் சொல்லவில்லை. அந்தத் தகவல் எங்களுக்கு ஏற்கனவே தெரியும். எங்களுக்கு மட்டுமல்ல ஊரில் உள்ள அத்தனைப் பேருக்கும் தெரியும். சுராஜும் அவனது நண்பர்களும் ஏதோ ஒரு வழிப்பறியில் ஈடுபட்டு மாட்டிக்கொண்டார்கள். இது நடப்பதற்கு முதல் நாளே, சுராஜ், அவன் அப்பாவிடம் பணம் கேட்டதாகவும், அவர் மறுத்துவிட்டதாகவும் கல்பனா-டி எங்களிடம் சொன்னாள். அதனால் சுராஜ் வழிப்பறியில் ஈடுபட்டிருக்கிறான்.

காணாமல் போன தன் மகனைப் பற்றிய செய்தியைப் பகிர்ந்து கொள்வதற்கு கல்பனா-டி இங்கு வந்து போவது எங்களுக்கு குழப்பத்தை அளித்தது. கல்பனா, ஏன் அவள் கணவரும்கூட, சமூகத்தில் அனைவரோடும் ஒரு நல்லுறவு கொண்டுள்ளவர்கள் என்று சொல்லமுடியாது என்பதை நாங்கள் அறிவோம். இதுபோல

சில சொந்த விஷயங்களைப் பகிர்ந்து பேசிக்கொள்ள அவளுக்கு ஒரு சில நபர்களே உள்ளனர். அவள் வீட்டின் ஒரு மூலையில் உட்கார்ந்து தானே புலம்பிக்கொண்டிருப்பதை விட்டுவிட்டு, ஆடம்பரமாக ஆடை அணிந்துகொண்டு, காரில் ஏறி வந்து எங்களோடு உட்கார்ந்து துக்கத்தைப் பகிர்ந்துகொண்டாலும், திரும்பத் திரும்ப என் மகன் ஓடிவிட்டான் என்று சொல்லுவதால், எங்களுக்கு எந்த இரக்கமும் ஏற்படவில்லை. இன்னும் சொல்லப்போனால் அவள் மீதும், அவள் குடும்பத்தினர்மீதும் ஏற்பட வேண்டிய இரக்கம் எங்களுக்கு இல்லாமல் போய்விட்டது.

"அவன் உன் மகன், கல்பனா" என்று டாக்டரம்மாவும், எஜமானியம்மாவும் அவளிடம் சொல்ல விரும்பினர். ஆனால், உன் மகன் என்ன முடிவு எடுப்பான் என்று உனக்குத் தெரியாது என்று எங்களிடம் சொல்கிறாய். விபரம் தெரிந்த உன் வீட்டுக்காரர் அவனைக் கண்டுபிடிக்க முயலவில்லையா? அல்லது எதையோ எங்களிடம் மறைக்கிறாயா? இந்த அகில உலகத்திலே உனக்கென்று ஓர் இடம் இருந்து, அந்த இடத்திற்கு வந்து கவலைப்படுவது போல நடிப்பதற்கு, ஓர் இடம் உண்டு என்றால் அது எங்கள் வீடுதானா?"

"நீ ஒரு பொறுப்பற்ற மனைவி, உதவாக்கரைத் தாய்" என்று கல்பனாவைக் கடித்துக் குதறவேண்டும் என்ற ஆவல் அவர்கள் இருவரின் மனங்களிலும் ஆவேசமாக எரிந்துகொண்டிருக்கிறது என்று எனக்குப் புரிந்தது. இருப்பினும் தங்களைக் கட்டுப்படுத்திக்கொண்டு, அவள் இவர்கள்மீது அன்பைப் பொழிவதாக, கல்பனா-டி சொல்லும் கதையைப் போல இவர்களது அன்பும் போலித்தனமானது.

கல்பனா-டியின் கணவர் ஒரு வங்கி மேலாளர். சமீபத்தில் ஒரு ஊழல் குற்றச்சாட்டில் மாட்டிக்கொண்டார். வங்கியில் பணம் கையாடல் நிகழ்ச்சி நீண்ட நாள் நடந்துகொண்டிருந்தது. சமீபத்தில் கல்பனா-டியின் கணவர், இரண்டு மேலதிகாரிகள், இன்னும் இரண்டு வங்கி ஊழியர்கள் ஆகிய அனைவரும் சிக்கிக் கொண்டனர். கணவனின் ஊழல் பற்றி இவளுக்கு எதுவும் தெரியாது. ஆனால், இவளோ ஆடம்பரத்தில் திளைத்து வந்தாள். காட்ஷிலாவின் மையத்தில் இரண்டடுக்கு மாடிவீடு ஒன்று உள்ளது. அந்த வீட்டைப் பற்றி பேசாத ஆளே இல்லை என்று சொல்லலாம். அழகாக வர்ணம் பூசப்பட்ட பெரிய வீடு. உயரமான சுற்றுச் சுவர்கள். அவைகளின்மீது நிறுத்தப்பட்ட கூர்மையான இரும்புவேலி. கருப்புக் கண்ணாடிகள் பொருத்தப்பட்ட அழகான ஜன்னல்கள்.

குளிரூட்டப்பட்ட அறைகள், சொல்லப் போனால் அந்த வீடு திறக்கப்பட்டு யாரும் பார்த்ததில்லை.

கல்பனா-டி எங்களைப் பார்க்க வரும்போதெல்லாம் விலை உயர்ந்த காரில் தான் வந்து இறங்குவாள். பட்டு அல்லது விலை உயர்ந்த பருத்தி ஆடைகள்தான் அணிவாள். மாதம் ஒரு நறுமண பாட்டில் பயன்படுத்துவாள். அழகான தோல்பை. அதில் 500 ரூபாய் கட்டுகளும் 100 ரூபாய் கட்டுகளும் இருக்கும். ஆனால், கிராமத்தில் இருக்கும் அவளது விதவைத் தாய்க்கு, மருமகனின் ஊழல் தெரிந்திருக்குமா என்று எங்களில் யாருக்கும் தெரியாது. இது உறவு சார்ந்த விஷயம். இதனால் பாபாவின் சொந்தக்காரியான கல்பனா-டியோடு எங்களுக்கு உள்ள உறவை முறித்துக்கொள்ள அவர் விரும்பவில்லை. அதனால் கல்பனா-டியின் கணவனோடு தனியாகப் பேச விரும்பினார், பேசினார்.

"உன்னுடைய மனைவியை நினைத்துப் பார், ஜவாய். அவள் எனக்குச் சொந்த மகள் மாதிரி. எங்கள் குடும்பத்தில் நீயும் ஒரு நபர்."

"என் மனைவிக்கு வேண்டிய அனைத்தையும் வாங்கிக் கொடுக்கிறேன். அவளைப் பற்றிக் கவலைப்பட வேண்டாம்."

"உனக்குக் குழந்தைகள் இருக்கிறார்கள்."

"இதெல்லாம் அவர்களுக்காகத்தான், அவர்களின் எதிர்காலத்திற்கு..."

"அவர்களின் எதிர்காலமே நீதான். உனக்கு ஏதாவது நடந்து விட்டால்..."

"எனக்கு என்ன நடக்கப் போகிறது? நான் என்ன செய்கிறேன் என்று எனக்குத் தெரியும்."

பேச்சுவார்த்தையின் தொடக்கத்தில் பாபா மிகவும் பொறுமையைக் கடைப்பிடித்தார். ஒரு பிடிவாதக்காரனும், நாகரிகம் இல்லாதவனுடனும் பேசிக்கொண்டிருப்பதை அறிந்து, நேரிடையாகவே விஷயத்துக்கு வந்துவிட்டார்.

"இங்கே பார், ஜவாய். மறந்து விடாதே. ஊழல் செய்வது ஆதிவாசிகளாகிய நமக்கு தகாத ஒன்று. நம் இரத்தத்தில் ஊழல் என்பது ஒருபோதும் கலந்திருக்கவில்லை. நாம் ஒரு குற்றச்செயல் செய்துவிட்டால்கூட நமக்கு அதை மறைக்க முடியாது. மது கோராவுக்கு என்ன நடந்தது என்று உனக்குத் தெரியாதா? திக்கு

ஆதிவாசிகள் இனி நடனம் ஆடமாட்டார்கள் | 39

ஜாதியினர் அவனை நன்கு பயன்படுத்திவிட்டு ஜெயிலில் தள்ளி விட்டார்கள். இது நம் எல்லாருக்கும் ஒரு பாடமாக இருக்க வேண்டும்."

பாபாவின் பேச்சு, குறிப்பாக முதலமைச்சரின் நிலக்கரி சுரங்க ஊழல், அவரை சிறையில் தள்ளிய விஷயம் பற்றிப் பேசியபோது அவனுக்கு சுருக்கென்று விளங்கியிருக்க வேண்டும். கல்பனாவின் கணவன் குழப்பம் அடைந்திருந்தான், பாபா அதை வலியுறுத்திப் பேசினார்.

"நீ கையாடல் பண்ணினால்கூட, நீ புத்திசாலி. நீ என்ன செய்கிறாய் என்பதை நன்கு தெரிந்துகொள்ளும் இடத்தில் நீ இருக்கிறாய். எல்லாருக்கும் தெரிகிற மாதிரி தவறு செய்யாமல் பார்த்துக் கொள். உனக்குக் கொஞ்சம் வருவாய் வந்தது. அரண்மனை போன்ற ஒரு வீட்டைக் கட்டிவிட்டாய். உனது சொத்து சுகத்தின் மீது எனக்குப் பொறாமை இல்லை. அதற்காக இந்த வெளிப்பகட்டு தேவையா என்றுதான் கேட்கிறேன். உன் சக பணியாளர்கள் யாரும் அவர் வீட்டிற்கு இதுபோன்ற மாபெரும் காம்பவுண்ட் சுவர் எழுப்பவில்லையே! அவர்கள் ஏன் இன்னும் சாதாரண வீட்டில் குடியிருந்து வருகிறார்கள்? சாதாரண ஓர் இரு சக்கர வாகனத்தில் ஏன் போக வேண்டும்? உனக்கு ஏன் இந்த வீண் ஆடம்பரம். ஏன்? சொல்லு, ஜவாய்."

இதைக்கேட்டு ஜவாய் ஆத்திரத்துடன் வீட்டைவிட்டு வெளியேறினான். அதிலிருந்து கல்பனா-டியையும் எங்கள் வீட்டிற்கு வரவிடுவதில்லை.

குழந்தைகளை எண்ணி மிகவும் வருத்தப்பட்டோம். சுராஜ், சுராஜின் தங்கை சரோஜினி. இவர்களின் அம்மா ஓர் இராணி மாதிரி வாழ்ந்து கொண்டிருந்தாள் என்றால், அவளது குழந்தைகளும் அரச குடும்பத்துக் குழந்தைகள் போல ஆடம்பரமாக வாழ்ந்தனர். 14 வயது ஆகிவிட்ட சரோஜினிக்கு ஒரு காஃபிகூட போடத் தெரியாது. உயர்நிலைப் பள்ளியில் அடி எடுத்து வைத்த உடனேயே சுராஜ் 'தம்' அடிக்க ஆரம்பித்துவிட்டான். ஒவ்வொரு வகுப்பிலும் இரண்டு வருடம். பத்தாம் வகுப்பு அரசுத் தேர்வு ஏற்கனவே இரண்டு முறை எழுதி ஆகிவிட்டது. ஒருமுறை பணக்காரர்கள் படிக்கும் ஆங்கில வழிக்கல்வியில் சேர்ந்து படித்துத் தேர்வு எழுதினான். இரண்டாவது, தனியாகப் படித்துத் தேர்வு எழுதினான். ஒருநாள் மாலை ஒரு மேம்பாலத்தின் மீது நண்பர்களோடு சேர்ந்து 'தம்' அடித்துக்கொண்டிருந்தபோது என்னிடம் கையும் களவுமாகப்

பிடிபட்டான். அவன் நண்பர்களுக்கு என்னை மாமா என்று அறிமுகப்படுத்தினான். அவன் குடித்துவிட்டு உளறினான். அவர்கள், அவனோடு சேர்ந்த திருட்டுக்கும்பல் என்று பிறகுதான் தெரிந்து கொண்டேன்.

சுராஜுவின் தந்தை அவன் பணம் கேட்டு கொடுக்க மறுத்துவிட்டார் என்று தெரிந்துகொண்ட போது நாங்கள் அதிர்ந்து போனோம். கடைசிவரை அவன் தந்தை, இவன் கேட்டு மறுத்ததே இல்லை. வாழ்க்கையில் ஒருமுறைகூட அவன் தன் மகனைத் திட்டியது இல்லை. தன் மகன்மீதுள்ள பாசத்தால் கேவலமான எதையும் செய்திருப்பானோ என்றுகூட யோசிக்கவேண்டியிருந்தது.

இவை எல்லாம் பற்றியும் என்னதான் நினைத்துப் பார்த்தாலும், கல்பனா-டியும் அவளது கணவனும் வருகையை நிறுத்திக் கொண்டதை நினைத்துப் பார்க்க முடியவில்லை.

சுராஜ் விஷயத்தில் ககல்பனா-டியின் கணவன் ஒரு முடிவுக்கு வருமுன், அவன் கையாடல் விஷயம் வெளிச்சத்துக்கு வந்தது. அவனுக்கெதிரான குற்றப்புலனாய்வு தொடங்கப்பட்டது. பழைய ஃபைல்கள் தூசு தட்டி தோண்டி துருவிப் பார்க்கப்பட்டன. கைது நடவடிக்கையும் மேற்கொள்ளப்பட்டது. கல்பனாவின் கணவர்தான், முக்கிய குற்றவாளியாகக் கருதப்பட்டான். ஒரு விஷயம், அவனது ஆடம்பரமே அவனுக்கு எதிரி. எல்லாமே வெளிச்சத்துக்கு வந்துவிட்டன. யாரும் அவனுக்காக சாட்சி சொல்லவில்லை என்பது நிச்சயமாகிவிட்டது. ஆய்வுக்குழு வங்கிக்கு வந்துவிட்டது. அடுத்து அவன் 'அரண்மனையை' ஆய்வு செய்வதற்கு அதிக நேரம் ஆகிவிட்டது. எதுவும் நிகழலாம். சிறை, சொத்துப் பறிமுதல் எதுவும் நடக்கலாம். பிறகு அவன் எங்கே இருப்பான்? கல்பனா எங்கே இருப்பாள்? குழந்தைகள் எங்கே இருப்பார்கள்?

சமீபமாக கல்பனா-டி எங்கள் வீட்டிற்கு வருவதை நிறுத்தி விட்டாள். விசாரணை ஆரம்பிக்கப்பட்டதிலிருந்து கல்பனாவின் கணவன் யாரையும் பார்ப்பதில்லை. எந்த நிகழ்ச்சிகளிலும் கலந்து கொள்வதில்லை. கொஞ்சநாள் கழித்து கல்பனா எங்கள் வீட்டிற்கு மறுபடியும் வரத் தொடங்கினாள். கல்பனா நோயாளி போலக் காட்சியளித்தாள். மீண்டும் பழைய பொலிவும் உடல் நலமும் பெற அவள் எடுத்துக்கொண்ட முயற்சிகள் பலனளிக்கவில்லை.

"தலைவலியும் உடல் பலவீனமும்" என்றாள். "தலைவலியா? ஏன்? எப்படி வந்தது" என்று கேட்டோம்.

“இரத்தக்கொதிப்பு என்று ரகு சொல்கிறான்.”

“அப்படியா, ரகு எப்படி இருக்கிறான்?”

“நன்றாக இருக்கிறான். அவனால் உயிர் வாழ்ந்துகொண்டிருக்கிறேன். எனக்கு இரத்தக்கொதிப்பு என்று ரகுதான் கண்டுபிடித்துச் சொன்னான். கல்லூரிச் சாலையில் உள்ள பிரபல மருத்துவ மனைக்கு அவன்தான் அழைத்துச் சென்றான். இப்போது கொஞ்சம் பரவாயில்லை. ரகு ஒரு நல்ல பையன்.”

● ● ●

கல்பனா-டியைப் போலவே ரகுவின் அம்மாவான வித்தியா-டியும் எங்களுக்கு நேரடிச் சொந்தம் இல்லை. அவர்கள் இருவரும் நெருங்கிய சொந்தக்காரர்கள். இந்த இரு பெண்களின் தாத்தாமார்கள் இருவரும் கூடப் பிறந்த சகோதரர்கள். கல்பனா-டியின் தாத்தா மூத்தவர். மூத்தவர் என்ற முறையில் இவர் நிறைய சொத்து சுகங்களை அனுபவித்தார். பூர்வீக நிலங்களில் கூடுதலான பங்கு, பூர்வீக வீட்டில் கூடுதலான பங்கு என்று நிறைய அனுபவித்தார். வித்தியா-டியின் தாத்தா பூர்வீக நிலத்தில் ஒரு சிறு பகுதியையும், பூர்வீக வீட்டின் ஒரு சிறு பகுதியை மட்டுமே பெற்று அனுபவித்து வந்தார்.

வித்தியாவின் தாத்தா விட்டுக் கொடுக்கும் மனம் கொண்டவராகையால், தனக்கு ஒதுக்கப்பட்ட அறைகளையும் அண்ணனுக்கு கொடுத்துவிட்டு, தனக்காகவும் தன் மனைவி குழந்தைகளுக்காகவும் பக்கத்திலேயே ஒரு சிறிய வீட்டைக் கட்டிக்கொண்டார்.

கல்வி அறிவும் நகரத்து வாழ்க்கை முறையும் மூத்த சகோதரரின் குழந்தைகளின் வாழ்க்கைத்தரத்தை மேம்பாடு அடையச் செய்தது. கல்பனாவின் தந்தையும் அவரது சகோதரர்களும் கல்லூரிப் படிப்பை முடித்துக்கொண்டு நகரங்களில் உள்ள நல்ல நல்ல உத்தியோகங்களில் பணியமர்த்திக்கொள்ள முடிந்தது. வித்தியாவின் தந்தையும் அவரது சகோதரர்களும் நல்ல கல்வி கற்றும் கிராமத்திலேயே இருந்துவிட்டனர். அப்படியிருந்தும் இதை யாரும் குறையாக முறையிட்டுக்கொள்ளவில்லை. பங்காளிகளுக்கிடையே விட்டுக் கொடுக்கும் பண்பு இருந்தது. வித்தியாவின் குடும்பத்தினர் கல்பனாவின் குடும்பக் காரியங்களைக் கவனித்துக்கொண்டார்கள். பணி நிறைவுக்குப் பிறகு கல்பனா-டியின் தந்தை கிராமத்துக்கே வந்து விட்டார். கல்பனா-டிக்குக் கல்யாணம் ஆகிவிட்டது. சுராஜும் பிறந்து

விட்டான். தனது மகளின் வாழ்க்கையை நிலைகுலைய விட்டுவிட்டு அந்த மனிதர் அமைதியாகக் கண்களை மூடிவிட்டார்.

கல்பனாவின் சொத்து சுகங்களுக்கும், வித்தியாவின் சொத்து சுகங்களுக்கும் உள்ள ஏற்றத்தாழ்வு கண்ணில் படாமல் இருப்பது கடினம். கல்பனாவின் கணவன் வங்கியில் வேலை செய்கிறவர். வித்தியாவின் கணவன் ஓர் ஆசிரியர். ஆசிரியப் பணி ஒரு மரியாதைக்குரிய பணி என்றாலும், ஒரு வங்கி அதிகாரியின் பணியை விட பலமடங்கு தாழ்வானதுதான். ஏற்றத்தாழ்வு கொண்ட இரண்டு பங்காளிகளின் வாழ்க்கையும் பலரையும் பல மாதிரி பேச வைத்து விட்டன. ஒரு கட்டத்தில் அந்தப்பேச்சு முடிவுக்கு வந்தது. அதாவது, பையன்கள் பிறந்தபின் முடிவுக்கு வந்தது.

ஒரே நேரத்தில் நிகழும் நிகழ்வு எதிர்பாராத நிகழ்வு என்று சொல்வதா அல்லது கடவுளின் கருணை என்று சொல்வதா? கல்பனாவும் வித்தியாவும், ஒரு நாளில், இன்னும் சொல்லப் போனால் ஒரே நேரத்தில் ஆளுக்கொரு ஆண் குழந்தைகளைப் பெற்றெடுத்தனர். காட்ஷிலாவில் உள்ள ஒரு மருத்துவமனையில் கல்பனா, சுராஜ் என்னும் ஆண் மகனைப் பெற்றெடுத்தாள். அடுத்த ஐந்தாறு நிமிடங்களில், வித்தியாவின் தந்தையார் கட்டிய அந்தச் சிறிய வீட்டில், ஓர் அறையில் ஒரே ஒரு மருத்துவச்சி உதவியுடன் ரகு பிறந்தான்.

வெட்டிப் பேச்சு மீண்டும் தன் வேலையைத் தொடர்ந்தது. கல்பனா-டி மற்றும் வித்தியா-டி இருவர்களின் கணவன்மார்கள் இடையே காணப்பட்ட வேறுபாடுகளில் அதிசயித்துப் போன உறவினர்கள், இப்போது அவர்களுக்குப் பிறந்த ஆண் குழந்தைகளைப் பார்த்து அதிசயித்துப் போனார்கள். ஒரே நாளிலா? ஒரே நேரத்திலா? எப்படி இது? இதில் ஏதோ ஓர் அதிசயம் இருக்கிறது.

அவர்கள் வளர வளர, அவர்களின் வளர்ப்பு முறையில் காணப்பட்ட மாற்றங்கள் தெளிவாகத் தெரியத் தொடங்கின. இம்முறை, பல வழிகளில், அவர்கள் வீட்டில் வளர்ந்த மாமரங்களில் அவர்களின் வளர்ப்பு அப்படியே பிரதிபலிக்கப்பட்டன.

உண்மையில் எல்லாரும் சுராஜையே ஆச்சரியமாகப் பார்த்தார்கள். ஒரு பணக்காரத் தந்தையால் அவன் எதிர்பார்த்தபடியெல்லாம் வளர்க்கப்பட்டான். அவன் கேட்டதெல்லாம் கிடைத்தது. ஏன், கேட்குமுன்பே கிடைத்தது. பணம், சைக்கிள், பைக், கார், சுதந்திரம்

ஆதிவாசிகள் இனி நடனம் ஆடமாட்டார்கள் | 43

எல்லாம் கிடைத்தன. ஆனால், ரகு அவனுக்கு தேவையானதை மட்டும் பெற்றுக்கொண்டு வளர்ந்தான்.

வாழ்க்கையில் சுராஜ் எல்லாவற்றையும் அடைந்துவிடுவான் என்று எல்லாரும் எதிர்பார்த்தார்கள். அவனுக்கு அரண்மனை போன்ற வீடு, தேவையான பணம், கேட்ட மாத்திரத்தில் கிடைக்கின்ற பொருட்கள், இவை எல்லாவற்றையும் வைத்துப் பார்க்கிறபோது, அவன் உண்மையில் ஓர் அதிர்ஷ்டக்காரன். அவனை ஓர் உயர்தர பள்ளியில் சேர்த்துவிட்டார்கள். படிக்கிறபோதே கடிகாரம் அணிந்திருந்தான். விலை உயர்ந்த பேனாக்களால்தான் எழுதினான். ஆனால், ரகு எளிய ஆடைகளையே அணிவான். சுராஜ் அணிந்து ஒதுக்கி எறிந்த ஆடைகளையே ரகு தினமும் அணிந்து வருவான். சுராஜுவின் பழைய டைரிகளையும் அவன் பயன்படுத்தாத பயிற்சி ஏடுகளையும் வரைபடங்களையும் பயன்படுத்தினான். சுராஜ் பயன்படுத்திய பழைய பென்சில்கள், பேனாக்கள், கணிதக் கருவிப் பெட்டிகள் அனைத்தையும் ரகுவின் இருப்பிடத்திற்குத் தள்ளிவிடுவான். ரகு இப்போது அணிந்திருக்கும் பழைய கேஸியோ டிஜிட்டல் கடிகாரம் சுராஜ் இரண்டு ஆண்டுகளுக்கு முன்பு அணிந்து விட்டுத் தூக்கி எறிந்தது. சுராஜுவின் பெருந்தன்மை என்ற நிழலில்தான் ரகு வளர்ந்தான் என்று சொல்லலாம்.

ஆண்டுகள் கடந்தன. சந்தால் கிராமத்தின் ஒரு சாதாரணக் குடும்பப் பெண்ணுக்கும், ஒரு சாதாரண ஆரம்பப்பள்ளி ஆசிரியருக்கும் மகனாகப் பிறந்த ரகு, தனக்குக் கிடைத்த உதவிகளைக் கொண்டும் தன்னிடம் உள்ள அறிவைப் பயன்படுத்தியும் வளர்ந்து வந்தான். காலாகாலத்தில் எல்லாத் தேர்வுகளிலும் வெற்றி பெற்றான். நுழைவுத் தேர்விலும் வெற்றி பெற்று, ஜார்க்கண்ட் மாநிலத்திலேயே மிகப்பெரிய கல்லூரியான ராஞ்சியில் உள்ள மருத்துவக் கல்லூரியிலும் இடம் கிடைத்தது. ஆறு ஆண்டுகள் மருத்துவப் படிப்பு முடிந்து, தனது பெயருக்கு முன்னால் பெருமைக்குரிய டாக்டர் என்ற பட்டத்தோடு வெளியே வந்தான்.

ஆனால், சுராஜ் குடிப்பழக்கத்திற்கு அடிமையானான். பணப் பற்றாக்குறை ஏற்பட்டதால் திருடத் தொடங்கினான். அதனால் தலைமறைவு வாழ்க்கை வாழ்ந்தான். உண்மையில் தந்தையும் மகனும் இந்தத் திருட்டு வாழ்க்கைதான் வாழ்ந்து வந்தனர்.

❖ ❖ ❖

கல்பனாவையும் வித்தியாவையும் பற்றி எஜமானியம்மாவும், டாக்டரம்மாவும் பேசிக் கொண்டார்கள்: "வித்தியாவின் குடும்பத்தில் டாக்டராக ஒருவன் வந்துவிடுவான் என்று கற்பனை செய்தாவது பார்த்திருப்பார்களா?" என்று எஜமானியம்மா டாக்டரம்மாவிடம் கேட்டாள்.

"நிச்சயமாக இருக்க முடியாது! மிகச் சாதாரண எளிய குடும்பத்தினர் அவர்கள்! எனக்கு நன்றாக நினைவு இருக்கிறது. அரசாங்க உத்தியோகம் பார்க்கும் ஒருவர் எங்களுக்கு மருமகனாக வந்ததற்கு நான் கொடுத்து வைத்திருக்க வேண்டும் என்று வித்தியா வின் அம்மா ஒருமுறை என்னிடம் சொன்னார். கல்பனாவின் கணவன் வங்கியில் உத்தியோகம் பார்க்கிறவர் அல்லவா என்று இவர்கள் கவலைப்பட்டதாகத் தெரியவில்லை" என்று டாக்டரம்மா சொன்னாள்.

"கல்பனா பாவம். அவளால் என்ன செய்ய முடியும்?"

"உண்மையில் கல்பனாமீது எந்தத் தவறும் இல்லை. அவள் வீட்டுக்காரன் எப்படி இவ்வளவு முட்டாளாக இருந்திருக்கிறான்."

"சரி, சுராஜ் பற்றி ஏதாவது தகவல் தெரிந்ததா?"

"சந்தோ பாங்கோவுக்குத் தெரியும். ஆனால், அவனும் மாட்டுவான்."

"கல்பனாவுக்குச் சாப்பாடு இல்லை. தூக்கம் இல்லை. எப்படிப் பரிதாபமாக இருக்கிறாள் பார்த்தாயா?"

"அவளுக்கு இரத்தக்கொதிப்புவேறு இருக்கிறதாக ரகு சொல்கிறான்."

"நல்லதாப் போச்சு. ரகு டாக்டர் ஆகிவிட்டான். ரகுவாவது கல்பனாவைக் கவனிக்க இருக்கிறானே! சுராஜ் என்ன செய்ய முடியும்? ரகுதான் எல்லாவற்றையும் பார்த்துக்கொள்கிறான்."

"யாருக்கு என்ன விதித்திருக்கிறதோ அதுதானே நடக்கும், யாருக்குத் தெரியும்?"

"கொள்ளையில் இருக்கிற உன் மரம் மாதிரி."

"இப்போது என்னைக் குறை சொல்லாதே. எனக்கு எப்படித் தெரிந்திருக்கும்?"

“எனது பேரக் குழந்தைகள் அந்த மரத்துப் பழங்களைச் சுவைத்துச் சாப்பிடுவார்கள். நான் இறந்தபின்பும் என்னை நினைத்துக் கொள்வார்கள் என்று நீதானே சொன்னாய். இப்போது நிச்சயமாக உன்னை நினைத்துக்கொள்வார்கள். கலைந்த பறவைக் கூடுகளோடும், உடைந்த முட்டைகளோடும், இறந்த நாரைக் குஞ்சுகளோடும் உன்னை நினைத்துக்கொள்வார்கள்.”

“ஆனால், தெரு ஓரத்தில், வீட்டிற்கு வெளியே உள்ள அந்த மரத்துக்காக என்னை நினைத்துக்கொள்வார்கள்.”

“ஓ! அந்த மரத்தை நீ வளர்த்தது போல சொல்கிறாய்! அந்த மரத்தை யாரும் நட்டு நீரூற்றி வளர்க்கவில்லை. அது தானாக வளர்ந்த மரம். கொள்ளையில் உள்ள இந்த மரத்தின்மீதுதான் உனக்கு அக்கறை இருந்தது.”

இப்படியே அவர்களின் வெட்டிப் பேச்சு நீண்டுகொண்டே சென்றது.

புலம் பெயரத் தகுந்த மாதம் - நவம்பர்

சந்தால் பர்கானா மலைக் குன்றுகளின் ஓரங்களில் சிதறிக் கிடக்கும் (சந்தால்) கிராமங்களிலிருந்து ஆண்களும், பெண்களும், குழந்தைகளும் நவம்பர் மாதம் வந்தால், கீழே இறங்கி மாவட்டத் தலைநகரங்களின் இரயில் நிலையம் நோக்கி வந்துவிடுவார்கள். இந்தச் சந்தால் கிராமங்கள் வாழ் சாதி சனங்கள் அனைவரும் தாங்கள் வாழ்ந்த வீடு வாசல், நிலபுலங்களைத் துறந்து, மேற்குவங்கத்தில் உள்ள பர்தாமன் மாவட்டத்திற்கும் அங்குள்ள நெல் வயல்களுக்கும் செல்ல, நேமல் செல்லும் இரயிலைப் பிடிக்க நகர்ந்து வந்துவிடுவார்கள். இம்மாதத்தில் சந்தால் இன மக்கள் பர்தாமன் மாவட்டத்திற்கு வந்து தங்கி அங்குள்ள நிலப் பண்ணையாளர்களின் நிலங்களில் நாற்று நடுவார்கள்.

இன்று இரவு புறப்படவிருக்கும் *43* நபர்களில் *20* வயது நிரம்பிய தாளமை கிஸ்கு என்ற பெண் ஒருத்தியும் புறப்படுகிறாள். தாளமை கிஸ்கு, தன் தாய் தந்தையர், தன் இரண்டு சகோதரிகளில் ஒருத்தி, தன் மூன்று சகோதரர்கள், ஓர் அண்ணி மற்றும் கிராமத்தார்களோடு சேர்ந்து பர்தாமன் மாவட்டத்திற்குப் புறப்பட்டுவிட்டாள்.

அந்தக் குடும்பத்தின் மூன்று பெண் பிள்ளைகள், மூன்று ஆண் பிள்ளைகளில் தாளமை இரண்டாவதாகப் பிறந்தவள். அவள் நடுவில் பிறந்த பெண் - தாளா நடுவில்; மை: பெண் பிள்ளை. தாளமையின் குடும்பம் ஒரு கிறிஸ்தவக் குடும்பம். தாளமையின் பெற்றோர்கள் நன்கு சிந்தித்து ஓர் அற்புதமான பெயர் சூட்டும் அளவுக்கு நிரம்பக் கற்றவர்கள் என்று எதிர்பார்க்கலாம். ஆனால் கிறிஸ்தவ சபையினர் தாளமையின் பெற்றோர்களுக்குக் கல்வி அளிக்க வாக்குறுதி அளித்து அவர்களை அழைத்தும், அவர்கள் ஏனோ மழைக்குக்கூட பள்ளிக்கூடத்தில் ஒதுங்கியதில்லை. பெற்றோர்களைப் போலவே தாளமையும் படிக்கவில்லை. அவர்கள்

நிலக்கரி பொறுக்கியும், பர்தாமன் பண்ணையாளர்களின் நிலங்களில் உழைத்தும் வயிற்றைக் கழுவி வந்தார்கள்.

தாளமை தன் கூட்டத்தாரைவிட்டு சற்றுவிலகி நடந்து செல்கிறாள். ஒருவன் கண்களுக்கு அவள் கவர்ச்சியாகக் காணப்படுகிறாள். அவன் ஓர் அழகான, இளமையான இரயில்வே பாதுகாப்புப் படை போலீஸ். அவன், கையில் ஏதோ சுவையான கேக் ஒன்றை வைத்துக்கொண்டு, அவளை சைகையால் கூப்பிடுகிறான்.

தாளமை முதலில் வரமுடியாது என்று வாதாடுகிறாள். பிறகு இணங்கி விடுகிறாள். அவளுக்கு உண்பதற்கு ஏதோ சிலவற்றைக் கொடுக்கிறான். அவள் பசியுற்று இருந்ததால் வாங்கிச் சாப்பிடுகிறாள். அப்போது இரவு மணி 10.30. இரயில் வருவதற்கு இன்னும் இரண்டு மணி நேரம் உள்ளது.

"பசிக்கிறதா?" என்று அந்த ஜவான் கேட்கிறான். தாளமை நெருங்கி வருகிறாள். "ஏதாவது சாப்பிடுகிறாயா?" அப்போது அவன் காவலர் குடியிருப்புக்கு முன்பாக நின்றுகொண்டிருந்தான்.

"ஆமாம்" என்றாள் தாளமை.

"பணம் ஏதும் வேண்டுமா?"

"ம்"

"எனக்காக ஒரு வேலை செய்கிறாயா?"

எந்த வேலையைச் சொல்கிறான் என்று தாளமை புரிந்துகொண்டாள். அந்த வேலையைக் கொய்லா சாலையில் பல தடவை செய்திருக்கிறாள். அந்தச் சாலையோரங்களில்தான் சந்தால் பெண்களும், சிறுமிகளும் வாகனங்களிலிருந்து நிலக்கரி திருடுவார்கள். பல பெண்கள் லாரி ஓட்டுநர்களின் உதவியோடு இந்தத் திருட்டு வேலை செய்வது தாளமைக்குத் தெரியும். சந்தால் பெண்கள், நேமல் செல்லும் வழியில் பணத்துக்காகவும், உணவுக்காகவும் இரயில் நிலையத்தில்கூட இந்த வேலையைச் செய்வார்கள் என்று தெரியும்.

"சரி செய்கிறேன்" என்று சொன்னவளை, அந்த ஜவான், அறைக்கு அந்தப் பக்கம் உள்ள மறைவான இருண்ட இடத்திற்கு அழைத்துச் சென்றான்.

அந்த வேலைக்கு அதிக நேரம் தேவைப்படாது. ஜவான் தன்னை அந்த வேலைக்குத் தயார்படுத்திக்கொள்கிறான். தரையில் ஒரு பெரிய துண்டை விரித்துப்போட்டு தன் காற்சட்டையைக் கழற்றுகிறான். அந்த இருளிலும் அந்த ஜவானின் முகபாவங்களைக் கவனித்துக்கொண்டு அமைதியாகப் படுத்துக் கிடந்தாள். “பெண்ணே, சந்தால் பெண்களாகிய நீங்கள் இதற்கென்றே தயாராகி இருக்கிறீர்கள்” என்று அவன் சொல்கிறான். தாளமை எதுவும் செய்யவில்லை, எதுவும் பேசவில்லை.

தாளமை கத்தாமல், ஏன் முகம் சுளிக்காமல்கூட கவனமாகப் பார்த்துக்கொண்டாள். அவளுக்கு அடுத்து என்ன செய்ய வேண்டும் என்று தெரியும். அமைதியாகப் படுத்துக் கிடப்பதைவிட வேறு ஒன்றும் செய்ய வேண்டாமென்று அவளுக்குத் தெரியும். எல்லாச் செயல்பாடுகளையும் அவன் பார்த்துக்கொள்வான் என்று அவளுக்குத் தெரியும். அசைவில்லாமல், சிந்தனையில்லாமல், கண் சிமிட்டாமல், தரையில் விரிக்கப்பட்டிருந்த துணியின் ஸ்பரிசத்தில் ஓர் இருண்ட கார்மேகம் ஓர் உயிரற்ற மண் பாத்திரத்தில் தன்னையே காலி செய்வது போல தாளமை உணர்வற்றுப் படுத்துக் கிடந்தாள்.

ஜவான் எழுந்து நின்றபடி, அவளும் எழுந்திருக்கக் கைகொடுத்து உதவுகிறான். பிறகு அவன் தாளமைக்கு திண்பண்டங்களையும் ஐம்பது ரூபாய்த் தாள் ஒன்றையும் கொடுத்துவிட்டு வெளியேறு கிறான். ஐம்பது ரூபாய்த் தாளை தன் மேலாடைக்குள் திணித்துக் கொண்டு, அவன் கொடுத்தத் திண்பண்டங்களை தின்றுகொண்டே தன் கூட்டத்தை நோக்கி நடக்கத் தொடங்குகிறாள் தாளமை.

●

ஏற்றத்தாழ்வு இல்லை

சாதர் மருத்துவமனை. காலை 8.00 மணியிலிருந்து மாலை 2.00 மணி வரை சுறுசுறுப்பான நேரம். காலைச் சுற்று. நான்கு பிரிவுகளுக்கு நானே பொறுப்பு. வெளி நோயாளிகள் பிரிவு, அவசர சிகிச்சைப் பிரிவு, ஆண்கள் பிரிவு, ஊட்டச்சத்து சிகிச்சைப் பிரிவு ஆகியவைகளுக்கான பொறுப்பு. இப்படி ஓயாது வேலை செய்துகொண்டிருந்தபோது மருத்துவமனை கண்காணிப்பாளரிடமிருந்து அவரது அறைக்கு வரச்சொல்லி எனக்கு ஓர் அவசர அழைப்பு வந்தது. என் முன்னே உள்ள கூட்டத்தைப் பார்த்தேன். நாங்கள் எவ்வளவு சொல்லியும் வரிசையைப் பின்பற்றாது கண்டபடிக் கூச்சலிடும் கட்டுக்கடங்காத கும்பல் அது. கிட்டத்தட்ட தள்ளுமுள்ளு வந்துவிடும் நிலை அது. கண்டபடி கலைந்து நிற்பவர்களை வரிசைப்படுத்திய பின், விரைவில் வந்துவிடுவேன் என்று சொல்லிவிட்டு அங்கிருந்து புறப்பட்டேன்.

அதைவிட்டு, முகப்பு அறையிலும் வழக்கம் போல கூட்டம் நிரம்பி வழிந்தது. புறக்கணிக்கப்பட்ட இடமான சந்தால் பர்கானா மாவட்டத்தில் அரசாங்கத்தால் நடத்தப்படும் அனைத்து சிகிச்சைப் பிரிவுகளையும் கொண்ட முக்கியமான ஒரே மருத்துவமனை இந்த சாதர் மருத்துவமனை மட்டுமே. என்னைத்தவிர இங்கு ஒரு பெண் மருத்துவர் உள்ளார். அவர் பெண்கள் வெளிநோயாளிப் பிரிவு, பெண்கள் உள்நோயாளிப் பிரிவு, மகப்பேறு பிரிவு ஆகியவைகளை கவனித்து வருகிறார். இவர்களோடு ஒரு பல் மருத்துவரும் இருக்கிறார். இவர் வெளிநோயாளிகளுக்கு பல் மருத்துவ சிகிச்சை அளித்து வருகிறார். அங்கே ஆண்கள், பெண்கள், குழந்தைகள் எல்லாம் தேவையில்லாமல் சுற்றித் திரிவார்கள். ஏராளமான சாகியாக்களும் அப்படித் திரிவார்கள். கருவுற்ற தாய்மார்களைப் பரிசோதனைக்காக மருத்துவமனைக்கு அழைத்து வந்ததற்காக தங்களுக்கு வரவேண்டிய தொகைக்காகவும், சாதர் மருத்துவமனை யில் குழந்தை பெற்றுக்கொண்ட தாய்மார்களுக்கு வரவேண்டிய

தொகைக்காகவும், சாகியாக்கள் உரத்த குரலில் வங்க மொழியிலும், தப்பும் தவறுமாக இந்தி மொழியிலும் சப்தம் போட்டுக் கத்தினார்கள்.

சாகியாக்களுக்கு ஓய்வு என்பதே தெரியாது. ஒவ்வொரு சாகியாப் பெண்ணும் ஒரு கருவுற்றத் தாயை சாதர் மருத்துவமனைக்கு அழைத்து வருவாள். அடுத்து இன்னொரு தாயை அழைத்து வரச் சென்று விடுவாள். இந்தப் பெண்கள், எவ்வளவு கருவுற்ற பெண்களை அழைத்து வருகிறார்களோ அவ்வளவுக்கு வருவாய். அரசாங்கத்திடமிருந்து வரும் ஊக்கத் தொகையும், இவர்கள் அழைத்து வரும் கருவுற்ற பெண்களிடமிருந்து கிடைக்கிற கமிஷன் தொகையும் இவர்களுக்கு வருமானம். அவர்கள் அனைவரும் அதிபுத்திசாலிகள். அழகாகப் பேசக்கூடியவர்கள். கடும் உழைப்பாளிகள். குறிப்பாக கருவுற்ற பெண்கள் மூலம் கிடைக்கும் வருமானத்தை நம்பியே இவர்கள் குடும்பத்தை ஓட்டுகிறார்கள்.

இந்தக் கூட்டமோ அல்லது சாகியாப் பெண்கள் போடும் கூச்சல் குழப்பமோ என்னை ஆச்சரியத்தில் ஆழ்த்தவில்லை. என்னை ஆச்சரியத்தில் ஆழ்த்தியது என்னவோ அங்கு வந்திருந்த போலீஸ்காரர்கள்தான். மூன்று ஆண் போலீஸ்காரர்களும் ஒரு பெண் போலீசும் வந்திருந்தார்கள். இரண்டு போலீஸ்காரர்கள் வராந்தாவில் ஏதோ கடமைக்கு நின்றுகொண்டிருந்தார்கள். ஒரு தம்பதியினரும் அவர்களது பையனும் வராந்தாவில் கிடந்த நாற்காலிகளில் அமர்ந்திருந்தனர். ஒரு போலீஸ்காரர் மட்டும் அவர்களுக்கு அருகில் நின்றுகொண்டிருந்தார். அந்தத் தம்பதி யினர் முப்பது வயதைக் கடந்தவர்களாகத்தான் காணப்பட்டார்கள். கலைந்த தலையுடனும் கருத்துப்போயும் இருந்ததால் அவர்கள் வயதைச் சரியாகக் கணிக்க முடியவில்லை. அவர்கள் எந்த இனத்தைச் சார்ந்தவர்களாக இருப்பார்கள் என்றும் கண்டுபிடிக்க முடியவில்லை. அவர்கள் இளம் வயதினர்களாக இருக்கலாம்; இந்துவாகவோ, இஸ்லாமியராகவோ, சந்தால் இனமாகவோ இருக்கலாம். ஒரு பத்து வயது மதிக்கத்தக்க அந்தச் சிறுவன், அவர்களது புதல்வனாக இருக்கலாம். அந்த மனிதன் அமைதியாக அமர்ந்திருந்தான். ஆனால், அந்தப் பெண்மணியின் முகம் வாடியிருந்தது. கலக்கம் அடைந்து காணப்பட்டாள். தனக்கு முன்னால் இருந்த சுவரையே அந்தச் சிறுவன் பார்த்துக்கொண்டிருந்தான். சற்றுத் தள்ளி, சந்தால் இன மக்கள் போலக் காணப்பட்ட ஒரு கூட்டத்தாரோடு ஒரு பெண் போலீஸ்காரர் கடமை உணர்வோடு நின்றுகொண்டிருந்தார். அந்தத் தம்பதியினரோடு ஒப்பிட்டுப் பார்க்கின்றபோது, இந்தக் கூட்டம் ஆரோக்கியமாகவும் ஆடம்பரமாகவும் ஆடை அணிந்திருந்தனர்.

நான் அந்தக் கூட்டத்தினரைப் பார்த்தபோது, ஐந்து ஆண்களும் ஒரு பெண்ணும் என மொத்தம் ஆறு பேர் இருந்தனர். அவர்கள் முகத்தைப் பார்த்து என்னால் எதையும் புரிந்துகொள்ள முடியவில்லை. ஆண்கள் அவர்களுக்குள்ளே அவசரமாக ஏதோ மெதுவாகப் பேசிக் கொள்கிறார்கள். ஒரு பட்டைத்துணி கொண்டு அந்தப் பெண் தன் தலையையும் மார்பையும் மூடி இருக்கிறாள். இரண்டு மூன்று வயதுள்ள ஒரு சிறுமியும் அவர்களோடு இருந்தாள். குட்டைப் பாவாடை அணிந்திருந்த அச்சிறுமி குதிரைவால் கொண்டை போட்டிருந்தாள். ஊசிமருந்து இருந்த அட்டைப் பெட்டியை வைத்து விளையாடிக்கொண்டிருந்தாள்.

மருத்துவமனைக்குள் போலீஸ் வருகிறது என்றாலே பிரச்சினை தான். ஆண்களும் பெண்களும் கை கால்களை உடைத்துக்கொண்டு வந்து நிற்பார்கள். மண்டையை உடைத்துக்கொண்டு இரத்தம் வழிய வழிய வந்து நிற்பார்கள். அப்படி யாரும் இன்று அங்கே வந்து நிற்கவில்லை. அப்படியானால் போலீஸ்காரர்களுக்கு அங்கே என்ன வேலை? பெண் ஏதும் சம்பந்தப்பட்டிருப்பாளோ? அப்படி ஏதேனும் அடிதடியில் காயப்பட்டிருந்தால்கூட பெண் போலீஸ் வர வாய்ப்பில்லையே! அப்படியிருந்தாலும் ஆண் போலீஸ்தானே அடிபட்டவர்களை அள்ளிக்கொண்டு வந்து மருத்துவமனையில் போடுவார்கள். அப்படி இருக்கிறபோது இப்போது எதற்கு போலீஸ் வந்திருக்கிறது? ஒரு பெண் போலீசும் வந்திருக்கிறதே. ஏதுவும் அசம்பாவிதம் நடந்திருக்குமோ? கற்பழிப்பு ஏதேனும் நடந்திருக்குமா? பிறகு ஏன் ஒரு பெண் போலீஸ் அந்தக் கூட்டத்தோடு நின்று கொண்டிருக்கிறார்? ஏதும் முக்கியமான விஷயமாக இருக்குமோ, அரசியல்வாதியோ அல்லது தொழில் அதிபரோ அல்லது முக்கிய உள்ளூர் பிரமுகரோ சம்பந்தப்பட்டிருப்பார்களோ? நான் அவசர சிகிச்சைப் பிரிவின் பொறுப்பில் இருக்கிறேனே? வாய்க்குள்ளே ஒரு மந்திரத்தை முணுமுணுத்துக்கொண்டு கண்காணிப்பாளர் கதவுத் திரையை விலக்கினேன்.

“வரலாமா சார்?”

“உள்ளே வாங்க. உட்காருங்கள்” என்று தோழமையுடன் வரவேற்றார்.

அவர் அலுவலகத்தின் உள்ளே நுழைந்து ஒரு நாற்காலியில் அமர்ந்தேன். எனக்கருகில் இன்னொரு மனிதரும் நாற்காலியில் அமர்ந்திருந்தார். 60 வயது மதிக்கத்தக்க அந்த மனிதர் ஒரு போலீஸ்காரர்போல் காணப்பட்டார்.

"டீ சாப்பிடுகிறீர்களா" என்று கண்காணிப்பாளர் கேட்டார்.

"வேண்டாம் சார்" என்றேன். ஆனால், அவர் மேஜையில் இரண்டு டம்ளர்களில் தேநீர் இருந்தது.

எனக்கு அருகில் அமர்ந்திருந்த போலீஸ்காரரை அறிமுகப் படுத்தினார். "இவர் நம்ம ஊர் இன்ஸ்பெக்டர்." பிறகு என்னை அவருக்கு அறிமுகப்படுத்தினார்.

"வணக்கம் சார்," என் வலது கையை எடுத்து என் மார்பின் மீது வைத்துத் தலைகுனிந்து வணங்கினேன். பிறகு அவரோடு கை குலுக்கினேன். அவர் பழகுவதற்கு இனிய, இங்கிதமான மனிதர் போலத் தெரிந்தது.

"இங்கு ஒரு வழக்கு வந்திருக்கிறது" என்றார் கண்காணிப்பாளர்.

"சரிங்க சார்" என்றேன்.

"இது ஒரு பதட்டமான வழக்கு" என்று சொன்ன கண்காணிப்பாளர், இன்ஸ்பெக்டரைப் பார்த்தார். அவரும் ஆம் என்பது போலத் தலை அசைத்தார். "அந்தப் பெண் - நான்கைந்து வயதுள்ள - அந்தப் பெண்ணுக்கு என்ன வயது சார்?"

"நான்கு வயதுப் பெண் என்றுதான் சொன்னார்கள்" இன்ஸ்பெக்டர் சொன்னார்.

"சரி" கண்காணிப்பாளர் என்னை நோக்கித் திரும்பிச் சொன்னார். "இந்த நான்கு வயதுப் பெண் கற்பழிக்கப்பட்டிருக்கிறாள்."

எனக்கு உடம்பெல்லாம் அதிர்ந்தது.

"ஆமாம். ஆனால், இன்னும் உறுதியாகத் தெரியவில்லை."

"ஆமாம். எங்களுக்கும் இன்னும் உறுதியாகத் தெரியவில்லை" என்று கண்காணிப்பாளர் சொன்னார். "இங்கு கொண்டு வரப்பட்டிருக்கும் அந்தப் பையனை நீங்களும் பார்த்தீர்களா? அந்தப் பத்து வயதுப் பையன்?"

"ஆமாம் சார், பார்த்தேன்" என்றேன்.

"சரி. அந்தப் பெண்ணுடைய குடும்பத்தினர் அந்தப் பையன் அவளைக் கற்பழித்துவிட்டதாகச் சொல்கிறார்கள்" என்று இன்ஸ்பெக்டர் மூச்சு இறைக்கச் சொன்னார்.

என் உடம்பு மீண்டும் அதிர்வடைந்தது.

"எனக்கு இன்னும் புரியவில்லை. எப்படி ஒரு பத்து வயதுச் சிறுவன் ஒரு பெண்ணைக் கற்பழிக்க முடியும்? எப்படியோ இது வழக்காக வந்துவிட்டது. நீங்கள் பார்த்தீர்கள் அல்லவா? காவல்நிலைய அதிகாரிகள் அத்தனை பேரும் இங்கே வந்துவிட்டார்கள்."

"ஆமாம், சார்."

கண்காணிப்பாளர், "இதில் பயப்படுவதற்கு எதுவும் இல்லை. நீங்கள் அந்தச் சிறுவனை பரிசோதனை செய்யவேண்டும். அந்த அளவுக்கு அவன் வளர்ச்சி பெற்றிருக்கிறானா என்று பாருங்கள். அடுத்து அவனுடைய செக்ஸ் நடவடிக்கைகள் எப்படி என்று பாருங்கள். உங்களுக்கு இதெல்லாம் நன்றாகத் தெரியும். சரியா?" என்று கேட்டார்.

"ஆமாம், சார்" என்றேன்.

"நம்முடைய டாக்டர் அம்மா அந்தச் சிறுமியை பரிசோதனை செய்வார். ஏற்கனவே நான் அந்த டாக்டர் அம்மாவிடம் சொல்லி விட்டேன். இது பற்றி நீங்கள் பயப்படவே வேண்டாம். நீங்கள் போய் அந்தச் சிறுவனைப் பாருங்கள்."

"சரி, சார்."

"நீங்கள் ஏதேனும் படபடப்பாக இருந்தால், கொஞ்சம் தேநீர் சாப்பிடுங்கள். வேறு யாராவது துணைக்கு வேண்டுமா? உங்களுக்காக வைக்கப்பட்டுள்ள தேநீர் இன்னும் ஆறாமலே இருக்கிறது" என்று தேநீரைச் சுட்டிக் காட்டிச் சொன்னார்.

"வேண்டாம் சார். நான் எதற்கும் என் வேலையைத் தொடங்குகிறேன். வெளிநோயாளிகளும் நிறையப் பேர் இருக்கிறார்கள். எல்லாரையும் இருக்கச் சொல்லிவிட்டு வந்தேன், சார்."

"சரி. நீங்க போங்க. ஏதாவது பிரச்சினை என்றால் உடனே இங்கே வாங்க."

● ● ●

அந்தப் பெண்ணோடு வந்திருந்த கூட்டத்தினரை ஒரு நோட்டம் விட்டேன். கண்காணிப்பாளர் சொன்னது சரிதான். அவர்கள் உறவினர் எல்லோரும் வந்திருந்தனர். அனைவரும் டாக்டரம்மா வருகைக்காகக் காத்துக்கொண்டு பெண் போலீசோடு நின்று கொண்டிருந்தனர். அவர்கள் ஆத்திரத்தோடு காத்துக்கொண்டு நின்றனர். அவர்கள் அங்குமிங்கும் உலாவிக்கொண்டும், மருத்துவமனைப் பணியாளர்களோடும் போலீஸ்காரர்களோடும் உரத்தக் குரலில் பேசிக்கொண்டிருந்தனர். அந்த சிறுமியோ உலக சுகாதார நிறுவனம் வெளியிட்டிருந்த ஓர் அழகான விளம்பரத்தாளை கையில் வைத்துக் கொண்டு, அதைத் தரையில் விரித்து விளையாடிக்கொண்டிருந்தாள். அந்தச் சிறுமியை யாரும் கண்டுகொள்ளவில்லை.

குற்றம் சுமத்தப்பட்ட அந்தச் சிறுவனோடு அவனது அப்பா, அம்மா மட்டுமே வந்திருந்தனர். அவனது அப்பா மெலிந்து, தாடி மீசையோடு, அழுக்கடைந்த ஜீன்ஸ் காற்சட்டை, மேல்சட்டையோடு நின்றுகொண்டிருந்தார். அநேகமாக அவர் கட்டிடத்தில் கூலி வேலை செய்பவராகத்தான் இருக்கவேண்டும். அவன் அம்மாவும் இளைத்து, மெலிந்து போய் மௌனமாக அழுதுகொண்டிருந்தாள். அந்தச் சிறுவன் நோயாளிகளுக்காகப் போடப்பட்டிருந்த பெஞ்ச் மீது அமைதியாக நிமிர்ந்து உட்கார்ந்திருந்தான். எங்கோ வெறித்துப் பார்த்துக் கொண்டிருந்தான்.

இவர்களுக்கு அருகில் நின்றுகொண்டிருந்த போலீஸ்காரரிடம் போய் அந்தச் சிறுவனை அவசர சிகிச்சைப் பிரிவுக்கு அழைத்து வருமாறு சொன்னேன்.

“டாக்டர் அய்யா, எங்கள் பையன் எந்தத் தவறும் செய்யவில்லை. எந்தத் தவறும் செய்யவில்லை” என்று கத்திக்கொண்டே அந்தப் பையனின் அம்மா என்னிடம் ஓடிவந்தாள். அவளைத் தொடர்ந்து இரண்டு போலீஸ்காரர்கள் ஓடிவந்தார்கள்.

“ஏய், ஒதுங்கு” என்று அவசர சிகிச்சைப்பிரிவு உதவியாளர் அவளைத் தடுத்துத் தள்ளிவிட்டார்.

“நீங்க வாங்க சார்.” அந்த உதவியாளர் அந்த அம்மாவை அனுப்பி விட்டபின், கதவைத் திறந்து என்னை உள்ளே அழைத்துச் சென்றார்.

“சார், அந்தக் கடிதம்...” என்று போலீஸ்காரர்களை அழைத்து அந்த உதவியாளர் கேட்டார். ஒரு போலீஸ்காரர் உள்ளே வந்து

அந்தக் கடிதத்தை என்னிடம் நீட்டினார். மருத்துவ அலுவலருக்கு எழுதப்பட்டிருந்த அந்தக் கடிதத்தில், குற்றம் சுமத்தப்பட்டுள்ள அந்தச் சிறுவனை நன்கு சோதனை செய்து, கற்பழித்ததற்கான அடையாளங்கள் அல்லது உடல் உறவு செய்ததற்கான அறிகுறி ஏதேனும் உள்ளனவா என்றும், குறிப்பிட்ட உறுப்புகளில் ஏதேனும் காயம், உயிரணுக்கள்... உயிரணுக்களா! ஒரு பத்து வயதுச் சிறுவனின் உடலிலிருந்தா?

அந்தச் சிறுவனின் பெயரைப் படித்துப் பார்த்தேன். அவனது குடும்பப் பெயர் தாக்கூர் என்று காட்டியது. தாக்கூர் என்பது இந்து மதத்தில் சவரத் தொழிலாளர்களைக் குறிக்கும். அந்தச் சிறுவனின் வயது 'சுமார் 10 வயது' என்று குறிப்பிட்டிருந்தது.

அந்தப் போலீஸ்காரரிடம், "அந்தச் சிறுவனை உள்ளே வரச் சொல்லுங்கள்" என்றேன்.

அவர் அந்தச் சிறுவனின் பெற்றோர்களைக் கூப்பிட்டு, அந்தச் சிறுவனை அழைத்து வரச்சொன்னார்.

"டாக்டர். ஐயா, எங்கள் பையனை வேண்டும் என்றே மாட்டி விட்டிருக்கிறார்கள்..." என்று சொல்லிக்கொண்டே அவசர சிகிச்சை அறையின் கதவைத் தள்ளிக்கொண்டு உள்ளே வந்தாள் அந்தப் பையனின் அம்மா. அவள் அந்தச் சிறுமியின் குடும்பத்தினரைச் சுட்டிக் காட்டி, "டாக்டர் ஐயா, என் பையன் ஒரு பாவமும் அறியாதவன் ஐயா, அந்தக் கூட்டம் மோசமான கூட்டம்" என்று சொன்னாள்.

"ஏய், ஏய், டாக்டரை அவர் கடமையைச் செய்யவிடு" என்று ஒரு போலீஸ்காரர் அவளைப் பிடித்து இழுத்தார். "ஏய், நீ இங்கே வா, உன் மனைவியை அழைத்துக் கொண்டு போ. அழைத்துக்கொண்டு வெளியே போ. மருத்துவமனையில் கூச்சல் போடக்கூடாது" என்று அவள் கணவனைக் கூப்பிட்டார்.

அந்தச் சிறுவனை அவசர சிகிச்சை அறையின் உள்ளே அனுப்பிவிட்டு அந்த உதவியாளர் கதவைச் சாத்தினார். அந்தச் சிறுவனை ஆய்வு மேஜையின்மீது அமரச் சொன்னேன்.

"ஏய்! இங்கே வா, உட்கார்!" என்று உதவியாளர் சிறுவனைக் கூப்பிட்டார். அவன் வந்து மேஜைமீது அமர்ந்தான்.

"உன் பெயர் என்ன?" என்று கேட்டேன். அவன் பெயரைச் சொன்னான்.

"உனக்கு என்ன வயது, தம்பி?"

அவன் ஒன்றும் சொல்லவில்லை.

"ஏய், உன் வயது என்ன?" என்று உதவியாளர் கேட்டார்.

அந்தச் சிறுவன் பதட்டமடைந்தான்.

"சொல்லுப்பா, உனக்கு என்ன வயது?" என்று மென்மையாகக் கேட்டேன்.

"பத்து வயது" என்று முணுமுணுத்தான்.

"பத்தா? உனக்குப் பத்து வயதா?" என்று கேட்டேன்.

"ஆய்வைத் தொடங்கலாமா" என்று உதவியாளரைக் கேட்டேன்.

"சரிங்க சார். தொடங்கலாம் சார்" என்று சொன்ன உதவியாளர், அந்தச் சிறுவனிடம் திரும்பி, "ஏய், கீழே இறங்கு, பேண்டைக் கழற்று" என்றார்.

அதைக் கேட்ட அச்சிறுவன் இன்னும் பதட்டமடைந்தான்.

"பொறுங்கள், பொறுங்கள்" என்று கையைக் காட்டி பேசாமல் இருக்கச் சொன்னேன்.

"மேஜையைவிட்டு இறங்கி, இங்கே வா" என்று அந்தச் சிறுவனிடம் சொன்னேன்.

"டாக்டர்கிட்டேப் போ" என்று உதவியாளர் பொறுமையின்றிச் சொன்னார்.

"வா, பயப்படாமல் வா" என்றேன்.

சிறுவன் கீழே இறங்கி என்னிடம் வந்தான்.

"உன் சட்டையைக் கழற்று" என்றேன்.

அவன் அந்த உதவியாளரைப் பார்த்தான். "உன் சட்டையைக் கழற்று" என்று அவர் பொறுமையில்லாமல் கத்தினார்.

"பயப்படுவதற்கு ஒன்றும் இல்லை, தம்பி. ஒன்றுமில்லை. சட்டையைக் கழற்று. உன்னை வேறு யாரும் பார்க்க மாட்டார்கள்."

அந்தச் சிறுவன் காற்சட்டை, மேற்சட்டைகளைக் கழற்றினான். அவன் மிகமிகச் சிறு பையனாக இருப்பதைப் பார்த்தேன். அவனுடைய ஆண் உறுப்பைப் பரிசோதனை செய்தபோது அது ஒரு குழந்தையின் உறுப்பு அளவே இருந்தது. எங்கேனும் காயங்கள் இருக்கின்றனவா, சிராய்ப்பு இருக்கிறதா, வேறு ஏதேனும் கீறல் இருக்கிறதா என்று ஆய்வுசெய்து பார்த்தபோது அதற்கான அடையாளங்கள் எங்கேயும் காணப்படவில்லை.

"சார், இந்தச் சிறுவன் அப்பாவி சார்" என்று உதவியாளர் தன் தீர்ப்பை வழங்கினார்.

மீண்டும் கையைக் காட்டி அவரை அமைதியாக இருக்கச் சொன்னேன்.

"உன்னுடைய உடைகளைப் போட்டுக் கொள்" என்றேன்.

அவன் காற்சட்டை, மேல்சட்டைகளை அணிந்து கொண்டு, மேஜை மீது அமர்ந்து, இயல்பான மனநிலைக்குத் திரும்பிய பிறகு, "இங்கே பார், தம்பி. உண்மையைச் சொல். நீ ஏதாவது செய்தாயா?" என்று கேட்டேன்.

அவன் பட்டென்று பதில் சொன்னான். "இல்லை சார். நான் எதுவுமே செய்யவில்லை." அதற்குமேல் அழுதுவிடுவான் போலிருந்தது.

"எதுவும் செய்யவில்லை என்றால், ஏன் இங்கு உன்னை அனுப்பி இருக்கிறார்கள்? அங்கே இருக்கிற ஜனங்கள் என்ன பேசிக் கொள்கிறார்கள்? நீ ஏதோ செய்திருக்க வேண்டும். இல்லையென்றால், ஏன் அவர்கள் அந்தச் சிறுமியை இங்கே அழைத்து வந்திருக்கிறார்கள்?"

அவன் அமைதியாக இருந்தான். மேற்கொண்டு நான் ஒரு வார்த்தை பேசினால்கூட அவன் அழுது விடுவான் போலிருந்தது. எனவே அவனுக்குக் கொஞ்சம் அவகாசம் கொடுத்தேன். என்னுடைய ஆய்வுகளை எல்லாம் பதிவு செய்துவிட்டு, சிறிது நேரம் கழித்து மீண்டும் அவனிடம் பேச்சுக் கொடுத்தேன்.

"இங்கே பார்!" அவனைப் பெயர் சொல்லிக் கூப்பிட்டேன்.

"நீ பள்ளிக்கூடம் போகிறாயா?"

"ஆமா சார், போகிறேன்" என்று தலையசைத்தான்.

"நீ தவறு செய்திருக்கிறாய் என்று உறுதி ஆகிவிட்டால், உன்னால் பள்ளிக்கூடம் போக முடியாது என்று உனக்குத் தெரியுமா?"

அவன் எதுவும் பேசவில்லை.

"உன் நன்மைக்காகத்தான் சொல்கிறேன். நீ உண்மையைச் சொன்னால், உனக்குச் சாதகமாக அமையும். நீ எந்தத் தவறும் செய்யவில்லை யென்றால், நீ ஏன் பயப்படவேண்டும்?"

"அந்தப் பெண்ணைத் தொட்டேன்" என்று கடைசியாகச் சொன்னான்.

"எங்கே தொட்டாய்?"

அவன் இடுப்பைத் தொட்டுக் காண்பித்தான்.

"அங்கேயா? அவளை அங்கே தொட்டாயா?"

அவன் 'ஆம்' என்று தலை அசைத்துவிட்டுக் குனிந்துகொண்டான்.

"நீ ஏன் அப்படி அவளைத் தொட்டாய், தம்பி?"

"என் நண்பர்கள் அப்படி செய்யச் சொன்னார்கள்."

"எந்த நண்பர்கள்?"

"என் நண்பர்கள்."

"சரி. உன் நண்பர்கள்தான். ஆனால், எந்த நண்பர்கள்? பள்ளிக்கூட நண்பர்களா?"

"இல்லை. அவர்கள் பள்ளிக்கூடம் எல்லாம் போவதில்லை. அவர்கள் பெரியவர்கள். நல்ல பெரியவர்கள்."

"சரி, உனக்கு எப்படி அவர்களைத் தெரியும்?"

"நாங்கள் சேர்ந்து விளையாடுவோம்."

"சரி, அவர்கள்தான் அந்தப் பெண்ணை அங்கே தொடச் சொன்னார்கள். அப்படித்தானே?"

அவன் 'ஆம்' என்று தலையசைத்தான்.

"நீ அதை எப்படிச் செய்தாய்? அந்தப் பெண்ணைக் கூப்பிட்டாயா? அவளை எங்காவது அழைத்துச் சென்றாயா?"

"ஒரு பெரிய பையன், இந்தப் பெண்ணின் அக்காளைத் தொட்டான்."

“சரி, அப்புறம்?”

“இந்தப் பெண்ணும் தன்னை யாராவது வந்து தொடுவதை விரும்புகிறாள் என்று அவன் சொன்னான். அதுவும் நான் தொடுவதை அந்தப் பெண் விரும்புவதாக அவன் என்னிடம் சொன்னான்.”

“ஓஹோ - அப்புறம்?”

“அவளோடு படுத்து, அப்புறம் அவளைத் தொடவேண்டும் என்று அவன் சொன்னான்.”

“அந்தப் பெரிய பையன் அவ்வாறு சொன்னான்?”

“ஆமாம்.”

“நீ படுப்பாய் என்று அவனுக்கு எப்படித் தெரியும்?”

“இந்தப் பெண்ணின் அக்காவை படுக்க வைத்துத் தொடுவான்.”

“சரி, அப்புறம் என்ன நடந்தது?”

“நானும் அந்தப் பெண்ணைக் கூப்பிட்டு படுக்க வைத்தேன்.”

“அந்தப் பெண்ணை எங்கே அழைத்துச் சென்றாய்?”

“நாங்கள் விளையாடும் இடத்திற்கு, அந்த வயலுக்கு...”

“வயலுக்கா? அப்படியென்றால, அது வெட்டவெளியான இடமா?”

“ஆமா, அந்தப் பையனும் இவளின் அக்காவை அந்த இடத்திற்குத்தான் அழைத்துச் செல்வான்.”

“சரி, அந்தப் பையன் அவளை வேறு எங்கெல்லாம் அழைத்துச் செல்வான்?”

“வயல் மற்றும் வாரச் சந்தை நடக்கும் இடத்துக்கும் அவர்கள் போவார்கள். ரொம்ப தூரத்துக்கும் போவார்கள். மலைக்கெல்லாம் போவார்கள்.”

“சரி, நீ இந்தப் பெண்ணை அந்த வயலுக்கு அழைத்துச் சென்றாய். அப்புறம்?”

“அங்கே வைத்து, அவளைத் தொடட்டேன்.”

"அவளைத் தொட்டாய்."

"ஆமாம்."

"அப்புறம் என்ன நடந்தது?"

"அவள் ஓடிவிட்டாள்."

"ஓடிவிட்டாளா?"

"ஆமாம்."

"அப்புறம்?"

"வீட்டில் போய்ச் சொல்லிவிட்டாள்."

"வேறு என்ன செய்தாய்? அவளை எங்கெல்லாம் தொட்டாய்?"

"இல்லை, அவளைத் தொட்டவுடனே அவள் ஓடிவிட்டாள்."

உடனே எங்கள் உதவியாளர், "இது கற்பழிப்பே இல்லை, சார். இந்த பையன் செய்தது என்னவோ தப்புதான். அது புரியுது. அவன் நண்பர்களின் தூண்டுதல்படி விளையாட்டுத்தனமாகச் செய்திருக்கிறான். அவன் வயதைப் பாருங்கள், சார். இந்த வயதில் சிறுவர்களுக்கு, நண்பர்கள் பழக்கத்தில் பாதிப்பு உண்டாவது இயல்பு. அதுபோன்ற நபர்களை இவன் நண்பர்களாகப் பெற்றிருக்கிறான்."

"சரி, சரி" என்று சொல்லிவிட்டு எழுந்தேன். "கீழே போவோம். போலீஸ்காரரைக் கூப்பிடுங்கள்."

உதவியாளர் கதவைத் திறந்தார். அந்தச் சிறுவன் வெளியே வந்தான். நாங்கள் போலீஸ்காரரைக் கூப்பிடுமுன், சிறுவனின் பெற்றோர்கள் உள்ளே ஓடி வந்தார்கள்.

அந்தச் சிறுவனின் அம்மா மூச்சு இரைக்கப் பேசினாள், "அந்த ஆட்கள் பொய் சொல்கிறார்கள், சார். எங்கள் பையன் தப்புத்தண்டா எதுவும் செய்யவில்லை, சார். அந்த ஆட்கள் எங்கள்மீது பழி தீர்த்துக் கொள்கிறார்கள் சார். எங்கள் மகளை இந்த ஆட்கள் ஒருமுறை டெல்லியில் கொண்டுபோய் விற்றுவிட்டார்கள், சார். நாங்கள் எப்படியோ எங்கள் மகளை மீட்டுக்கொண்டு வந்துவிட்டோம். அதனால் எங்கள்மீது பழி போடுகிறார்கள், சார்."

"கதவை மூடி விடுங்கள்" என்று உதவியாளரிடம் சொன்னேன்.

"இப்போது உங்கள் கதையைச் சொல்லுங்கள்" என்று அவனின் பெற்றோர்களிடம் கேட்டேன்.

சிறுவனின் அப்பா அருகில் வந்து, "சார், அந்த ஆட்கள் மிகவும் மோசமான ஆட்கள். அந்தக் குடும்பத்தில் பிறந்த மகள்தான் சார் என் மனைவி."

அந்தச் சிறுவனின் அம்மா சந்தால் இனத்தைச் சார்ந்தவள் என்றும், தாக்கூர் எனப்படும் சவரத் தொழிலாளியை இவள் மணந்து கொண்டாள் என்றும் பிறகு தெரியவந்தது.

"சார், அவர்கள் சந்தால் சாதிக்காரர்கள், சார். கிறிஸ்டன்ஸ். அவர்கள் இதைத்தான் செய்து வருகிறார்கள். அவர்கள் கிராமங்களுக்குச் சென்று சிறுமிகளை அழைத்து வருவார்கள். கல்வி கற்றுத் தருகிறோம், வேலைகளுக்குப் பயிற்சி கொடுக்கிறோம், வேலை வாங்கித் தருகிறோம் என்ற போர்வையில் பெண்களை அழைத்து வருவார்கள், அப்படியே கொண்டுபோய் விற்றுவிடுவார்கள்" என்று சிறுவனின் அப்பா சொன்னார்.

தொடர்ந்து, "என் மனைவியும் அந்தக் குடும்பத்திலிருந்து வந்தவள் தான், சார். ஆனால், இவளுக்கு அவர்கள் செய்வது பிடிக்காது. என்னைத் திருமணம் செய்துகொண்டு அவர்களைத் துறந்துவிட்டு வந்து விட்டாள். இப்போது அவள் ஓர் இந்துவாகிவிட்டாள் சார். இனி அவள் கிறிஸ்டன் இல்லை. அவள் குடும்பத்தினர் எங்கள் திருமணத்தை ஏற்றுக்கொள்ளவில்லை. நாங்கள் திருமணம் செய்துகொண்டதற்காக எங்களை வெறுத்து வருகிறார்கள்."

"அப்படியா?"

"சார், நான் ஒரு சாதாரண ஆள் சார். நான் கஷ்டப்பட்டு உழைத்து என் குடும்பத்தைக் காப்பாற்றி வருகிறேன். அந்தக் கூட்டம் பணக்காரக் கூட்டம். பெண் பிள்ளைகளை விற்றுப் பணம் சம்பாதிக்கிறார்கள். என் மூத்த பெண்ணுக்கு 15 வயது ஆகிறது. இரண்டு மாதங்களுக்கு முன்னால் அவள் காணாமல் போய்விட்டாள். போலீசில் புகார் கொடுத்தோம். என் மகளைக் கண்டுபிடிக்கவே முடியவில்லை. ஒரு வாரத்துக்கு முன்னாள் எனக்கு ஒரு ஃபோன் வந்தது. என் மகள்தான் பேசினாள். டெல்லியிலிருந்து பேசினாள். அந்தக்கூட்டம் எனது மகளுக்கு நிறையப் பணம் கொடுத்து, 'ஒரு வசதியான இடத்திற்கு உன்னைக் கூட்டிப் போகிறோம். அங்கு எல்லா வசதிகளும் கிடைக்கும். கவலைப்படவே தேவையில்லை'

என்று சொல்லி அழைத்துக்கொண்டு போயிருக்கிறார்கள். அடுத்துப் பார்த்தால், அவள் டெல்லியில் இருக்கிறாள். இந்தக் கூட்டம் என் மகளை விற்றுவிட்டது. எப்படியோ என் மகளுக்கு ஒரு ஃபோன் கிடைத்திருக்கிறது. என்னைக் கூப்பிட்டு அவள் டெல்லியில் இருப்பதாகவும், அவளைக் காப்பாற்றும்படியும் கதறினாள். பிறகு நானும் என் மனைவியும் டெல்லி சென்றோம்" என்று சொல்லி தன் சட்டைப் பையிலிருந்து இரயில் டிக்கெட்டை எடுத்துக் காண்பித்தான். "பிறகு டெல்லியிலிருந்து என் மகளைக் காப்பாற்றிக் கூட்டி வந்தோம். இரண்டு நாட்களுக்கு முன்புதான் இங்கு வந்தோம். சார், நாங்கள் வீட்டில் இல்லாத நேரத்தில்தான் சார் என் மகனுக்கு இந்தக் கொடுமையைச் செய்திருக்கிறார்கள். அவர்கள் எங்களைப் பழிவாங்குகிறார்கள், சார். ஏனென்றால், எங்கள் மகளைக் காப்பாற்றி கூட்டி வந்துவிட்டோம். அதனால் எங்களைப் பழிவாங்குகிறார்கள்" என்று சொல்லி முடித்தான்.

"சார், தயவுசெய்து எங்களைக் காப்பாற்றுங்கள், சார். என் மகன் ஒரு பாவமும் அறியாதவன் சார். அந்த ஆட்கள் பணக்கார ஆட்கள். எங்கள் குழந்தைகளைக் கொன்றுகூடப் போட்டுவிடுவார்கள்" என்று சிறுவனின் அம்மா கெஞ்சினாள்.

அந்த மனிதனின் தோளைத் தொட்டுப் பரிவுடன் கூறினேன். "இங்கே பார், நாங்கள் உனக்கு உதவி செய்யத்தான் இருக்கிறோம். எங்களுக்கு உள்ள அதிகாரம் இவ்வளவுதான். இது ஒரு மருத்துவமனை. உங்கள் மகனுக்கு உடல் பரிசோதனை மட்டும்தான் இங்கே செய்ய முடியும். உங்கள் மகன் குற்றம் செய்திருக்கிறானா இல்லையா என்பதையோ, அவனுக்கு தண்டனை கிடைக்குமா, கிடைக்காதா என்பதையோ எங்களால் தீர்மானம் செய்ய முடியாது. இது போலீசும் நீதிமன்றமும் செய்ய வேண்டிய வேலை."

அந்த மனிதன் செய்வதறியாது என்னைப் பார்த்தான்.

"நீ இதுவரை என்னிடம் சொல்லிய விஷயங்கள் எல்லாவற்றையும், நீ காட்டிய ஆதாரங்கள் எல்லாவற்றையும், இரயில் டிக்கெட் மற்ற விஷயங்கள் எல்லாவற்றையும் அப்படியே போலீசிலும், நீதிமன்றத்திலும் காட்ட முடியுமா?" என்று கேட்டேன்.

"காட்ட முடியும் சார்" நம்பிக்கை இழந்திருந்த அவன் கண்கள் இப்போது பிரகாசமடைந்தது.

"சரி, அப்படி செய். முடிந்தால் ஒரு வக்கீலை வைத்துக் கொள். அதற்குப் பணம் செலவாகும். ஆனால், பெண்களை வியாபாரம் செய்யும் கூட்டத்திற்கு எதிராக சில அமைப்புகள் இருக்கின்றன. தேடிப் பாருங்கள். நீதிமன்ற வளாகத்திற்குள் போய் விசாரித்துப் பாருங்கள். நிச்சயம் உங்களுக்கு உதவி செய்வார்கள்" என்று ஆலோசனை சொன்னேன்.

• • •

நான் என் ஆய்வு அறிக்கைகளைச் சமர்ப்பித்தேன். டாக்டர் அம்மாவும் அவர்கள் ஆய்வு அறிக்கையைச் சமர்ப்பித்தார்கள். அந்த வழக்கு என்னவாயிற்று? எப்படி முடிந்தது என்று எங்களால் தெரிந்துகொள்ள முடியவில்லை. அந்த ஆட்களை மீண்டும் என்னால் பார்க்கவே முடியவில்லை. அதே போலீஸ்காரர்கள் இதுபோன்ற விஷயங்களை மருத்துவப் பரிசோதனைக்காக இங்கு எடுத்து வந்தார்கள். பல சந்தர்ப்பங்களில் அந்தச் சிறுவனின் வழக்கு என்ன ஆயிற்று என்று தெரிந்துகொள்ள ஆசைப்பட்டாலும், ஏதோ ஓர் எண்ணம், அந்த வழக்கின் மீது மட்டும் அதிக நாட்டம்கொள்வது நல்லது அல்ல என்று தடுத்துவிட்டது.

எங்களை இதுவரை நீதிமன்றம் இது தொடர்பாக அழைக்கவில்லை. நீதிமன்ற முடிவு வர நீண்ட நாள் ஆகும். எங்களை அழைக்க ஓர் ஆண்டோ அல்லது இரண்டு ஆண்டோ ஆகலாம். அதைவிடக் கூட ஆனாலும் ஆகலாம். இதற்கிடையில் சந்தால் பர்கானாவில் பல சந்தால் இனப் பெண்கள் விற்கப்பட்டிருக்கிறார்கள்.

பல சந்தால் இனப் பையன்கள் பொய்க் குற்றம் சாற்றப்பட்டிருக் கிறார்கள். பல எஃப்.ஐ.ஆர்.கள் போலீஸ் நிலையத்தில் பதிவு செய்யப்பட்டிருக்கின்றன.

கண்ணுக்குக் கண், பல்லுக்குப் பல்.

பகையாளியோடு உணவு உண்ணுதல்

சுலோசனா முதன்முதலாக வீட்டு வேலை செய்ய வந்தபோது, நாங்கள் உடனடியாகத் தெரிந்துகொண்ட விஷயம் என்ன வென்றால், இதற்கு முன்னால் வீட்டு வேலை செய்த பெண்களைப் போல இவள் இல்லை என்பதுதான்.

சுலோசனா வேலை செய்யத் தனியாக வரவில்லை. அவளைத் தொடர்ந்து சாதுவாக வந்தவர்களில் ஒருத்தி அவளது மூத்த மகளான சீதாமாதா. சீதாமாதா அப்படியே கையில் ஒரு பெண் குழந்தையை தூக்கி வைத்துக்கொண்டும், இரண்டு ஆண் குழந்தைகளை கையில் பிடித்துக்கொண்டும் வந்தாள். கடைசியாக சுலோசனாவின் இளைய மகள் மாதபாங்கியும் தொடர்ந்து வந்தாள். வராந்தா, வரவேற்பு அறை, சாப்பாட்டு அறை இவை எங்கும் சுற்றிப் பார்த்துவிட்டு கடைசியாகச் சமையற்கட்டுக்குள் வந்தார்கள். அந்தப் பட்டாளம் சமையற்கட்டில் ஆளுக்கொரு மூலை பார்த்து உட்கார்ந்துகொண்டு வீட்டையே விழுங்கிவிடுவது போல 'ஆ' வென்று பார்த்துக் கொண்டிருந்தார்கள். சுலோசனா ஒரு மூலையில் தொப்பெனச் சரிந்தாள். அவ்வாறு சரிந்த அடுத்த நொடியே அவள் சின்ன வயதில் பட்ட கஷ்டங்களையெல்லாம் நிறுத்தாமல் சொல்லி புலம்ப ஆரம்பித்துவிட்டாள்.

சுலோசனா 'காஸி' இனமான தாழ்த்தப்பட்ட சமூகத்தைச் சார்ந்தவள். இவள் குடும்பத்து முன்னோர்கள் காட்ஷிலா மாவட்டத்தில் இருந்து வந்தவர்கள். அங்கு ஒரு காப்பர் கம்பெனியில் சுலோசனாவின் அப்பா வேலை செய்தார். அந்தக் குடும்பத்திற்கு சுலோசனா ஒரே பெண் என்பதால் அவள் ஓர் இளவரசியைப் போல வளர்க்கப்பட்டிருக்க வேண்டும். ஆனால், இவளது கெட்ட நேரமோ அல்லது இவள் அம்மாவின் கெட்ட நேரமோ இவளது அப்பா வேறு ஒரு பெண்மேல் மையல் கொண்டுவிட்டார். அவளை

வீட்டிற்கும் கூட்டிக்கொண்டு வந்துவிட்டார். கூட்டி வந்த கையோடு இவரது மனைவியை வீட்டைவிட்டு துரத்திவிட்டார். இவரது மனைவி குடும்பத்தார் தலையிட்டு சுலோசனாவையாவது அழைத்துச் சென்றுவிட முயற்சி செய்தார்கள். ஆனால், அதுவும் பலிக்கவில்லை. சிறிது நாளில் சுலோசனாவின் அம்மாவும் அவளை மீட்டுக்கொண்டு வரும் முயற்சியை கைவிட்டுவிட்டாள். மகள் வாழ்வு விதிப்படி போகட்டும் என்று விட்டுவிட்டு தான் வேறு ஒரு திருமணம் செய்து கொண்டாள்.

ஆனால், விதி கொடுமையானது. சுலோசனாவின் மாற்றாந் தாய் அவளிடம் அரக்கத்தனமாக நடந்துகொண்டாள். சுலோசனாவின் தந்தை எந்த நேரத்திலும் குடிபோதையில்தான் இருப்பார். வேலை செய்யும் நேரங்களிலும் போதையோடுதான் இருப்பார். இளவரசியாக இருக்க வேண்டிய சுலோசனா, பாவம் என்ன செய்வாள்.

சுலோசனா வளர்ந்து பெரியவளானாள். அழகாக, ஆரோக்கியமாக, பளிச்சென்ற முகத்துடன் வளர்ந்து வந்தாள். ஆனால், அவளுக்கு நேர்ந்த அவலம் அவளை மனதளவில் மாற்றிவிட்டது. அவள் இதயம் இறுக்கமடைந்தது.

காட்ஷிலாவில் சுலோசனாவிற்கு இருந்த தோழியர்களில் சுபத்ரா தான் மிகவும் நெருக்கமானவள். பல ஆண்டுகளுக்கு முன்பு ஹரியானாவிலிருந்து இங்கு இடம் பெயர்ந்து வந்த சுபத்ரா மார்வாடி குடும்பத்தைச் சேர்ந்தவள்.

ஒரு மார்வாடி ஜாதிப் பெண்ணும் காஸி ஜாதிப் பெண்ணும் நெருக்கமான நட்புடன் பழகுவது அங்கு எல்லோருக்கும் ஆச்சரியமாக இருந்தது. ஒருவேளை இந்த நெருக்கத்திற்கு ஒத்த வயது ஒரு காரணமாக இருக்கலாம். இருவரும் ஒரே வயதை உடையவர்கள். ஒருவேளை இவர்கள் வளர்ந்து வந்த சூழல் ஒரு காரணமாக இருக்கலாம். அதாவது, சுபத்ராவின் அம்மா - பெற்ற அம்மாதான் சுலோசனாவின் மாற்றாந்தாயைவிட இரக்கமற்றவள்.

ஒரு நாள், இந்த இரண்டு சிறுமிகளும் அடியும் உதையும் வாங்கி தாங்க முடியாத சித்திரவதைகளுக்கு உள்ளானார்கள். இருவரும் வீட்டை விட்டு ஓடிவிட்டனர். ஆனால் எங்கே போய்த் தொலைப்பது? வீட்டை விட்டு 1½ கிலோ மீட்டர் ஓடி இருப்பார்கள். அந்த இடம் சுபர்ன ரேகா ஆற்றின் வடக்குக் கரை. தொழிற்சாலைக் கழிவுகளை சுமந்து வரும் வாகனம் அந்த இடத்தில்தான் கழிவுகளைக் கொட்டும். அந்த

வாகனத்தில் இவர்களும் இன்னும் நூற்றுக்கணக்கான பெண்களும் சுள்ளி பொறுக்க வருவார்கள்.

"நான் இறந்துவிட்டால் நல்லது என்று நினைக்கிறேன், சுபத்ரா. நான் பிறந்து இருக்கவே கூடாது."

"நானும் இறந்துவிடலாம் என்று தான் நினைக்கிறேன், சுலோசனா."

"என்ன செய்வது? எப்படி உயிரை மாய்த்துக் கொள்வது?" என்று சுபத்ரா கேட்டாள்.

"எனக்கும் தெரியவில்லையே. அப்படியே ஆற்றில் குதித்து விடுவோமா?"

"வேண்டாம், வேண்டாம். அது வேலைக்கு ஆகாது. நம் இருவருக்குமே நன்கு நீச்சல் தெரியும். இந்த சுள்ளி பொறுக்க வரும் பெண்கள் நம்மைப் பார்த்துவிட்டால், நம் அம்மாக்களிடம் போட்டுக் கொடுத்து விடுவார்கள். அப்புறம் நிலைமை இன்னும் மோசமாகிவிடும்."

"சரி, அப்படியானால் என்னதான் செய்வது?" தங்களை மாய்த்துக் கொள்ள என்னதான் வழி இருக்கிறதென்று சுலோசனா சுற்றும்முற்றும் பார்த்தாள்.

"சுபத்ரா, அங்கே பார்!"

"என்ன? என்ன அங்கே?"

"அதை நாம் தின்று விடுவோமா?" என்று சுலோசனா ஓர் அடர்ந்த செடியைச் சுட்டிக் காட்டினாள்.

"அதுவா? அது நல்லதா? நம்மைக் கொல்லக்கூடியதா?" என்று கேட்டாள் சுபத்ரா.

"ஆமா, அது கொன்று விடும் என்று சொல்லக் கேட்டிருக்கிறேன். அதன் விதை பயங்கர விஷம் உள்ளது. அதனால்தான் ஆடு மாடுகள் அதன் பக்கமே போகாது."

"அதையும் கேள்விப்பட்டிருக்கிறேன். ஆனால், எனக்கு நிச்சயமாகத் தெரியாது. சாகாமல் போய்விட்டால் என்ன செய்வது? நிச்சயமாக நான் செத்துவிட வேண்டும். இதற்கு மேல் நான் வாழ வேண்டாம்."

"எதற்கும் முயற்சி செய்து பார்ப்போமே" என்று சொல்லிவிட்டு இருவரும் அந்த அரளிச் செடியை நோக்கிச் சென்றார்கள். அரளி விதையைப் பறித்து அரைத்தார்கள். போதுமான அளவு அரைத்துத் தயாரித்த விஷத்தை விழுங்கிவிடத் தங்களைத் தயாராக்கிக் கொண்டார்கள்.

சுபத்ரா மென்மையாகச் சுலோசனாவை பெயர் சொல்லிக் கூப்பிட்டாள். "நாம் நிஜமாகவே இறந்துவிடுவோமா? நாம் இறந்த பிறகு என்ன ஆகும்?"

"எனக்குத் தெரியாது, சுபத்ரா. ஆனால் நாம் சாகாவிட்டால் என்ன ஆகும்? நம் அம்மாக்கள் நம்மைக் கண்டுபிடித்து விடுவார்களே?"

"ஆமா. நாம் குருடாய்ப் போய் விடுவோமோ? அல்லது ஊமையாய்ப் போய்விடுவோமோ?"

"எனக்குச் சாக விருப்பமில்லை டி, எனக்குச் சாக விருப்பமில்லை."

இரண்டு தோழிகளும் நஞ்சை வீசிவிட்டு ஒருவரை ஒருவர் கட்டிப் பிடித்துக்கொண்டனர். அவர்கள் இருவரும் இதுவரை அழுதிராத அளவு அழுது தீர்த்தனர்.

எல்லாம் முடிந்தபின், சுபத்ராவும் சுலோசனாவும் நதி நீரில் இறங்கி விஷம் தோய்ந்திருந்த கைகளை நன்கு கழுவிவிட்டு, கண்களிலும் முகங்களிலும் தண்ணீரை அடித்துக் கழுவிக்கொண்டு முகத்தைத் துடைத்துவிட்டு, மீண்டும் கலை பொருந்திய முகத்துடன் கரையேறினர். இன்னல் வரும் நேரங்களில் இருவரும் இணைபிரியாது இருக்க வேண்டும் என்று சத்தியம் செய்துகொண்டு, ஒருவரை ஒருவர் பிரிந்து, தங்கள் வீடு நோக்கி நடக்கத் தொடங்கினர்.

என்னதான் இணைபிரியாதிருப்போம் என்று சத்தியம் செய்து கொண்டாலும், அவர்களுக்கிடையே பிரிவு என்றும் தவிர்க்க முடியாததாகிவிட்டது. ஒடிசாவில் உள்ள ரைரங்கபூர் என்னும் இடத்தில் உள்ள ஒரு மார்வாடி மாப்பிள்ளைக்கு சுபத்ராவைத் திருமணம் செய்து கொடுத்துவிட்டார்கள். அவளின் கணவன் இவளை விட அதிக வயதுள்ளவர். ஆனாலும் நல்லவர். இவளைப் போல சுலோசனாவுக்கு கொடுத்து வைக்கவில்லை. சுலோசனாவின் கணவன் தினாநாத். இவள் அப்பனைப் போலவே மோசமானவன். அவனும் உள்ளூர்க்காரன்தான். இவனும் ஒரு காப்பர் கம்பெனியில்தான் வேலை பார்த்தான். பெரிய குடிகாரன். திருமணம் சுபத்ராவின்

வாழ்க்கை நிலையை மேம்படுத்தி இருந்தது. ஆனால், சுலோசனாவின் வாழ்க்கையில் வந்த திருமணமோ அவல நிலையின் இரண்டாம் கட்டமாக ஆகிவிட்டது.

இப்படித்தான், தினாநாத்துக்கு குழந்தைகள் மீதும் அக்கறை இல்லை. அவன் குழந்தைகளுக்கு இன்னும் ஒரு பெயர்கூட வைக்க வில்லை. ஒருமுறை காட்ஷிலாவுக்கு வந்த சுபத்ரா சுலோசனாவைச் சந்தித்தாள். அப்போதுதான் அவர்களுடைய மூத்த மகளுக்கு பெயர் சூட்டப்பட்டது. அதற்கு முந்தைய இரவு மார்வாடிகள் ஏற்பாடு செய்திருந்த 'இராமாயண ஏடு எடுத்து வாசித்தல்' என்ற ஒரு நிகழ்ச்சிக்கு சுபத்ரா சென்றிருந்தாள். அங்கு இராமாயணம் வாசித்தல் நடைபெற்றது.

"நீ இன்னும் உன் மகளுக்குப் பெயர் வைக்கவில்லையா? அவளுக்கு நான்கு வயது ஆகிவிட்டதே!" என்று சுபத்ரா ஆச்சரியப்பட்டாள்.

"அவளை நினி என்று கூப்பிட்டு வருகிறோம்" என்று சுலோசனா அலுப்புடன் சொன்னாள்.

"எப்படி அவளை நினி என்று கூப்பிடுகிறாய்? ஆயுள் முழுக்க இப்படித்தான் கூப்பிடுவாயா? அவளுக்கு முதலில் முறையாக ஒரு பெயர் சூட்டு. அவளுக்கு... அவளுக்கு சீதாமாதா என்ற பெயரை வை."

"சீதாமாதாவா?"

"ஆமா. சீதாமாதா. பகவான் ராமச்சந்திர மூர்த்தியின் தர்மபத்தினி. அவளுக்கு சீதாமாதா என்று பெயர் சூட்டினால் அந்த சீதா தேவியின் கடாட்சம் அப்படியே அவளுக்குக் கிட்டும். அவள் வளர்ந்து வயதாகி வரும்போது, அவளுக்கு நல்ல கணவன் கிட்டுவான். அவள் வாழ்நாள் முழுவதும் வளமோடு இருப்பாள்."

இவ்வாறு சுலோசனாவின் மூத்த மகள் சீதாமாதாவானாள்.

சுலோசனாவின் இரண்டாவது மகள் - அவள் பெயரும் நினிதான். ஏதோ வாய்க்கு வந்த பெயரை வைத்து விட்டாள். இந்தச் சிறுமி ஐந்து வயதாக இருந்தபோது தடுமாறிக் கீழே விழுந்ததில் நெற்றியில் பெரிய காயம். அதிலிருந்து கொட்டிய இரத்தத்தைக் கண்டு சுலோசனா மயங்கி விழுந்து விட்டாள்.

நிதானத்துக்கு வந்த சுலோசனா இரத்தக் காயத்தைக் கண்டு, 'என் மகளின் தலை உடைந்து விட்டது' என்று அழுது புலம்பினாள். அருகில்

உள்ள காப்பர் கம்பெனி ஊழியர்களுக்கென்று உள்ள மருத்துவ மனையில் அவளைச் சேர்த்துவிட்டு அங்கேயும் அழுது ஒப்பாரி வைத்து ஊரைக் கூட்டினாள்.

"நிறுத்து. வாயை மூடிக்கொண்டு எங்களை வேலை செய்ய விடுகிறாயா? அவள் தலை உடைந்துவிடவில்லை. இரத்தக் காயம்தான் ஏற்பட்டிருக்கிறது. நாங்கள் தையல் போட்டு சரி செய்து விடுவோம்" என்று நர்ஸ் கத்தினாள்.

"தையலா? ஓ, கடவுளே" சுலோசனா கைகளால் தலையில் அடித்துக் கொண்டு தரையில் உருண்டு அழுதாள்.

அங்கே அப்போது பணியிலிருந்த மருத்துவர், "முதலில் இந்த அம்மாவை வெளியில் அழைத்துச் செல்லுங்கள். குழந்தைக்கு ஒன்றும் பிரச்சினை இல்லை என்று சொல்லுங்கள். இந்தக் குழந்தையின் அப்பா ஒரு அரசுப் பணியாளர்தானே? ஏன், அவர் மருத்துவக் காப்பீடு வாங்க வில்லையா? இவ்வளவு பொறுப்பில்லாதவர்களா? இந்தச் சிறுமியின் பெயரை என்னவென்று எழுதுவது? அந்த அம்மாவிடம் இந்தச் சிறுமியின் பெயர் என்னவென்று கேளுங்கள்" என்று சொன்னார்.

சுலோசனாவை இந்த மருத்துவமனைக்கு அழைத்து வந்த சிறுவர்களில் ஒருவன், "உங்கள் குழந்தையின் பெயர் என்ன, அம்மா?" என்று கேட்டான்.

சுலோசனாவால் சொல்ல முடிந்ததெல்லாம் "மாதா பாங்கி!"

"மாதாபாங்கி... சுலோசனா வேதனையில் புலம்பினாள். மாதா பாங்கி... மாதாபாங்கி... மாதாபாங்கி..."

அந்தச் சிறுவன் மருத்துவரிடம், "மாதாபாங்கி" என்று சொன்னான்.

"மாதாபாங்கியா? இப்படி ஒரு பெயரா?"

"அதெல்லாம் வேண்டாம், சார்! இந்த ஜனங்கள் - அப்படி. வயிறு முட்டக் குடித்துவிட்டு காலத்தைக் கழிக்கவேண்டும். வேறு எந்தப் பெயரை அப்படிச் சிந்தித்துப் பார்த்து தங்கள் குழந்தைகளுக்கு வைத்துவிடப் போகிறார்கள்?" என்று அந்த நர்ஸ் கூறினாள்.

அவள் பெயர் எழுதப்பட்டது. மாதாபாங்கி - தலையில் காயம் அடைந்துள்ள சிறுமி.

❖ ❖ ❖

சுலோசனா யார் யார் வீட்டில் வேலை செய்கிறாளோ அந்த வீட்டுச் செய்திகளை எல்லாம் கேட்டு வந்து டாக்டரம்மாவிடமும் எஜமானியம்மாவிடமும் சொல்லிவிடுவாள்.

ஒரு நாள் டாக்டரம்மா வெடுக்கென்று அவளிடம் சொல்லிவிட்டாள். "இதோ, பார் சுலோசனா, இந்த மாதிரி சல்லித்தனமாக நடந்துகொள்ளாதே. ஊர் உலகத்திலே நடக்கிற செய்திகளை எல்லாம் மூட்டை கட்டிக்கொண்டு, இங்கே வந்து அவிழ்த்து விடுகிறாய். அதேபோல் எங்கள் கதையையும் மூட்டை கட்டிக் கொண்டுபோய் நீ போகிற வீடெங்கும் அவிழ்த்துவிடுவாய்!"

அதிலிருந்து சுலோசனா டாக்டரம்மாவிடம் ஜாக்கிரதையாக நடந்து கொள்வாள். அதன்பிறகு வேலை செய்யும் வீடுகளுக்கு - அதாவது வதந்திச் செய்திகளை வாங்கியும், கொடுக்கும் வீடுகளுக்குச் சரியாக மாலை 4.00 மணிக்குத்தான் செல்வாள்.

அந்த நேரத்தில்தான் டாக்டரம்மா மருத்துவமனைக்கு வேலைக்குச் செல்வாள். எஜமானியம்மா தூங்கிக்கொண்டிருப்பாள்.

இரும்பு கேட் திறக்கும் சத்தம் கேட்டு எஜமானியம்மாவின் தூக்கம் கலைந்தது. 'எந்த பிசாசு இப்போது வந்து கதவைத் திறந்தது' என்று அரைகுறைத் தூக்கத்தில் உளறினாள்.

"அம்மா, அம்மா" எஜமானியம்மா தூங்கிக்கொண்டிருக்கும் அறைக் கதவை சுலோசனா ஓங்கித் தட்டினாள். "அம்மா எவ்வளவு நேரம் தூங்குவீர்கள்? ஒரு முக்கியமான விஷயம் உங்களுக்குச் சொல்ல வேண்டும்."

எஜமானியம்மா தூங்குவதைப் போலப் பாசாங்கு செய்தாள். ஆனால், எவ்வளவு நேரம் பாவனை செய்வது? சுலோசனாவைத் திருப்பி அனுப்புவதற்கான ஒரே வழி அவள் சொல்ல வந்திருக்கிற கதையைக் கேட்டுத் தொலைப்பதுதான்.

எஜமானியம்மா வேறு வழியில்லாமல், படுக்கையைவிட்டு எழுந்து வராந்தாவில் இருந்த ஒரு நாற்காலியில் அமர்ந்து செய்தித்தாளைக் கையில் வைத்துக்கொண்டு படிப்பது போலப் பாவனை செய்தாள். சுலோசனா அவள் காலடியில் அமர்ந்துகொண்டு, "செய்தி தெரியுமா அம்மா, அந்த ரீனா, அவள் புருஷனைக் காலால் எட்டி உதைத்து தள்ளி விட்டாள்."

இந்தச் செய்தி எஜமானியம்மாவின் ஆவலைத் தூண்டிவிட்டது. "எந்த ரீனாவைச் சொல்கிறாய்?"

"அந்தப் பெங்காலிப் பெண்ணைத்தான் சொல்கிறேன், அம்மா. அதோடு அவள் கிரிக்கெட் விளையாடுகிறாள், தெரியுமா உங்களுக்கு" என்று சொல்லும்போது அவள் கண்கள் விரிந்தன.

"ஓ, அப்படியா?"

"வீட்டுக்காரரை காலால் எட்டி உதைக்கிறாள்."

"அது உனக்கு எப்படித் தெரியும்?"

"அந்த வீட்டில் வேலை பார்த்தேன், அம்மா. அந்த அம்மா டேப் ரிக்கார்டரில் பாட்டு போட்டுவிட்டு, டான்ஸ் ஆடும். வீட்டுக்காரர் சோபாவில் உட்கார்ந்துகொண்டு அதை ரசிப்பார். நானும் அதை ரசிப்பேன். பாட்டு முடிந்தவுடன், அந்த அம்மா போய் வீட்டுக்காரருக்கு காலால் ஓர் உதைவிடும்."

"காலால் உதைக்குமா? ஏன்?"

"அது எனக்குத் தெரியாது. சும்மாதான். சும்மா ஒரு ஜாலிக்காக இருக்கும்."

"அந்தம்மா வீட்டுக்காரர் ஒண்ணும் செய்யமாட்டாரா?"

"அவர் ஒண்ணும் செய்யமாட்டார் அம்மா. அந்தப் பெட்டை மனிதன் கீழே உருண்டு விழுந்து சிரிப்பார்."

"அப்படியா?"

'இது சும்மா ஜாலிக்குதான்' என்று அந்த அம்மா சொல்லுவாள். இதுவே எங்க வீட்டக்காரராக இருந்தால், அடித்தே வெளியே துரத்தி விடுவார்.

அவள் சொன்னது உண்மைதான். தினாநாத் தினமும் அவளை அடிப்பான்.

•••

மாதாபாங்கி பிறந்த சில தினங்களில் தினாநாத் மோகினியை வீட்டிற்கே அழைத்து வந்துவிட்டான். அவள் ஓர் ஆயர் ஜாதியில் பிறந்த பெண். மிகவும் இளையவள். தினாநாத்தையும், சுலோசனாவையும்விட இளையவள். மோகினி ஒரு சாராயக் கடை

நடத்தி வந்தாள். தினாநாத் தினமும் அந்தக் கடைக்குச் செல்வான். அவர்கள் இருவரும் காதல்கொண்டனர். அடிக்கடி அவன் உடல் பசிக்கு அவளைப் பயன்படுத்தி வந்தான். பிறகு அவளைத் தன் ஆசை நாயகியாக வீட்டிற்கே அழைத்து வந்துவிட்டான்.

இதைத்தான் மோகினியும் விரும்பினாள். மோகினி ஓர் ஏழைக் குடும்பத்துப் பெண். அவள் சாராயத்தை விற்பனை செய்து கொண்டே இருந்திருந்தால், ஒருநாள் அவள் உடம்பை விற்பதில்தான் முடிந்திருக்கும். இந்தச் சூழலில், வாடிக்கையாளராக வரும் எல்லா ஆண்களுக்கும் சொந்தமாவதைத் தவிர்த்து, ஒரு குடும்பத்தில் உள்ள ஓர் ஆண்மகனோடு, அதுவும் நிரந்தரமான வேலையில் உள்ள ஆணோடு சேர்ந்து வாழ்வது நல்லது என அவளுக்குப்பட்டிருந்தது. அவனுக்கு ஏற்கனவே திருமணம் ஆகிவிட்டது என்பது பற்றியோ, அவன் மனைவி உயிரோடுதான் இருக்கிறாள் என்பது பற்றியோ, அவர்களுக்கு நான்கு குழந்தைகள் பிறந்திருக்கின்றன என்பது பற்றியோ அவளுக்கு எந்தக் கவலையும் இல்லை.

சுலோசனா நிலைகுலைந்து போனாள்.

"அம்மா, அவள் ஓர் ஒழுக்கம் கெட்டவள். உங்களுக்கு ஒண்ணு தெரியுமா, அவர்கள் இருவரும் வீட்டில் உள்ளே படுத்திருப்பார்கள். நான் வெளியேதான் படுத்திருப்பேன். இரவு முழுவதும் கிரீச், கிரீச் என்று கட்டில் சத்தம் கேட்டுக்கொண்டே இருக்கும். அவளிடம் ஆ... ஆ... ஆ...வென முக்கல் முனங்கல் சத்தம் வந்துகொண்டே இருக்கும். அப்போது என் வீட்டுக்காரனை என்னதான் செய்வாளோ, கடவுளுக்குத்தான் தெரியும். என் உதவாக்கரைப் புருஷனோடு நான் கட்டிலில் படுத்திருந்தபோதெல்லாம் அந்த மாதிரி முக்கல் முனங்கல் சத்தமெல்லாம் போட்டதே இல்லை. அதே எங்கள் கட்டில், அந்த அளவு சத்தம் போட்டதும் இல்லை" என்று சுலோசனா சொன்னாள்.

சமீபத்தில் சுலோசனா மோகினியிடம் அன்பாக நடந்து கொண்டாள். சுலோசனா எஜமானியம்மாவிடம் வந்து, "அம்மா உங்களுக்குத் தெரியுமா? மோகினி அவள் அம்மா வீட்டிலிருந்து வெளிநாட்டுச் சரக்கும் சாக்னாவும் கொண்டு வருவாள். பன்றிக்கறி கொண்டு வருவாள். நாங்கள் எல்லோரும் - நான், மாதாபாங்கி அப்பா, மோகினி எல்லோரும் - சாராயம் குடித்துவிட்டு பன்றிக்கறியும் சாப்பிடுவோம். மோகினி அப்படி தங்கமான பெண்."

தினாநாத் வயிறு முட்டக் குடித்துவிட்டு போதை தலைக்கேறிய பின் சுலோசனாவை வெறித்தனமாக அடிப்பான். அப்படி அவளை அடித்து விட்டால், இன்னும் குடித்துவிட்டு, அதே வேகத்தில் தன் உடல் பசிக்கு அதே வெறித்தனமாக மோகினியைப் பயன்படுத்துவான். இதுபோன்ற நிகழ்வுகளும் நடந்ததுண்டு.

அதற்கு அடுத்தநாள் சுலோசனா எஜமானியம்மாவிடம், “அவள் ஒரு பச்சைத் தேவ... இரவெல்லாம் என் புருஷனின் உடம்பை உறிஞ்சி எடுத்தாலும் ஒரு குழந்தைகூடப் பிறக்கவில்லை. அவள் ஒரு மலடி. அதுதான் அவள். அந்தக் கட்டில் போட்ட கிரீச் கிரீச் சத்தத்திற்கும், மோகினி போட்ட முக்கல் முனங்கல் சத்தத்திற்கும் இந்நேரம் பத்து பிள்ளைகள் பிறந்திருக்கணும். ஆனால் இல்லை. ஒரு குழந்தைகூடப் பிறக்காது. என் தலையெழுத்து. என் நான்கு குழந்தைகளுக்கும் அம்மாவாக நான் மட்டுமே இருந்தாகணும்” என்று சொன்னாள்.

மறைந்து நின்று ஒட்டுக் கேட்பதை எஜமானியம்மா பார்த்து விட்டால், அவளுக்குக் கோபம் வரும். “சுலோசனா, நிறுத்து. வீண் பேச்சு வேண்டாம். உருப்படியாக ஏதாவது ஒரு வேலையைச் செய்து முடிப்போம்” என்று கண்டிப்பாள்.

சுலோசனாவுக்கும் மோகினிக்குமிடையே உள்ள உறவை புரிந்துகொள்வது மிகவும் கடினம். சுலோசனா சில சமயங்களில் மோகினியை தன்னுடைய ஜென்ம விரோதி என்று சொல்வாள். ஒரு சமயம் அவர்கள் இருவரும் இணைபிரியாத் தோழிகளாகக் காணப்படுவார்கள்.

மோகினியைப் பொருத்தவரை அந்த வீட்டில் தரம் தாழ்ந்துதான் வாழ்ந்து வந்தாள். சுலோசனா அந்த வீட்டையே தன் கைக்குள் வைத்திருந்தாள். ஆனால், மோகினியோ தினாநாத்தின் உடல் சுகத்திற்காகத்தான் அங்கே இருந்தாள். மோகினியால் சுலோசனாவின் இடத்திற்கு ஒருபோதும் வரமுடியாது. தன்னால் ஒரு குழந்தையைப் பெற்றுக்கொள்ள முடியாது. அவள் அடுத்தவர்களுக்குப் பாரமாக இருக்க விரும்பவில்லை. அத்துடன் சுலோசனாவின் கலாசாரமும், பழக்கவழக்கமும் பாதிகூட மோகினிக்கு வராது. பெங்காலிப் பணக்கார வீடுகளில் சுலோசனா வேலை செய்து வந்தாள். அந்த வீட்டு எஜமானி போல அவளின் பேச்சும், நடை - உடை - பாவனையும் இருக்கும். மடமடவென்றிருக்கும் காட்டன் புடவையையும், கை வைக்காத ஜாக்கெட்டையும் அணிந்து தலையில் எண்ணெய் தேய்த்து, முடியைச் சரியவிட்டு அடியில் ஒரு முடிச்சுப்

போட்டு சரளமாக பெங்காலி பேசிக்கொண்டு சுலோசனா நடந்து வந்தால், கையெழுத்துக்கூடப் போடத் தெரியாத அவளை ஒரு சாதாரணமான பெண் என்றோ, படிக்காதவள் என்றோ யாரும் சொல்லிவிட முடியாது. கடைகளுக்குச் சென்று எவ்வாறு காய்கறிகள் வாங்குவது, எவ்வாறு நேர்த்தியான சமையல் செய்வது என்பதெல்லாம் சுலோசனாவுக்குக் கைவந்த கலை. மோகினியைப் பொருத்தவரை ஒரு குடும்பத்தை எப்படி நிர்வாகம் செய்வது என்பதில் சுலோசனாவிடம் பாடம் படித்துக்கொண்டால்கூட அவளுக்கு வராது. எனவே சுலோசனா எப்போதும் மோகினியைக் கவனமாகக் கட்டுப்படுத்தி வைத்திருந்தாள்.

அதன்பிறகு அது ஒரு மோசமான சூழல். ஆனால் அது நடந்துவிட்டது. தினாநாத் கல்லீரல் பாதிப்பினால் மரணமடைந்துவிட்டான்.

● ● ●

தினாநாத் மறைவுக்குப்பிறகு தான் நினைத்ததைச் சாதித்துக்கொள்ள சுலோசனா எதையும் செய்வாள். தன்னுடைய சொந்த வாழ்க்கையைத் தானே தீர்மானித்துக்கொள்வது என்றும் முடிவெடுத்துக் கொண்டாள். சுலோசனா சுயநலமாகவும், பேராசைக்காரியாகவும் மாறிவிட்டாள் என்பதில் ஆச்சரியம் இல்லை. என்னென்னவோ செய்து தன் கணவனுக்கு வரவேண்டிய ஓய்வூதியத்தை மாதாமாதம் தனக்கு வருமாறு ஏற்பாடு செய்துகொண்டாள். டாக்டரம்மாவின் உதவியோடு வங்கியில் தந்த படிவத்தைப் பூர்த்தி செய்து, கஷ்டப்பட்டு கையெழுத்துப் போடக் கற்றுக்கொண்டு, வங்கியில் தன் பெயருக்கு ஒரு கணக்கு வைத்துக்கொண்டாள். வீடுகளில் வேலை செய்வதால் கிடைத்த ஊதியமும், கணவனின் ஓய்வூதியமும் சேர்ந்து அவளது ஆசைகளை எல்லாம் நிறைவேற்றி வைத்தன. அவள் ஆசைப்பட்ட ஒன்றை அவளால் வாங்க முடியவில்லை என்றால், அதைத் திருடி விடுவாள்.

காப்பர் தொழிற்சாலை ஊழியர்கள் குடியிருப்புக்கு அருகில்தான் சுலோசனாவின் வீடு இருந்தது. அந்தக் குடியிருப்புகள் ஒன்றில் ஒரு பீஹாரிக் குடும்பம் இருந்தது. அவர்கள் வீட்டில் இருந்த முருங்கை மரத்தில் காய்கள் காய்த்துத் தொங்கின. அந்த வீட்டுக்காரர்களைக் கேட்டால் முருங்கைக்காய்களைக் கொடுக்கமாட்டார்கள் என்று அவளுக்குத் தெரியும். அதனால், அசந்த நேரம் பார்த்து முருங்கைக் காய்களைப் பறித்துக்கொண்டு ஓடி விடுவாள். இது இரண்டு மூன்று

நாட்கள் தொடர்ந்தது. ஒருநாள் அந்த வீட்டுக்காரி சுலோசனாவைக் கையும் களவுமாகப் பிடித்துவிட்டாள்.

"ஏய், நீதான் முருங்கைக்காயைப் பறித்துக்கொண்டு போகிற அந்தத் திருடியா? இது என்ன உன் அப்பன் வீட்டு மரமா?" என்று கத்தினாள்.

சுலோசனா வழக்கப்படி தன் வாயிலிருந்து கிளம்பிய ஏவுகணைகளை எடுத்து விட்டாள். "அப்படியானால், இது உங்க அப்பன் வீட்டு மரமா? நீ பீஹார்க்காரி! இது உங்கள் அப்பன் வீட்டு ஊர் என்று நினைப்பா? இது எங்கள் இடம். மறந்து விடாதீர்கள். நீங்கள் எல்லாம் எங்கிருந்தோ வந்தவர்கள். நான் இந்த மண்ணின் மகள். இங்கே இருக்கும் மரங்கள் எல்லாம் எங்களுக்குச் சொந்தம்."

இப்படிச் சொல்லி கையிலிருந்த முருங்கைக்காய் எல்லாவற்றையும் வீசி எறிந்தாள். பீஹாரிப் பெண் செய்வதறியாது திகைத்துப்போய் நின்றாள்.

சுலோசனா வேலை செய்த எல்லா வீடுகளிலும், எங்கள் வீடு மட்டும்தான் சந்தால் இனம் சார்ந்த வீடு. உண்மையில் ஒரே ஒரு ஆதிவாசி வீடு. மற்ற குடும்பங்கள் எல்லாம் பெங்காலிக் குடும்பங்கள். அந்தக் குடும்பங்களில் அவள் வேலை செய்வதால் தான் அவளும் நல்ல குணங்களைப் பெற்றிருக்கிறாள். ஒருவேளை நாங்களும் பெங்காலி பேசுவதால், சுலோசனாவும் எங்களைப் பெங்காலிகள் என்று நினைத்திருக்கக்கூடும்.

ஒரு சமயம் எங்கள் பங்களாவில் உள்ள உள்முற்றத்தில் சில பராமரிப்பு வேலைகள் நடந்துகொண்டிருந்தன. அங்கே வேலைக்கு அமர்த்தியிருந்த கூலியாட்கள் அனைவரும் பக்கத்து ஊரிலிருந்து வந்திருந்த சந்தால் இனத்தவர்கள். ஒருநாள் எஜமானியம்மா அந்த கூலி ஆட்கள் அனைவருக்கும் சில்வர் தம்ளர்களில் டீ கொடுத்தாள். அவர்கள் டீ குடித்து முடித்தவுடன் தம்ளர்களை வாங்கிக்கொண்டு வருமாறு சுலோசனாவிடம் சொன்னாள். அப்படி அவள் வாங்க வந்தபோது அந்தக் கூலிஆட்களே அந்தத் தம்ளர்களைக் கழுவிக் கொடுத்தார்கள்.

இதைக்கண்டு சுலோசனா உறைந்து போனாள்.

அவள் எஜமானியம்மாவிடம், "அம்மா, அவர்கள் ஆதிவாசிகள்" என்றாள்.

எஜமானியம்மா அதிர்ந்துபோனாள். சுலோசனா சென்றபின் எஜமானியம்மா இதுநாள் வரை சிரிக்காத அளவு சிரித்தாள். பல நாட்களுக்கு நாங்கள் இதை நினைத்துச் சிரித்தோம்.

● ●●

தினாநாத் மறைந்த சில மாதங்ளில் ஒரு வார்த்தைகூட சொல்லிக்கொள்ளாமல் மோகினி வீட்டைவிட்டு வெளியேறி விட்டாள். இரண்டு ஆண்டுகள் கழித்து காட்ஷிலா வந்த சுலோசனா எதேச்சையாக மோகினியைச் சந்தித்தாள். அவளால் அவ்வளவு எளிதாக மோகினியை அடையாளம் கண்டுகொள்ள முடியவில்லை. உடல் கனமாகிவிட்டது. விலை உயர்ந்த சேலை உடுத்தியிருந்தாள். ஆடம்பரமாக நகைகள், அழகான ஒப்பனை, ஆளே மாறி இருந்தாள்.

"மோகினி, என்ன இது, நம்பவே முடியவில்லை."

"எனக்குத் திருமணம் ஆகிவிட்டது" என்று ஒரு செயற்கையான நாணத்தோடு சொன்னாள்.

சுலோசனாவின் வீட்டைவிட்டு வெளியேறிய மோகினி ஜாம்ஷெட்பூரில் உள்ள தனது பெரியம்மா மகள் வீட்டிற்குச் சென்றாள். தெலுங்கு பேசும் பாபு என்பவன் நீண்ட காலமாக அங்கே குடியிருந்து வருகிறான். அந்த பாபு மோகினிக்கு அறிமுகம் ஆனான். அவன் ஒரு வணிகன் என்று சொல்லப்பட்டான்.

அவனுடைய முழுப்பெயர் என்னவென்றுகூட யாருக்கும் தெரியாது. எல்லோரும் அவனை பாபு என்றே அழைத்தார்கள். ஜாம்ஷெட்பூரில் ஒரு பெரிய பங்களாவில் அவன் வசித்து வந்தான். மோகினியின் பெரியம்மா மகள் ஒருத்தி ஓர் உடற்பயிற்சிக்கூடத்தில் வேலை செய்தாள். பாபுவிடம் வேலை செய்யும் இளைஞர்கள் சிலர் அந்த உடற்பயிற்சிக் கூடத்திற்கு அடிக்கடி வருவார்கள். அவர்கள் பார்வைக்கு திடகாத்திரமாக இருப்பார்கள். ஆனால், முரட்டுத் தனமானவர்கள். மோகினியின் பெரியம்மா மகளுக்கு இவர்களோடு நல்ல பழக்கம் உண்டு.

அந்த இளைஞர்களில் ஒருவர், அவரது வீட்டில் ஒரு பூஜை நடத்தினார். அந்த நிகழ்ச்சிக்கு மோகினியின் பெரியம்மா மகளை அவர் அழைத்திருந்தார். மோகினியும் பெரியம்மா மகளோடு ஒட்டிக்

கொண்டு நிகழ்ச்சிக்குச் சென்றாள். அந்தப் பூஜையில்தான் மோகினி பாபுவின் பார்வையில் சிக்கினாள்.

மோகினி பாபுவின் வீட்டில் குடியேறினாள். அது பெரிய பங்களா. பலவகையான லாரிகள், கார்கள், கனரக வாகனங்கள் வரிசை வரிசையாக நிறுத்தப்பட்டிருந்தன. அந்த மனிதன் மோகினியைவிட வயதில் மிகவும் மூத்தவன். அவனுக்கு அறுபது, எழுபது வயது இருக்கும். அவன் மனைவி இறந்துவிட்டாள். அவனுடைய பிள்ளைகள் திருமணமாகிப் போயிருக்கலாம் அல்லது வேறு இடத்தில் இருக்கலாம். பாபு மட்டும் அந்த வீட்டில் இருந்தாலும், தடிமாடுகள் மாதிரி இருந்த அவனுடைய உதவி ஆட்களும் அவனோடு இருந்தனர். அந்த ஆட்கள் எல்லாம் அவனுடைய விரல் அசைவிற்கு ஆடுவார்கள். சிலர் பாபுவின் பணத்தை எண்ணுவார்கள். சிலர் தனிமையில் இரகசியமாக கூடிப்பேசி விவாதிப்பார்கள். சில சமயங்களில் அவர்கள் கைகளில் துப்பாக்கி இருப்பதையும், ஓரிரு பெண்களை பாபுவின் தனி அறைக்கு அழைத்து வருவதையும் மோகினி பார்த்திருக்கிறாள்.

மோகினி படிக்காதவளாக இருக்கலாம். ஆனால், பாபு வெறும் வணிகர் மட்டுமல்ல என்பதைப் புரிந்துகொள்ளும் அளவு உலகம் தெரிந்தவள். அவளுக்குத் தேவையான இரண்டும் அவனிடமிருந்து கிடைத்தன. ஒன்று தேவையான பணம். இரண்டு முறையான அங்கீகாரம். இரண்டு மாதங்கள் தனிமையில் இருவரும் ஒரே அறையில் வாழ்ந்தபின் ஒருநாள் அவன் அவளைத் திருமணம் செய்துகொள்ள விரும்புவதாகச் சொன்னான். அவளும் சம்மதம் தெரிவித்தாள்.

பாபு கலவியில் தன்னைக் கரைத்துக்கொண்டவன். அவள் குமரியோ, கிழவியோ, கருப்போ, சிகப்போ அவளைக் கண்டவுடன் கட்டிலுக்குத் தூக்கிச் செல்வதுதான் அவன் வேலை. அவனுக்கு வயதாகிவிட்டாலும் பெண்களை வசியம் பண்ணக்கூடியவன். அவன் இறுக்கமான ஆடைகளை அணிவான். பளபளக்கும் பேன்ட், வண்ண வண்ண மேற்சட்டை, பெரிய அளவில் குளிர்ச்சிக் கண்ணாடி, பட்டையான கைக்கடிகாரம், கடுமையான நறுமணம் தரக்கூடிய ஆயுர்வேத எண்ணெயைத் தலையில் தேய்த்து இருக்கிற முடியைக் கொண்டு தலையில் உள்ள சொட்டைகளை மூடி மறைத்துச் சீவி விடுவான். எப்போதும் பான் மசாலா போட்டு மென்று கொண்டிருப்பான். தம் அடிப்பான். அவன்மீது எப்போதும் பான் மசாலா வாடையும், வியர்வை நாற்றமும் வீசிக்கொண்டே இருக்கும். என்னதான் அவனுக்கு வயதாகிவிட்டாலும் மோகினிக்கு அந்தச்

சுகம் தாராளமாகக் கிடைத்துக்கொண்டே இருந்தது. இருப்பினும் அடுத்த பெண்களை நாடுவதையும் நிறுத்தவில்லை. அவனுக்குப் பகலில் மோகினி வேண்டும். இரவில் வேறு பெண்கள் வேண்டும். அவள் அமைதியாக, ஏ.சி., டி.வி.யுடன் கூடிய ஓர் அறையில் தனிமையாக இருந்தாள். எந்தக் கேள்வியும் கேட்கக்கூடாது என்று அவளுக்குத் தெரியும். ஒருநாள், ஆர்வமும் பொறாமையும் ஒன்று சேர்ந்து அவளை செயல்பட வைத்துவிட்டது. நேற்று இரவு அவனது அறைக்கு வந்த அந்தப் பெண் யார் என்பது பற்றியும், அவள் குடித்து விட்டு தனது அறைக்கு அருகில் வாந்தி எடுத்தது பற்றியும் அவனிடம் கேட்டுவிட்டாள்.

“யார் அந்தத் துப்புக்கெட்டவள்” என்று மோகினி அவனிடம் கேட்டாள்.

உடனே எழுந்து அவள் தலைமுடியைப் பிடித்துத் தரதரவென அவளைத் தன் அறைக்குள் இழுத்துச் சென்று தள்ளிவிட்டான். அவள் உடம்பில் ஒட்டுத்துணி இல்லாமல் செய்து, தன் பெல்ட்டைக் கழற்றி அவளை விளாசித் தள்ளினான்.

“நீ என்னைக் கேள்வி கேட்கிறாயா? நீ யார் என்று உனக்குத் தெரியுமா? உன்னைப் போன்ற பெண்கள் என் விரல்நுனியில் நடனம் ஆடிக் கொண்டிருக்கிறார்கள் தெரியுமா?”

அந்த இரவு பாபு எந்தப் பெண்ணையும் அழைத்து வரச் சொல்லவில்லை. அவன் சாப்பாட்டை எடுத்துக்கொண்டு மோகினியின் அறைக்கு வந்தான். அவளை அருகில் அழைத்து பெல்ட்டால் அடிபட்டு வீங்கிப் போயிருந்த இடங்களைக் கருணையோடு தடவினான். அடிபட்ட காயத்தில் முத்தமிட்டான். இருவரும் உணர்ச்சிவசப்பட்டனர். அவன் அவள் காதுகளில் தன் காதலை வெளிப்படுத்தினான். “நான் உன்னை எவ்வளவு நேசிக்கிறேன் என்று உனக்குத் தெரியுமா? மோகினி, நீதான் என் உலகம். இங்கு வரும் மற்ற பெண்கள் எல்லாம் உனக்கு முன்னால் ஒன்றுமில்லை. அவர்கள் எல்லாம் வந்து போகிறவர்கள். நீதான் என் வாழ்க்கை. நீ ஏன் இந்த மாதிரிக் காரியம் எல்லாம் பார்க்கிறாய்? ஏன் என்னைக் கோபப்படுத்துகிறாய்? ம்ம்ம். மோகினி? நீ இல்லாமல் எனக்கு வாழ்வு இல்லை.”

பாபுவின் வாழ்க்கையில் மோகினி அவனது மனைவியாக இருந்தால்கூட, தினாநாத் வீட்டில் அவள் எந்த இடத்தில் இருந்தாளோ அதே இடத்தில்தான் இங்கேயும் இருக்கிறாள். அவள் அவனுக்கு

வழங்குகிற உடல் சுகத்திற்கு பதிலாக அவள் உயர்ரக உணவும், வசதியான வீடு, ஏ.சி. செய்யப்பட்ட குளுகுளு அறை, எந்த நேரமும் டி.வி., விலையுயர்ந்த ஆடை, தேவையான பணம், எங்கு வேண்டுமானாலும் செல்வதற்கு டிரைவரோடு கூடிய கார், மனைவி என்ற அந்தஸ்து போன்ற எல்லா சுகங்களையும் அனுபவித்தாள். இது அவளுக்கு எந்த வகையிலும் அருவருப்பாகப்படவில்லை.

தனக்கு ஏற்பட்ட படுக்கை அறை நிகழ்வுகள், இரவு வரும் பெண்கள், துப்பாக்கி ஏந்திய இளைஞர்கள், இவைகளைத் தவிர்த்து, மிச்சம் எல்லாவற்றையும் ஒன்றுவிடாமல் சுலோசனாவிடம் மோகினி சொல்லி விட்டாள்.

சுலோசனா, மோகினியின் தகவலில் லயித்துப் போய்விட்டாள். மோகினி காட்ஷிலாவில் தங்கியிருந்த கடைசி நாளன்று, இருவரும் தனியாக அமர்ந்து டீ போட்டபடியே பேசிக்கொண்டிருந்தனர்.

யாரும் தங்களைக் கவனிக்கிறார்களா என்று சுற்றும்முற்றும் கவனித்துவிட்டு, "மோகினி, என் மகள் மாதாபாங்கியை உன்னோடு அழைத்துச் செல்கிறாயா? உன்னோடு வந்தால், அவள் ஏதாவது படித்துக் கொள்வாள். அவளுக்கு ஒரு புதுவாழ்வு கிடைக்கும். இங்கே அவளுக்கென்று என்ன இருக்கிறது. என்னால் அவளுக்கு எதையும் கொடுக்க இயலவில்லை. உன் வீட்டுக்காரர் பாபு அவள் வாழ்க்கைத் தரத்தை மாற்றிவிடுவார். நல்ல மாப்பிள்ளையைப் பார்த்துக் கட்டிவைப்பார். அல்லது ஏதோ ஒரு நல்ல வழி காட்டுவார்."

அதைக் கேட்ட மோகினி அப்படியே உறைந்து போனாள். கையிலிருந்த கரண்டி நழுவி பாத்திரத்தில் வைக்கப்பட்டிருந்த தேநீரில் விழுந்தது. 'இல்லை, இல்லை. மாதாபாங்கியா? பாபு வீட்டிற்கா? ஐயோ, இந்த அழகான குமரிப் பெண்ணை சேர்த்துக்கொண்டு, இவளை வீட்டைவிட்டு விரட்டி விட்டால்?...'

"மாதாபாங்கிக்கு நான் என்ன செய்ய வேண்டும், அக்கா?"

சுலோசனா மோகினியின் முன் கீழே உட்கார்ந்துகொண்டு அவள் கையைப் பிடித்து, 'நீதான் ஏதாவது செய்ய வேண்டும் மோகினி. நினைவிருக்கிறதா, நாம் இருவரும் அக்கா தங்கை மாதிரி இருக்கவில்லையா? நீதான் மாதாபாங்கிக்கு அத்தை. இல்லை, இல்லை. அத்தை இல்லை. அவளுக்கு அம்மா. இரண்டாம் தாய். நீ மாதாபாங்கியைக் கவனிக்கவில்லை என்றால் வேறு யார் கவனிப்பார்கள்? தேநீர் கொடுப்பதற்கு முன்பே, வலுக்கட்டாயமாக

சுலோசனா, மோகினியின் வாக்குறுதியை வாங்கிவிட்டாள். மாதாபாங்கியை தன்னோடு ஆதித்யபூர் பாபு வீட்டிற்கு அழைத்துச் செல்வதாக வாக்குறுதியை வழங்கிவிட்டாள்.

• • •

ஆதித்யபூர் சென்ற மோகினி, மாதாபாங்கியை காட்ஷிலாவில் உள்ள என் அக்காவின் மகள் இவள் என்று சொல்லி வைத்தாள். புத்திசாலியான மோகினி அவளது கடந்த கால வாழ்க்கையைப் பற்றி பாபுவிடம் எதுவும் சொல்லவில்லை. பாபுவிற்கு, மோகினிக்கு சுலோசனா என்று ஒரு விதவையான அக்காள் இருக்கிறாள் என்று மட்டும் தெரியும். அதற்கு மேல் எதுவும் தெரியாது.

காட்ஷிலாவில் சுலோசனாவால் அவளது ஆனந்தத்தை அடக்கி வைத்துக்கொள்ள முடியவில்லை. அந்த அதிகாலையில் மோகினியையும் மாதாபாங்கியையும் இரயில் நிலையத்திலிருந்து அனுப்பி வைத்தவுடன் எங்கள் வீட்டிற்கு ஓடோடி வந்துவிட்டாள்.

"அம்மா, அம்மா"

அப்போது எஜமானி அம்மா தேநீர் தயாரித்துக்கொண்டிருந்தாள்.

"விஷயம் தெரியுமா, அம்மா" என்று சுலோசனா சொல்ல ஆரம்பித்தாள். அப்போது சுலோசனாவுக்கென்று உள்ள அந்த குவளையில் தேநீர் வடிகட்டிக்கொண்டிருந்தாள். "மாதாபாங்கியை மோகினியோடு ஆதித்யபூரில் உள்ள பாபு வீட்டிற்கு அனுப்பி வைத்துவிட்டேன். நான் இப்போது மிகுந்த மகிழ்ச்சியாக இருக்கிறேன்."

அதிர்ச்சியடைந்த எஜமானியம்மாவின் கையிலிருந்து குவளை கீழே விழுந்து தரையைக் கறைபடுத்தியது.

"என்ன ஆச்சு அம்மா? ஏதாவது அடிபட்டுவிட்டதா? கவனமாக இருக்க வேண்டாமா?"

"கவனமாகவா? நீ என்னைக் கவனமாக இருக்கச் சொல்கிறாயா? முட்டாள் பெண்ணே! நீ கவனமாக இருந்திருக்க வேண்டும்."

"அம்மா!" சுலோசனா குழம்பிப்போய் நிலைவெறித்துப் பார்த்தாள்.

எஜமானி அம்மா ஆழமாக மூச்சை இழுத்துவிட்டு சுலோசனாவின் மீது சீறி விழுந்தாள். "உனக்கு அறிவு என்பதே இல்லையா?"

"அம்மா, நான் நினைத்தது..."

எஜமானி அம்மா தன்னையே கட்டுப்படுத்திக்கொண்டு, கீழே விழுந்த குவளையை எடுத்து அடுக்கி வைத்துவிட்டு சுலோசனாவைத் திரும்பிப் பார்த்தாள். "அந்த ஆள், பாபுவைப் பற்றி உனக்கு ஏதாவது தெரியுமா?"

சுலோசனா தெரியாது என்று தலையை ஆட்டினாள்.

"இந்த மோகினி உன்னோட சக்களத்தி. உன் வீட்டுக்காரன் இறந்த பிறகு உன்னை விட்டுவிட்டுக் கிளம்பியவள். நேராகப் போய் எங்கோ சந்தித்த ஒரு பணக்காரனைத் திருமணம் செய்துகொண்டவள். முன்னேபின்னே தெரியாத இடத்தில் இருக்கிற, முன்னே பின்னே தெரியாத ஒரு மனிதனோடு, அசிங்கமான வாழ்க்கை நடத்திக் கொண்டிருக்கிற ஒருத்தியோடு எப்படி ஒரு குமரிப் பெண்ணை அனுப்பலாம்?"

நீண்ட நேரம் சுலோசனாவால் வாய் திறந்து எதுவும் பேச இயலவில்லை. எஜமானியம்மா அவளைக் கோபத்தில் முறைத்துப் பார்த்துக்கொண்டிருந்தாள்.

எஜமானியம்மாவின் முகத்தை நேரிடையாகப் பார்க்க முடியாத சுலோசனா, "அம்மா... மாதாபாங்கி அங்கே சந்தோஷமாக இருப்பாள் என்று நினைத்தேன். நல்ல உடையும் உணவும் அவளுக்குக் கிடைக்கும் என்று நம்பினேன். அவளின் அண்ணன்மார்களுக்குத் திருமணம் ஆகிவிட்டது. அவர்கள் இவளைக் கவனிக்கமாட்டார்கள். என்னிடம் எதுவும் இல்லை. அவளுக்குக் கொடுக்க என்னிடம் என்ன இருக்கிறது? ஆகவேதான் நான்..."

"சுலோசனா, உன் மகளுக்கு வேறு என்னதான் கொடுக்க வேண்டுமென்று நினைக்கிறாய்? அவளுக்குப் போதுமான சாப்பாடு போடவில்லையா, நீ? போதுமான சட்டை துணிமணி கொடுக்க வில்லையா? இங்கு அவள் சந்தோஷமாக இல்லையா? உன் சொந்த வீடு இல்லையா இது? அவள் அம்மா அப்பாவின் வீடு இல்லையா இது? மோகினி எந்த மாதிரி ஆள் என்று உனக்குத் தெரியாதா? உன் புருஷனோடு அவள் என்ன செய்தாள் என்று எனக்குச் சொல்லவில்லையா நீ? அவளை நம்பி உன் மகளை அவளோடு அனுப்பி இருக்கிறாயே!"

சுலோசனா மென்மையாகச் சொன்னாள். "அவள் விதி எப்படியோ இருக்கட்டும். அவளை நான் மீட்டு வர விரும்புகிறேன். புதிய புதிய

விஷயங்களைக் கற்றுக்கொள்ள வைக்க விரும்புகிறேன். அவளுக்கு என்ன விதித்திருக்கிறதோ, அதைத் தடுக்க யாரால் முடியும்?"

எஜமானியம்மா வேதனையில் தலை ஆட்டினாள். "சரியாகச் சொன்னாய், எழுந்திரு. உன் தேநீர்க் குவளையை கழுவிக்கொண்டு வா. கொஞ்சம் தேநீர் ஊற்றிக் குடி. இரண்டு பரோட்டா சாப்பிடு. அப்புறம் வேலையைத் தொடங்கு. நல்ல பாடங்களைக் கற்றுக் கொள்வாய் என்று நம்புகிறேன்."

அன்று மாலை முழுக் கதையையும் எஜமானியம்மா, டாக்டரம்மாவிடம் சொன்னாள்.

டாக்டரம்மா கோபமாக, "நீ ஒன்றும் அவளுக்கு யோசனை சொல்ல வேண்டாம். சுலோசனாவைப் பற்றி எனக்கு நன்கு தெரியும். அவள் ஒரு பேராசைப் பிசாசு. முன் யோசனை இல்லாதவள். வேண்டுமென்றால் அவளையே விலைக்கு விற்றுக்கொள்வாள். அவளது திமிர்த்தனத்தைப் பார்த்தாய் அல்லவா? ஆதிவாசிகள் பற்றி அவள் பேசுவதைப் பார்த்தாய் அல்லவா? அதுவும் அவள் ஜாதி ஜனங்களைப் பற்றியே எப்படிப் பேசுகிறாள். அவளுக்குப் பெரிய பெங்காலி என்று நினைப்பு. அவளுக்கு அவளைவிட கெட்டிக்காரி யாருமே இல்லை என்ற எண்ணம்.

சின்ன வயதில் அவள்பட்ட துன்பங்களின் மூலம் அவள் நல்ல பாடங்களைக் கற்றுக்கொண்டிருக்கவேண்டும். ஆனால் அப்படி இல்லை. இதுவரை கற்றுக்கொள்ளாதவள் இனிமேலா கற்றுக்கொள்ளப் போகிறாள்? அவள் மகளை எங்கோ, அவளுக்குப் பிடித்த இடத்திற்கு அனுப்பட்டும். அது அவளது சொந்த வாழ்க்கை. நல்ல விஷயங்களை எடுத்துச் சொல்வதால் எந்தப் புண்ணியமும் இல்லை. மறுபடியும் அவளிடம் மோகினி என்றோ மாதாபாங்கி என்றோ பேச வேண்டாம்." டாக்டரம்மா சொன்னது மிகவும் சரி. அதற்குப் பிறகு சுலோசனாவிடம் மாதாபாங்கியைப் பற்றிப் பேச்சே எடுக்கவில்லை. எப்போதும் ஏதாவது உளறிக்கொண்டிருக்கும் சுலோசனா, இப்போது ஏதோ ஒரு சிந்தனையில் மூழ்கியிருப்பதை எஜமானியம்மா கவனிக்கத் தவறவில்லை.

• • •

ஆதித்யாபூரில் பாபு மோகினிக்கும் மாதாபாங்கிக்கு சிறந்த உணவுகளும் பகட்டான விலை உயர்ந்த உடைகளும் வாங்கிக்

கொடுத்து உபசரித்தான். அவர்கள் இருவரையும் தன் காரில் ஜாம்ஷெட்பூருக்கு அழைத்துச் சென்றான். அங்கே ஜுபிலி பூங்காவிற்குப் போனார்கள். திரைப்படம் பார்த்தார்கள். சாலையோர சிற்றுண்டியில் தோசை சாப்பிட்டார்கள். மாதாபாங்கி மிகவும் மகிழ்ச்சியாக இருந்தாள். நான்கு நாட்களில் ஏ.சி.யையும், டி.வி.யையும் இயக்கக் கற்றுக்கொண்டாள். மோகினிக்கு ஓய்வு கிடைத்தது. அவளுடைய அம்மாவைப் பற்றியோ குடும்பத்தைப் பற்றியோ மாதாபாங்கி பாபுவிடம் சொல்லவில்லை. பாபுவுக்கும் மோகினியின் அக்காவைப் பற்றித் தெரிந்துகொள்வதில் அவ்வளவு ஆர்வம் இல்லை. அவனுடைய முழுக் கவனமும் மாதாபாங்கியை உபசரிப்பதில்தான் இருந்தது.

"சித்தி, அந்தக் கடையிலே பார்த்தோமே காக்ரி-சுந்திரி, அந்த ஆடையை வாங்கித் தருவீர்களா?" என்று ஒருநாள் கடைவீதிக்குப் போகிறபோது கேட்டாள்.

"கண்டிப்பாக வாங்கித் தருகிறேன்" என்று பாபு சொன்னான்.

அடுத்த ஐந்தாம் நாள் பாபு அந்த உடையை மாதாபாங்கிக்கு வாங்கி வந்துவிட்டான். அந்த உடையுடன் மாதாபாங்கியின் அறைக்கு உள்ளே சென்ற பாபு, கதவை உட்பக்கம் தாளிட்டான்.

"நீ கேட்ட ஆடை இதோ உனக்காக வாங்கி வந்துவிட்டேன் கண்ணே!" என்று சொல்லிக்கொண்டே மாதாபாங்கியின் கட்டிலில் அமர்ந்து கொண்டு அவள் கன்னத்தை வருடத் தொடங்கினான்.

மாதாபாங்கியின் மகிழ்ச்சி அப்போது அதிர்ச்சியாக மாறியது. அவளால் ஒரு வார்த்தைகூடப் பேச முடியவில்லை.

"வா, கண்ணே, இதைப் போட்டுக் கொள்" அவன் மூச்சுக்காற்றில் சாராய நெடியும் கண்களில் காமமும் கலந்திருந்தன.

மாதாபாங்கி உறைந்துபோய் நின்றாள். "வாடா, கண்ணு, சல்வார் கமிசை மாற்றிவிட்டு இதைப் போட்டுக்கொள். ஏன் இந்த பழைய ஆடையைப் போட்டுக்கொண்டிருக்கிறாய். இந்தப் புதிய ஆடையில் உன்னைப் பார்க்க விரும்புகிறேன்" என்றான் பாபு.

மாதாபாங்கி அதிர்ச்சியில் உறைந்து அசைய முடியாமல் நின்றாள்.

"வாடா செல்லம். இதைப் போட்டுக்கொள்" என்று சொல்லி அவளை இழுத்து மீண்டும் கன்னத்தை வருடினான்.

அதிர்ச்சியடைந்தும், ஆதரவற்றும் நின்றதால் அவள் கண்கள் கண்ணீரை வார்த்தன.

"என்ன ஆச்சு? ஏன் அழறாய், செல்லம்? நான் உன்னை நேசிக்கிறேன். எவ்வளவு அழகான ஆடை உனக்காக வாங்கி வந்திருக்கிறேன் பார்த்தாயா? இதைத்தானே நீ வேண்டும் என்று கேட்டாய்?" என்று அவளை நெருங்கினான்.

மாதாபாங்கி தைரியத்தை வரவழைத்துக்கொண்டு, தன்னுடைய பலத்தை எல்லாம் ஒன்றுதிரட்டி, "சித்தி... சித்தி" என்று கத்தினாள்.

"என்ன சித்தி? நான் ஏன் உன்னை இந்த வீட்டில் வைத்திருக்கிறேன். நான் ஏன் உனக்கு சாப்பாடு போட்டு வேண்டியதை எல்லாம் வாங்கித் தருகிறேன். ஏன் உன் அம்மா இங்கே அனுப்பி வைத்தாள்? சும்மா ஓசியில் உட்கார்ந்து சாப்பிடவா?"

மாதாபாங்கியின் கண்களிலிருந்து பொலபொலவென்று கண்ணீர் கொட்டியது. ஆனால், அவள் குரல் தொண்டையைவிட்டு வெளியே வரவில்லை.

அந்த நேரத்தில் யாரோ கதவை இடிக்கும் சத்தம் கேட்டது.

"தயவுசெய்து, தயவுசெய்து அவளை எதுவும் செய்துவிடாதீர்கள்."

அது மோகினியின் குரல். பாபு என்ன முயற்சி எடுத்துக் கொண்டிருக்கிறான் என்பதை எப்படியோ கண்டு கொண்டாள்.

"பாபு-ஜி, தயவுசெய்து, அவளை தயவுசெய்து விட்டுவிடுங்கள். அவள் சின்னப் பெண். அவள் அம்மா என்னை நம்பி அவளை அனுப்பினாள், அவளை விட்டுவிடுங்கள்."

பாபு இவள் சொல்வதைக் கேட்கவும் இல்லை. அவன் முயற்சியைக் கைவிடவும் இல்லை.

"பாபு-ஜி, அவளை விட்டுவிடுங்கள். உங்களுக்கு எந்தப் பெண்ணைப் பிடிக்கிறதோ, அந்தப் பெண்ணைக் கொண்டுவந்து தருகிறேன். உங்களுக்காக எதை வேண்டுமானாலும் செய்கிறேன், என்ன சொன்னாலும் கேட்கிறேன். அந்தப் பெண்ணைமட்டும் விட்டுவிடுங்கள்."

ஆனால், பாபு அவளை இறுகப் பற்றினான். மாதாபாங்கி அதிர்ச்சியில் தன் உடல் கட்டுப்பாட்டை இழந்து சிறுநீர் கழித்து விட்டாள். அது அவன் கைகளை நனைத்தது.

இதனால் ஆத்திரத்தின் உச்சக்கட்டத்தை அடைந்த பாபு அவளை ஓங்கி அறைந்துவிட்டான். அவள் தலை ஒரு பக்கமாகத் திரும்பிவிட்டது.

பாபு கதவைத் திறந்தான். ஒரு பைத்தியக்காரியைப் போல, தலைவிரி கோலமாக, கண்ணீரில் கரைந்த ஒப்பனை முகத்தோடு மோகினி அங்கே நின்றுகொண்டிருந்தாள்.

"இவளை அனுப்பிவிடு. அவள் இனிமேல் என் வீட்டில் இருக்கக் கூடாது. அனுப்பிவிடு. இல்லை நான் அவளை ஒரு விபச்சார விடுதியில் விற்றுவிடுவேன்" என்று கத்திவிட்டு வெளியே வந்தான்.

அடுத்தநாள் காலையில் மாதாபாங்கியை இரயில் நிலையத்திற்கு அழைத்துச் சென்று, காட்ஷிலா செல்லும் இரயிலில் அவளை ஏற்றி கூட்டிக்கொண்டு சென்றாள்.

"போய்விடு, மோகினி அரிவாள்மனையால் நான் உன் கழுத்தை அறுப்பதற்கு முன்னால் போய்விடு." நடந்த எல்லாவற்றை யும் மோகினி அழுதுகொண்டே சொன்னதைக் கேட்டுவிட்டு சுலோசனா கத்தினாள்.

இந்த நிகழ்வுக்குப் பிறகு ஆறு வருடங்கள் கழித்துதான் சுலோசனா மோகினியை சந்தித்து, பகையாளியோடு உணவருந்தினாள்.

• • •

சுலோசனா எஜமானியம்மாவிடம் சொல்லிச் சொல்லி அழுதிருக்கிறாள். "நீங்கள் சொன்னதுதான் சரி அம்மா. நான் மோகினியை நம்பி... நம்பியே இருக்கக்கூடாது. எனக்கும் என் கணவனுக்கும் அவள் செய்த துரோகத்திற்கு, மாதாபாங்கியை அவளோடு அனுப்பியிருக்கவே கூடாது."

"சுலோசனா, அழுகையை நிறுத்து. உன் மகள் மாதாபாங்கிக்கு எதுவும் நடந்துவிடவில்லை. சரிதானே. அவள் நன்றாக இருக்கிறாள். இல்லையா? பாபு அவளைக் கட்டாயப்படுத்தியிருக்கிறான். ஆனால், ஒன்றும் செய்துவிடவில்லை. இல்லையா?"

"அது எப்படித் தெரியும் அம்மா. எதுவும் நடந்துவிடவில்லை என்று மோகினி சொல்கிறாள். அவள் உண்மையைத்தான் சொல்கிறாள் என்று நமக்கு எப்படித் தெரியும்?" என்று அழுதாள்.

"நீ, மாதாபாங்கியைக் கேட்டாயா? உன் மகளையே கேட்டுத் தெரிந்து கொள்வதைவிட்டு, நீ ஏன் உலகமெல்லாம் கேட்கிறாய்?" என்று எஜமானியம்மா எரிச்சல்பட்டாள்.

"மாதாபாங்கிக்கு என்ன தெரியும் அம்மா? அவள் விவரம் இல்லாதவள்."

"மாதாபாங்கியா விவரம் இல்லாதவள் என்கிறாய்? நீதான் விவரம் கெட்டவள். அவள் ஒரு குழந்தை, நீ அவளின் அம்மா. நீ அவளைப் புதைகுழியில் தள்ளிவிட்டு அவளை விவரம் இல்லாதவள் என்கிறாயே. நீதான் விபரம் இல்லாதவள். இந்த உலகத்திலேயே விவரம் இல்லாத ஆள் ஒருத்தி இருக்கிறாள் என்றால் அது நீதான்."

இதைக்கேட்டு எஜமானியம்மாவின் முகத்தையே சற்றுநேரம் வெறித்துப் பார்த்துக்கொண்டிருந்தாள். மீண்டும் அவளுக்கு அழுகை வெடித்தது.

"ஆமாம் அம்மா. நீங்க சொன்னது சரிதான். நான்தான் விபரம் இல்லாதவள். உலகத்திலேயே விபரம் இல்லாதவள் நான்தான். இனிமேல் என் மகளுக்கு என்ன ஆகும் என்றே தெரியவில்லை. அவளை யார் திருமணம் செய்துகொள்வார்கள்? அவள் வாழ்க்கையே இருளடைந்துவிட்டது."

அதிலிருந்து சுலோசனாவுக்கு அதைத்தவிர வேறு சிந்தனை இல்லை. அவளுக்குள்ளே பேசிக்கொள்ள ஆரம்பித்துவிட்டாள். பாபு என் மகள் வாழ்க்கையில் விளையாடிவிட்டான். மோகினியும் என் மகள் வாழ்க்கையைக் கெடுத்துவிட்டாள். அவர்கள் என் ஜென்ம விரோதிகள். சில நேரங்களில் சுலோசனா கதறுகிறாள். "என் மகளே, மாதாபாங்கி, என் மகளுக்கு என்ன ஆகுமோ?"

காலம் சுலோசனா மனதில் உண்டான காயத்தை ஆற்றாவிட்டாலும், அது மாதாபாங்கியை அழகே உருவாக ஆக்கிவிட்டது. பாபுவோடு ஏற்பட்ட அந்த நிகழ்வுக்குப் பிறகு, மாதாபாங்கி முற்றிலும் மாறுபட்ட ஒரு பெண்ணாக உருவெடுத்துவிட்டாள். அவள் மனமும் உடலும் மாபெரும் மாற்றம் கண்டது. வாய்ப்புகள் அவள் கைக்கு கனிந்து வந்து

கொண்டிருந்தன. அவள் இன்னொரு இளைஞனின் இதயத்தில் வீழ்ந்து விட்டாள்.

சீதாமாதாவின் கணவனுக்கு ஒரு தம்பி இருந்தான். அவன் பெயர் சூனு. அவனுக்கு மாதாபாங்கியின் வயதுதான். அவன் ஓட்டுநராக வேலை செய்தான். அவன் தொழிலில் கனரக வாகனங்களைப் பல இடங்களுக்கு ஓட்டிச் செல்வான். அதுபோன்ற பயணங்கள் அவனுக்கு அழகையும் ஆற்றலையும் அள்ளிக் கொடுத்திருக்கின்றன. மாதாபாங்கி, அவள் அக்காவின் வீட்டிற்கு பல தடவை வந்து போனதால், சூனுவும் அவளும் காதலில் வீழ்ந்து விட்டனர். இவர்களின் காதல் கிசுகிசு எல்லார் காதுகளிலும் விழுந்துவிட்டது. ஆனால், பாபுவோடு மாதாபாங்கிக்கு ஏற்பட்ட நிகழ்வு மட்டுமே அவளை அரித்துக் கொண்டிருந்ததால், அவள் காலடியில் நடக்கும் நிகழ்வுகளை அவளால் கண்டுகொள்ள முடியவில்லை.

ஒருநாள் மாதாபாங்கி அருகில் உள்ள கோயிலுக்குச் சென்று வருகிறேன் என்று அம்மாவிடம் அனுமதி கோரினாள். அவளும் அனுமதி கொடுத்துவிட்டு விரைவில் வீட்டுக்கு வந்துவிடு என்று சொல்லி அனுப்பினாள்.

அதற்கு மாதாபாங்கி, விளையாட்டுத்தனமாகச் சொன்னாள். "கவலைப்படாதே அம்மா, என்னைக் கவனித்துக்கொள்ள ஆள் இருக்கிறது."

அவள் சொன்னதை சுலோசனா புரிந்துகொள்ளவில்லை.

அன்று மாலை கோவிலிலிருந்து வீடு திரும்பிய மாதாபாங்கி தனியாக வரவில்லை. சூனுவையும் அழைத்துக்கொண்டு வந்தாள்.

சூனு வெள்ளை நிற குர்தா-பைஜாமா அணிந்திருந்தான். மாதாபாங்கி உடுத்தியிருந்த சேலை மின்னியது. அணிந்திருந்த நகைகள் ஜொலித்தன. அவர்கள் கழுத்துகளில் சாமந்திப்பூ மாலைகள் போட்டிருந்தனர். அவர்களின் ஆடைகளிலும் தலைகளிலும் சாமந்திப்பூ இதழ்கள் தூவிக் கிடந்தன. அவள் நெற்றியில் பெரிய குங்குமப்பொட்டு வைக்கப்பட்டிருந்தது. மாதாபாங்கி நெற்றிக்கு மேல் தலைமுடி வகிட்டில் நீண்ட குங்குமம் இட்டிருந்தாள். அவர்கள் இருவரும் ஆனந்த வெள்ளத்தில் திக்குமுக்காடிக்கொண்டிருந்தனர். இருவரும் சுலோசனாவின் காலில் விழுந்தனர்.

மாதாபாங்கி உணர்ச்சிப் பெருக்கில், "அம்மா, எங்களை ஆசீர்வாதம் பண்ணும்மா. நாங்கள் திருமணம் செய்துகொண்டுவிட்டோம்" என்றாள்.

சுலோசனா அரைகுறை மனதாக அவர்களுக்கு ஆசீர்வாதம் பண்ணினாள்.

அடுத்தநாள் சுலோசனா எஜமானியம்மாவைக் கட்டிப்பிடித்துக் கொண்டு, தன்னைக் கட்டுப்படுத்த முடியாத அளவு தேம்பித் தேம்பி அழுதாள். "அம்மா, நான் செத்துட்டேன் அம்மா" என்று சொல்லிக் கொண்டே இருந்தாள்.

"என் மகள் மாதாபாங்கி, ஒன்றுக்கும் உதவாத அந்த சூனுவைக் கலியாணம் செய்துகொண்டு வந்துவிட்டாள்" என்றாள்.

எஜமானியம்மாவுக்கு என்ன சொல்லி அவளைத் தேற்றுவது என்று தெரியவில்லை. "சுலோசனா, அவள் திருமணம் செய்து கொண்டது நல்லதுதான். சூனுவும் மாதாபாங்கியும் ஒருவரை ஒருவர் விரும்பினார்கள். அத்துடன், குறைந்தபட்சம் அந்தப் பையனுக்கு நிரந்தர வேலை என்று ஒன்று இருக்கிறது. மற்ற உறவினர்கள், நண்பர்கள் மாதிரி அவன் வேலைவெட்டி இல்லாமல் வீட்டில் உட்கார்ந்திருக்கவில்லை. அவன் உன் மகளை நன்றாகப் பார்த்துக் கொள்வான்" என்றாள்.

சுலோசனா அவளை ஆத்திரமாகப் பார்த்தாள். "ஆனால் அம்மா, அவன் எல்லாப் பெண்களையும் அழைத்துக்கொண்டு ஊர் சுற்றுவான். அயோக்கியன், அவனுக்கு வேறு என்ன தெரியும்? கார் ஓட்டுவதைத் தவிர?"

எஜமானியம்மாவுக்கு இப்போது உண்மையில் சொல்வதற்கு ஒன்றுமில்லை. சுலோசனா எங்கள் வீட்டில் வேலை பார்த்த இத்தனை ஆண்டு காலத்தில், பாதிக் காலத்திற்கும் மேல் வெட்டிப் பேச்சிலும், அவளுடைய சோகக் கதையைக் கேட்பதிலும், அவள் சொல்லும் புத்திமதியைக் கேட்பதிலும் கழிந்தது.

"சுலோசனா இன்றைக்கு நாம் ஒட்டடை அடிக்கவேண்டும். ஒரு நீளமான துடைப்பத்தை எடுத்துவா" என்று உத்தரவு பிறப்பித்துவிட்டு எஜமானியம்மா தப்பித்தாள்.

● ● ●

எங்கள் பங்களாவுக்கு இரண்டு அவுட்ஹவுஸ்கள் உண்டு. அதில் ஒன்றை கார்வா தம்பதியினருக்குக் கொடுத்துள்ளோம். கார்வா என்பவர்கள் ஹரிஜனங்கள். மெத்தார் என்று சொல்லப்படும் ஜாதியினர். வழக்கமாக மெத்தார் எனப்படும் ஜாதியினர் தோட்டி வேலை செய்பவர்கள். அந்தக் கார்வா குடும்பத்துப் பெண்மணி, காப்பர் கம்பெனி நடத்தும் மருத்துவமனையில் வேலை செய்யும் ஒரு தோட்டியின் மகள். அந்த மருத்துவ மனையில்தான் நம் டாக்டரம்மா வேலை செய்கிறாள். இந்தக் கார்வா பெண்மணியின் கணவன் ஒடிஷாவில் உள்ள ரைரங்பூர் என்னும் சிறு பட்டிணத்திலிருந்து வந்தவன். அவனுடைய மனைவி வீட்டார் குடியிருந்த காட்ஷிலாவில் உள்ள ஹரிஜன் பாஸ்டி என்ற இடத்திற்கு இவன் தங்க வந்தபோது, அந்தக் காலனியில் நிலவிய காட்டுக் கூச்சல், ஒலி பெருக்கிச் சத்தம், எந்த நேரம் அலறிக்கொண்டிருந்த டி.வி. சத்தம், இடைவிடாது கேட்டுக்கொண்டிருந்த அரட்டைச் சத்தம், இவை எல்லாவற்றையும் அவனால் தாங்கிக்கொள்ள முடியவில்லை. எனவே இந்த ஹரிஜன் பாஸ்டியை விட்டுத் தள்ளி, ஒதுக்குப்புறமாக, ஓர் அமைதியான வீடு பார்த்துத் தருமாறு மாமனாரைக் கேட்டுக் கொண்டான். டாக்டரம்மாவின் நம்பிக்கைக்குரியவரான அவரது மாமனார் இது பற்றி டாக்டரம்மாவிடம் கேட்ட போது, அந்தக் குடும்பத்தை நன்கு அறிந்திருந்த டாக்டரம்மா தாராளமாகச் சம்மதித்து விட்டாள்.

இந்தக் கார்வாக்காரன் எங்கள் தோட்டத்தைக் கவனித்துக் கொண்டான். மற்ற வேலைகளையும் கவனித்துக்கொண்டான். சமயங்களில் சுலோசனா, வீட்டு வேலைக்கு வரமுடியாதபோது, இவன் மனைவி வந்து வேலையைக் கவனித்துக்கொள்வாள்.

மாதாபாங்கி, அவள் கணவனோடு சென்ற சில மாதங்கள் கழித்து, சுலோசனா வீட்டுக்கு வந்தாள். அழுதுகொண்டே எஜமானி யம்மாவிடம் சொன்னாள். "எல்லா ஆண்களும் ஒரே மாதிரிதான் இருக்கிறார்கள். வீணாய்ப்போனவர்கள். என் மகன்களைப் பாருங்கள். அந்த வீட்டில் அவர்கள் என்னை வைத்துக்கொள்ள முடியாதாம். அது அவர்கள் அப்பா கட்டிய வீடாம்." எஜமானியம்மாவுக்கும் டாக்டரம்மாவுக்கும் வேறு வழியில்லை. சுலோசனா எங்கள் வீட்டில் பல ஆண்டுகள் வேலை செய்திருக்கிறாள். அதனால் அவளுக்கு உதவி செய்துதான் ஆக வேண்டும். எனவே இன்னொரு அவுட்ஹவுசில் சுலோசனாவைத் தங்கவைக்க டாக்டரம்மா அனுமதி தந்தாள்."

அந்தப் புதிய வீட்டில் சுலோசனா தங்கிய பிறகு ஒருநாள் எஜமானியம்மாவிடம், "உங்கள் அனைவரோடும் வந்து தங்கி இருப்பதில் எனக்கு மகிழ்ச்சி. இப்போது நிறைய நேரம் உங்களோடு கழிக்கலாம்." அப்போது எஜமானியம்மா அம்மியில் இஞ்சி அரைத்துக் கொண்டிருந்தாள். அந்த அம்மிக்கல்லைத் தூக்கி சுலோசனாவின் தலையில் போடவேண்டும் போல் இருந்தது. என்ன செய்வது? கடைசியில் சுலோசனாவின் தயவு வேண்டுமே.

சுலோசனா அந்த வீட்டிற்கு வந்த சில நாட்கள் கழித்து கார்வா பெண்மணி எஜமானியம்மாவிடம், "அம்மா, யாரோ ஒரு அந்நியப் பெண் வந்து தங்கியிருப்பது போலத் தெரிகிறது, யார் அது?" என்று கேட்டாள்.

சமீபத்தில் சுலோசனா வெளிப்படையாகத் தெரிவதில்லை. அதிகமாக யாருடனும் பேசுவதில்லை. வேலை முடிந்த உடனேயே அவுட்ஹவுசுக்கு ஓடிவிடுகிறாள். எஜமானியம்மாவுக்கு ஏற்கனவே சந்தேகமாக இருக்கிறது.

"எந்தப் பெண்ணைச் சொல்கிறாய்? அந்தப்பெண் எப்படி இருக்கிறாள்?" என்று எஜமானியம்மா கேட்டாள். "கருப்பாக இருக்கிறாள். நல்ல விலையுள்ள புடவை கட்டியிருக்கிறாள். அவள் முதன்முதலில் இங்கு வந்தபோது சுலோசனா வீடு எது என்று கேட்டு, எங்கள் வீட்டிற்கு வந்துவிட்டாள். இப்போது சுலோசனா வீட்டின் உள்ளேதான் இருக்கிறாள். வெளியில் வருவதே இல்லை. எப்போதும் வீட்டிற்குள்ளேதான் அடைந்து கிடக்கிறார்கள்."

எஜமானியம்மா புரிந்துகொண்டாள்.

"நீ போ. நான் சுலோசனாவிடம் பேசிக்கொள்கிறேன்" என்று கார்வா பெண்ணை அனுப்பி வைத்தாள்.

அடுத்தநாள் வழக்கம் போல சுலோசனா வீட்டு வேலைக்கு வந்தபோது, "சுலோசனா, நீ ஒரு திருடியை உன் வீட்டில் மறைத்து வைத்திருப்பதாகக் கேள்விப்பட்டேனே, யார் அந்தத் திருடி?" என்று எஜமானி அம்மா கேட்டாள்.

சுலோசனா அதிர்ந்துபோனாள். "அம்மா உங்களுக்குத் தெரிந்து விட்டதா?"

"ஆமா, எனக்குத் தெரியும். சொல்லு. மோகினிக்கு இங்கே என்ன வேலை?"

ஆதிவாசிகள் இனி நடனம் ஆடமாட்டார்கள் | 91

“அம்மா, ஷ்ஷ்ஷ்... ஷ்ஷ்ஷ்ஷ். மெதுவா. மெதுவாப் பேசுங்க. எல்லாரும் கேட்கப்போகிறார்கள்.”

“ஏன் மெதுவாகப் பேசணும்? ரொம்பச் சாமர்த்தியமாக நடந்து கொள்வதாக உனக்கு நினைப்பு. உன் வீட்டில் மோகினிக்கு என்ன வேலை? சொல்லு.”

சுலோசனா வெளியிட்ட செய்தி எஜமானியம்மாவை அதிர்ச்சியடைய வைத்தது.

மோகினிக்கு பாபுவோடு சண்டை வந்துவிட்டது. சுலோசனாவுக்கு அதுபற்றி எதுவும் தெரியாது. அந்தக் கெட்டிக்காரி மோகினி, இதைப்பற்றி எதையும் சுலோசனாவிடம் சொல்லவில்லை. மோகினி சுலோசனாவிடம் சொன்னது என்னவென்றால், அவளிடம் 30 ஆயிரம் ரூபாய் இருக்கிறது. அது பாபுவிடமிருந்து திருடியது என்பதுதான். தற்சமயம் அந்த 30 ஆயிரம் ரூபாய் மோகினியின் முக்கியமான சொத்து. அவளையும் அந்தப் பணத்தையும் பத்திரப்படுத்திக்கொள்ள காட்ஷிலாவில் உள்ள சுலோசனா வீட்டிற்கு வந்திருக்கிறாள். சுலோசனாவிற்கு அந்தப்பணத்தில் பங்கு தருவதாகச் சொல்லி இருக்கிறாள். இந்த முட்டாள், பேராசைக்காரி சுலோசனா, மோகினியால் இவளுக்கு ஏற்பட்ட அவமானம், ஆபத்து எல்லாவற்றையும் மறந்துவிட்டு, அவளுக்கு அடைக்கலம் கொடுத்திருக்கிறாள்.

“சுலோசனா, நீ எப்போதுதான் திருந்துவாய்?” என்று எஜமானியம்மா ஆத்திரத்துடனே கேட்டாள்.

“ஏன்? என்ன ஆச்சு அம்மா” என்று அலட்சியமாகக் கேட்டாள்.

“என்ன ஆச்சா? உன் மகள் வாழ்க்கையையே அழிக்கப் பார்த்தவள் அந்த மோகினி. நீ என்ன ஆச்சு என்று கேட்கிறாய். எல்லாவற்றையும் மறந்துவிட்டாயா? ஆறு ஆண்டுகளுக்கு முன்னால் நடந்தது எல்லாவற்றையும் மறந்துவிட்டாயா?”

சுலோசனா சிறிதுநேரம் அமைதியில் மூழ்கி இருந்தாள். பின் நிதானமாகப் பேசினாள். “அம்மா, நான் யாருக்காக வாழ்கிறேன். எல்லாம் என் மகளுக்காகத்தான். அவளும் என்னைவிட்டு எங்கோ போய்விட்டாள். என் மகன்களும் என்னைக் கவனித்துக்கொள்ள வில்லை. அதனால் உங்கள் வீடே தஞ்சம் என்று வந்திருக்கிறேன். என்

வாழ்க்கையில் வேறு என்ன மிச்சமிருக்கிறது? மோகினி எனக்கென்று ஏதாவது கொண்டு வந்தால்தான்...”

“சுலோசனா, நீ எங்காவது ஆற்றிலோ குளத்திலோ விழுந்து செத்துப் போய்விடு. உன்போன்ற ஆட்கள் எல்லாம் வாழ்வதற்கு லாயக்கற்றவர்கள்” என்று எஜமானி அம்மா ஆத்திரத்துடன் கத்தினாள். “உன் மகளைப் பற்றி இப்படிப்பட்ட செய்திகளைத்தான் சொல்லிக்கொண்டிருக்கிறாய். உன் மகள் உன்னை விட்டுவிட்டு எங்கும் போய்விடவில்லை. அவள் காதலித்த பையனைக் கல்யாணம் செய்துகொண்டு போயிருக்கிறாள். அவள் கணவன் குடும்பத்தாரோடு வாழ்ந்து வருகிறாள். உன் மகள் மாதாபாங்கிக்கு ஏற்பட்ட அந்த அசம்பாவிதத்திற்குப் பிறகு யார் அவளைத் திருமணம் செய்துகொள்ள முன்வருவார்கள் என்று நீ கவலைப்படவில்லை? சொல்லு. பிறகு மோகினி? திடீரென்று உனக்கு உயிருக்கு உயிராகிவிட்டாள். அவள் ஏதோ கொஞ்ச பணம் கொண்டு வந்ததால், உன் மகளுக்கு நேர்ந்ததை எல்லாம் அப்படியே மறந்துவிடுவாயா? என்ன ஆள் நீ?”

“அம்மா, நான் என்ன...”

“வாயை மூடு. நீ இருக்கிற அவுட்ஹவுஸ், நீ மோகினியை மறைத்து வைத்திருக்கிற அவுட்ஹவுஸ் உன்னுடைய வீடு இல்லை. ஏதாவது அசம்பாவிதம் ஏற்பட்டால், ஏன் பாபு வந்து ஏதாவது கலாட்டா செய்தால், நினைவு வைத்துக்கொள், உங்கள் எல்லோரையும் பற்றி போலீசில் புகார் கொடுத்துவிடுவேன். இந்த இடம் காட்ஷிலா. ஆதித்யாபூர் இல்லை.”

சுலோசனா அடுத்தநாள் வேலைக்கு வரவில்லை.

அவளை வேலைக்கு அழைத்து வர எஜமானியம்மா நேரில் சென்ற போது, அந்த வீடு பூட்டியிருப்பதைக் கண்டாள். எனவே அவசரத்துக்கு அவள் கார்வா பெண்ணை அழைத்து வந்தாள்.

கார்வா பெண் தரையை துடைத்துக்கொண்டிருந்தாள். அப்போது, “உங்களுக்குத் தெரியுமா, அம்மா, நேற்று ஓர் ஆள் காரில் வந்தான்” என்றாள்.

எஜமானியம்மா கவனமாகக் கேட்டாள். “எந்த ஆள்?”

“எனக்குத் தெரியவில்லை அம்மா. ஆனால், அந்த ஆள் உயரமாகக் கருப்பாக இருந்தான். ‘சுலோசனா எஜமானியம்மா வீடு எது என்று’ என்னிடம் கேட்டான்” என்றாள்.

"சுலோசனா எஜமானியம்மா!" என்று அவள் கேலி செய்தாள். "அந்த ஆள் யாரென்று தெரியும். அந்த ஆள்தான் மோகினியின் வீட்டுக்காரன். உனக்கு மோகினியைத் தெரியுமா? இதுவரை சுலோசனாவோடு இருந்தவள்தான். அவளுடைய சக்களத்தி. அவள் இந்த மிருகத்தைக் கலியாணம் செய்துகொண்டாள். அவன் ஒரு கிரிமினல், கொலைகாரன். சுலோசனா ஒரு வடிகட்டிய முட்டாள்."

"அம்மா, நான் பயந்து போய்விட்டேன்" என்று சொல்லிவிட்டு எழுந்து நின்றாள். "எனக்கு என்ன சொல்வதென்றே தெரியவில்லை. அவள் எங்கே இருக்கிறாள் என்று எனக்குத் தெரியாது என்று மட்டும் சொல்லி விட்டேன்."

எஜமானியம்மா கோபமாகப் பேசினாள். "பயப்படாதே. அவன் ஓர் அயோக்கியன். அவனுக்கு சவுக்கடி கொடுக்க வேண்டும். அதுகூடப் போதாது. அவன் ஆண் குறியை அறுத்து வீச வேண்டும். ஏதாவது நடந்தால், உடனே எங்களுக்குக் குரல் கொடு. அவனை உயிரோடு விடக்கூடாது."

அன்று மாலையில் எஜமானியம்மா, பாபு வந்த விஷயத்தை ஒன்றுவிடாமல் டாக்டரம்மாவிடம் சொன்னாள். இது கேட்டு டாக்டரம்மா ஆத்திரமடைந்தாள். "இந்த சுலோசனா ஒரு முட்டாள். எங்கள் அவுட்ஹவுசில் அவர்களால் ஏதாவது நடந்தால், இந்த சுலோசனா, மோகினி, அவள் வீட்டுக்காரன், எல்லோரையும் சும்மா விடமாட்டேன்."

அடுத்தநாளும் சுலோசனா வேலைக்கு வரவில்லை. சுலோசனாவின் வீடு பூட்டியே இருப்பதாக கார்வா பெண் தெரிவித்தாள். நாள் முழுவதும் எஜமானியம்மாவும், கார்வா பெண்ணும் சுலோசனா வீட்டிற்கு ஏதாவது கார் வருகிறதாவென்று மாறிமாறிப் பார்த்துக் கொண்டார்கள்.

அன்று இரவு அந்த அவுட்ஹவுசுக்கு அருகில் ஒரு கார் நிறுத்தப்பட்டிருப்பதாகத் தகவல் கிடைத்தது. நல்ல இருட்டு. யாரும் எளிதில் பார்க்க முடியாத அளவு அந்தக் கார் நிறுத்தப்பட்டிருந்தது. சுலோசனாவின் வீட்டில் விளக்கு எரிந்ததை எஜமானியம்மா கவனித்தாள். எஜமானியம்மா, டாக்டரம்மாவைக் கூப்பிட்டாள்.

"இரு, அவர்கள் என்ன செய்கிறார்கள் என்று பார்ப்போம். தவறாக ஏதாவது செய்தால், அப்போது வைத்துக்கொள்வோம்" என்றாள் டாக்டரம்மா.

நாங்கள் எதிர்பார்த்ததற்கு மாறாக எந்த அசம்பாவிதமும் நடைபெற வில்லை.

அடுத்தநாள் காலை சரியாக 6.00 மணிக்கு எஜமானியம்மா சமையற்கட்டைச் சுத்தம் செய்துகொண்டிருந்தபோது, சுலோசனா அங்கு வந்து தோன்றினாள். அவள் முகமலர்ச்சியோடு காணப்பட்டாள்.

"சுலோசனா, இந்த இரண்டு நாளும் எங்கே போயிருந்தாய்?"

சுலோசனா ஆனந்தத்தில் திக்குமுக்காடிப் போனாள், "அம்மா, என்ன நடந்தது தெரியுமா?"

"என்ன நடந்தது?" ஒன்றும் தெரியாதது போல, ஆனால் ஆர்வமுடன் கேட்டாள்.

"மோகினியும் பாபுவும் சமாதானமாகி விட்டார்கள்."

"என்ன?"

* * *

பாபு அவர்களைத் தேடிக்கொண்டிருப்பான் என்று சுலோசனாவுக்கும் மோகினிக்கும் தெரியும். கார்வா பெண், பாபு வந்த விபரத்தை சுலோசனாவிடமும் மோகினியிடமும் சொல்லி விட்டாள். இதை அறிந்த சுலோசனா அந்த 30 ஆயிரம் ரூபாயையும் ஒரு மஞ்சப்பையில் போட்டு கட்டி எடுத்துக்கொண்டாள். சுலோசனா வீட்டைப் பூட்டிக் கொண்டாள்.

இருவரும் காட்ஷிலா நகரின் ஒரு மூலையிலிருந்து இன்னொரு மூலைக்குச் சென்றார்கள். பாபுவின் கண்களில் பட்டுவிடாதவாறு மறைந்து மறைந்து சென்றனர். ஆனால் பாபு கில்லாடி. அவர்களைக் கண்டுபிடித்து விட்டான். அவர்களைக் காரில் ஏற்றிக்கொண்டு சுலோசனாவின் வீட்டிற்குக் கொண்டுவந்துவிட்டான்.

"மோகினி, நீ இல்லாமல் என்னால் வாழ முடியாது என்று உனக்குத் தெரியாதா?" என்று கேட்டான். இதுபோன்ற ஆசை வார்த்தைகளைப் பேசியபின், மோகினி அவன் காலடியில் பழையபடி சுருண்டு விழுந்து விட்டாள்.

ஆதிவாசிகள் இனி நடனம் ஆடமாட்டார்கள் | 95

பாபு மோகினியிடம், "இப்போதுதான் முதன்முதலாக சுலோசனா அவர்களைச் சந்திக்கிறேன்" என்றான். "சுலோசனா ஜி, நீங்கள் மிகவும் அழகாக இருக்கிறீர்கள்" என்று அவளைப் புகழ்ந்தான். பிறகு மோகினியிடம் திரும்பி, "நீ, உன் அக்கா சுலோசனா ஜியிடமிருந்து நிறையக் கற்றுக்கொள்ளவேண்டும்." இதைக் கேட்ட சுலோசனாவும் அவன் வலையில் வீழ்ந்துவிட்டாள்.

"இந்த சந்தோஷத்தைக் கொண்டாட வேண்டும்" என்று பாபு கேட்டுக் கொண்டான். அவர்கள் கடை வீதிக்குப் போய் மட்டன், ஒரு பாட்டில் பேக்பைப்பர் விஸ்கி, சோடா எல்லாவற்றையும் வாங்கிக் கொண்டு வந்தார்கள். "இந்த வீட்டில் மது அருந்துவதற்கு சரியான கண்ணாடி டம்ளர்கள் இல்லை" என்றான். ஆகவே பாபு விலையுயர்ந்த கண்ணாடிக் குவளைகளைத் தருவித்தான்.

"இது உங்களுக்காக சுலோசனா ஜி. இதுபோன்ற அரிய சந்தர்ப்பங்களில் பயன்படுத்துவதற்காக."

மோகினி சோறு வடித்து கறிக்குழம்பு செய்து வைத்தாள். மூவரும் குடித்துவிட்டு உணவு அருந்தினார்கள். சுலோசனா வராந்தாவில் பாயை விரித்துப் படுத்துத் தூங்கினாள். மோகினியும் பாபுவும் சுலோசனாவின் படுக்கையில் படுத்தனர். அவர்கள் இருவரும் பேசிக் கொள்ளும் சத்தமும் முத்தமிட்டுக்கொள்ளும் சத்தமும் கேட்டது. பிறகு மோகினியின் முனகல் சத்தம் கேட்கத் தொடங்கியது. பாபு அவள் காதுக்குள், "மெதுவாக, மெதுவாக, உன் அக்காவுக்கு கேட்கப் போகிறது" என்றான். சுலோசனா தூக்கத்தில் ஆழ்ந்துபோனாள்.

அடுத்தநாள் அதிகாலையில் எழுந்தார்கள். பாபு சுலோசனா கைகளில் 5 ஆயிரம் ரூபாயைத் திணித்தான். அவளின் விருந்தோம்பலுக்கும் பெருந்தன்மைக்கும் நன்றி பாராட்டினான். டாடா இண்டிகா காரில் மோகினியோடு ஏறி அமர்ந்து ஆதித்யாபூருக்கு விரைந்தான்.

சுலோசனா கனவுலகில் சஞ்சரித்துக்கொண்டிருப்பது போலச் சொன்னாள். "ஆளைச் சுண்டி இழுக்கும் காந்தம் போன்ற கவர்ச்சியான மனிதன் அவன். அம்மா, மோகினி ரொம்ப ரொம்பக் கொடுத்து வைத்தவள். அவள் ஒரு ..."

"போதும். நிறுத்து சுலோசனா. போதும். வாளியையும் துடைப்பத்தையும் எடுத்துக்கொண்டு போய் வராந்தாவைக் கழுவிச் சுத்தம் பண்ணு. நேரம் ஆகிவிட்டது."

நீலம் பூத்துப் பிறந்த குழந்தை

குழந்தைகள் சிகிச்சைப் பிரிவின் விபரக் குறிப்புகள் அடங்கிய விளம்பரப் பலகையை நோக்கி, சுரேனும் கீதாவும் அமர்ந்திருந்தனர்.

சுவாசித்தல் - நிகழ்கிறது

இதயத்துடிப்பு - 100 / 120 / நிமிடத்திற்கு

நிறம் - கருஞ்சிவப்பு

இன்னும் சில விபரக்குறிப்புகள் அதில் இருந்தன. அவர்கள் இருக்கும் இடத்திலிருந்து அவைகளைத் தெளிவாகப் பார்த்துப் புரிந்து கொள்ள முடியாது. அந்த விபரக் குறிப்புகளைப் படித்துத் தெரிந்து கொள்வதற்காக அவர்கள் அங்கே வரவில்லை. அந்த மருத்துவ மனையில் அவர்கள் வேலை முடிந்துவிட்டது. மருத்துவமனைப் பணியாளர்கள் குழந்தையை அவர்கள் கையில் கொடுத்துவிட்டால் அவர்கள் போய்விடலாம்.

சுரேன் - காலையில் அணிந்த ஜீன்ஸ் பேன்ட், சட்டை. வாரப்படாத தலை; வியர்வையாலும் அழுக்காலும் கருத்துப் போயிருந்த முகம்; களைத்துப் போயிருந்த கண்கள். இவ்வாறாக ஒரு காலை நாற்காலி மீதும், இன்னொரு காலை தரையின்மீதும் நீட்டிக்கொண்டிருந்தான். நாற்காலியின் கைப்பிடிமீது வைத்திருந்த ஒரு கையால் தலையைத் தாங்கிப் பிடித்துக்கொண்டும், இன்னொரு கையை முழங்காலின் மீது வைத்துக்கொண்டும் அமர்ந்திருந்தான். அடிக்கடி தலை முடியை விரல்களால் கோதிவிட்டுக்கொண்டிருந்தான். அல்லது கீழ்நோக்கியே பார்த்தவாறு அமைதியாக அமர்ந்திருந்தான். அவனுக்கு நான்கு நாற்காலிகள் தள்ளி கீதா அமர்ந்திருந்தாள். பிரசவ அறையில் மாற்றிக்கொண்ட மஞ்சள் நிறப் புடவையோடு இருந்தாள்.

அவளுக்குப் பிடித்திருந்த நீலநிறப் புடவை அணிந்திருந்தபோதுதான் பனிக்குடம் உடைந்தது. அதனால் அதை மாற்றி விடுமாறு பணிப்பெண்கள் வற்புறுத்தினார்கள்.

சூரிய அஸ்தமன நேரத்தில் வலி தொடங்கியது. இதுபற்றி எதுவும் அறிந்திராத சுரேன் அவளை ஒரு மருத்துவரிடம் அழைத்துச் சென்றான். அந்த மருத்துவர் அவளுக்கு வலி நிவாரண மருந்துகளைக் கொடுத்து விரைவில் நடக்க வேண்டிய பிரசவத்தைத் தவிர்த்திருக்கிறார். ஆனால், இது எதுவும் வேலைக்கு ஆகவில்லை. கீதா நிலைகுலைந்துவிட்டாள்.

நள்ளிரவு 1.00 மணிக்கு இவர்கள் மட்டுமே அந்த மருத்துவ மனையில் இருந்தனர். ஒரு மருத்துவ பணிப்பெண். அலுவலகத்தில் ஒரு நாற்காலியில் அமர்ந்து கண்டபடி காலை நீட்டிக் கொண்டு தூங்கிக் கொண்டிருந்தாள். பாதுகாப்புப் பணிக்கு அமர்த்தப்பட்டிருந்தவர் வராந்தாவில் அங்கும் இங்கும் நடந்துகொண்டிருந்தார். சுரேன் வாடகைக்கு பிடித்து வந்திருந்த வாகனத்தின் ஓட்டுநர் வந்து கண்ணாடி வழியாக எட்டிப் பார்த்துவிட்டு மீண்டும் வாகனத்திற்குத் திரும்பிச் சென்றார். சுரேன் குடும்பத்தார் வாகனத்திற்கு அருகில், நீல நிறத்தில் பிறந்துள்ள குழந்தை இயல்பான நிறத்திற்கு வர வேண்டுமே என்ற ஆதங்கத்துடன் நின்றுகொண்டிருந்தனர்.

● ● ●

சுரேனுக்கும் கீதாவுக்கும் திருமணம் நடப்பதற்கு முந்தைய நாள், கீதா திலீபைச் சந்தித்தாள். மற்ற நிகழ்வுகளைப் போல, இந்தச் சந்திப்பும் மிகுந்த கவனத்துடன் அவர்களால் செயல்படுத்தப்பட்டது. அது முக்கியமாகவும்பட்டது. வேலைவெட்டி இல்லாத, உதவாக்கரையான திலீப்பிடமிருந்து விலகியே இருக்குமாறு கீதாவுக்கு கடுமையாக எச்சரிக்கப்பட்டது. அவன் கீதாவை தவறாகப் பயன்படுத்துவான், அவளைக் கெடுத்துவிடுவான், கெடுத்துவிட்டுத் தூர வீசிவிடுவான் என்று கீதாவுக்கு பலமுறை சொல்லப்பட்டிருந்தது. ஆனால், கீதாவோ தன்னை அவன் பயன்படுத்திக்கொள்ளட்டும், தன்னைக் கெடுக்கட்டும் என்று அவனிடம் சென்றுவிட்டாள். திலீப் தன்னை தூர எறிந்து விடமாட்டான் என்ற உறுதியான நம்பிக்கையில் சென்றாள். அவள் எல்லாவற்றையும் திட்டமிட்டுக் கொண்டு சென்றாள். அவள் திட்டம் நிறைவேறினால், திலீப் நிச்சயம் அவளை நிராகரிக்கமாட்டான். அவளிடம் வந்துவிடுவான். அவளது திட்டம் நிறைவேறினால், சுரேனே அவளை திலீப்பிடம் கையளித்து விட்டுப் போய்விடுவான்.

"என்ன முடிவுடன் வந்திருக்கிறாய்?" என்று அவன் அவளைப் பார்த்த பார்வை ஒரு குழந்தை பார்ப்பதைப்போல் இருந்தது. அவளும் அவனது அந்தப் பார்வையைத்தான் காதலித்தாள். "இந்த மனிதனா...? இந்த மனிதனா என்னைத் தவறாகப் பயன்படுத்துவான், கெடுத்துவிடுவான், பிறகு தூர எறிந்து விடுவான்?" என்று யோசித்துப் பார்த்தாள்.

"உங்களுக்குத் தெரியாதா?" என்று சொல்லிவிட்டு புன்னகையோடு அவனை நோக்கினாள். அவன் முகத்தை, விரல்களால் வருடினாள். உதடுகளைத் தடவினாள். அவன் அவள் விரல்களை முத்தமிட்டு விட்டு, மீண்டும் அவளை நிமிர்ந்து குழம்பியபடி பார்த்தான்.

"என்ன விஷயம்? ஏன் இங்கு வந்திருக்கிறாய்? நீ திருமணம் செய்து கொள்ளப் போகிறாயே?" என்று மீண்டும் கேட்டான்.

"ஆமாம், திருமணம் செய்துகொள்ளப் போகிறேன். அதனால்தான் வந்தேன்" என்று அவனைக் குழப்பத்தில் தள்ளிவிட்டு ஒரு புன்னகை சொரிந்தாள்.

"எனக்குப் புரியவில்லை. நீ விரைவில் திருமணம் செய்துகொள்ளப் போகிறாய். வேறு ஒருவருக்குச் சொந்தமாகப் போகிறாய். என்னோடு உனக்கு எந்த வேலையும் இல்லையே."

"நான் எப்போதும் உங்களது சொத்து. நீங்கள் என் சொத்தாக எப்போதும் இருப்பீர்களா, சொல்லுங்கள்."

ஒருவேளை அவன் அவளைக் காதலித்திருப்பானோ? அதனால் தான் அவனால் எதுவும் சொல்ல முடியவில்லையோ? அல்லது அவன் அவளைக் காதலிக்கவில்லையோ? அதனால்தான் அவனிடம் அவளுக்கு சொல்லுவதற்கு எதுவும் இல்லையோ?

"ம்ம்ம். சொல்லுங்கள். ஏதாவது பேசுங்கள்" என்று துரிதப்படுத்தினாள்.

"ஆமா, ஆமா. நான் உனக்குச் சொந்தம்தான்" என்று முணுமுணுத்தான்.

"எப்போதும்?"

"எப்போதும்."

அதன் பிறகுதான் இது நடந்தது. ஒருவரைவிட்டு ஒருவர் விலகி இருக்க வேண்டிய நிர்ப்பந்தமும், ஒருவரை ஒருவர் பார்த்துக்

கொள்ளக்கூடாது என்ற கட்டாயமும்தான் இப்போது அவர்களை இணைத்துவிட்டது.

கீதாதான் அதை முதலில் தொடங்கி வைத்தாள். ஒரு தென்றல் தொடுவது போல கீதா அவனைத் தொட்டாள். இதுவரை அனுபவிக்காத ஸ்பரிசம் அவள் தொடுகையில் அவனுக்குப்பட்டது. இந்த விஷயத்தில் நிராயுதபாணியாக, தற்காத்துக் கொள்ள இயலாதவனாக நின்றான். அவளின் படையெடுப்பைத் தாங்க முடியாமல் அவன் படுதோல்வி அடைந்து வீழ்ந்தான். நாளை அவள் வேறு ஒருவனுக்குச் சொந்தமாகப் போகிறவள் அல்லவா? அவள் அல்லவா வலிந்து இவனைத் தேடி வீழ்த்த வந்திருக்கிறாள்.

அவள் விரும்பி வந்ததெல்லாம் நடந்தேறிய பின் சொன்னாள்: "வேறு ஒருவன் குழந்தையை என்னால் சுமக்க இயலாது."

அவனும் பிறகு அதைப் புரிந்துகொண்டான். அவன் அவளைப் பயன்படுத்தவில்லை. அவள்தான் அவனைப் பயன்படுத்தினாள்.

"இது சரி இல்லை."

"சரிதான். இங்கே பாருங்கள். அவரை எனக்குப் பிடிக்கவில்லை. அப்படி இருக்கிறபோது, எப்படி நான் அவரைத் திருமணம் செய்து கொள்ளமுடியும்? எப்படி என்னைத் தொட அவரை அனுமதிக்க முடியும்?"

அவன் எதுவும் சொல்லாமல் அமைதியாக நின்றான்.

"என்னோடு வந்து விடுவீர்கள்தானே! என்னைத் திருமணம் செய்து கொள்வீர்கள், அல்லவா?"

"உன்னைத் திருமணம் செய்துகொள்ள முடியாது, இப்போது முடியாது."

"இப்போது வேண்டாம். பிறகு. நம் குழந்தை வளருகின்றபோது."

"என்ன?"

"ஆம். நம் குழந்தை வளர்ந்து வருகிறபோது, அதையும் என்னையும் ஏற்றுக்கொள்ள நீங்கள் வரவேண்டும். வருவீர்கள் அல்லவா? சொல்லுங்கள். வருவீர்களா, மாட்டீர்களா?"

"என்... என்னால் சொல்ல முடியாது. அதை நீ நம்பிக்கொண்டிருக்க வேண்டாம்." அவன் நிறம் மாறினான்.

"நான் நம்பிக்கொண்டிருப்பேன். இது உங்கள் குழந்தை. நான் உங்கள் உடைமை. நீங்கள் என் உடைமை. இது நம் குழந்தை. நான் நம்பிக்கையோடு இருப்பேன்."

"நீ என்ன பைத்தியமா?"

"உங்களுக்காக. உங்களுக்காகப் பைத்தியம் பிடித்திருக்கிறது. வேறு யாருக்காகவும் இல்லை."

"அவருக்குத் தெரிந்துவிடும்."

"அவருக்குத் தெரியட்டும். என்னால் அவருடையவளாக ஒருபோதும் இருக்க முடியாது என்பதை அவர் தெரிந்துகொள்ளட்டும். மேலும் இது; அவள் விரல்களால் தன் அடிவயிற்றைத் தடவிக் காண்பித்தாள். அவர் வீட்டைவிட்டு வெளியேறுவதற்கான காரணமாக இது இருக்கட்டும்."

திலீப் தடுமாறினான். அவனால் யோசிக்க முடியவில்லை. "ஒன்றும் புரியவில்லை என்ன இது?"

தன் முகத்தை நெருக்கமாக அவன் அருகில் கொண்டு சென்றாள். "உங்களுக்குத் தெரிய வேண்டும், திலீப். என் அப்பாவிற்கு உங்களைப் பிடிக்கவில்லை. நீங்கள் எதற்கும் லாயக்கில்லாதவர் என்று நினைக்கிறார். உங்களுக்கு இன்னும் நிறைய வாய்ப்புகள் இருக்கின்றன திலீப். நீங்கள் விலகி இருக்க வேண்டிய அவசியமில்லை. பெரிய ஆளாக மாறுங்கள். நிறையச் சம்பாதியுங்கள். அப்புறம் என்னைத் தேடி வாருங்கள், சொல்லுங்கள். வருவீர்கள் அல்லவா?"

"ஆ... ஆமாம், ஆமாம்."

"பாருங்கள். நீங்கள் வராவிட்டால் நான் உங்களைத் தேடி வந்து விடுவேன். இதைச் சுமந்துகொண்டு வருவேன். எங்கள் இருவரையும் நீங்கள் ஏற்றுக் கொள்ளத்தான் வேண்டும்."

"வேண்டாம். அப்படியெல்லாம் செய்துவிட வேண்டாம். நானே வருவேன்."

• • •

சுரேன், கீதா திருமணத்திற்கு வரவழைக்கப்பட்டிருந்த அனைத்து ஒளிப்பதிவுக் கருவிகளும் கீதாவின் புன்னகை தவழும் முகத்தையே படம் பிடித்தன.

●●●

அவர்களின் முதல் சந்திப்பு அவ்வளவு சுமூகமாக இல்லை. கீதா விலகியே இருந்தாள். இந்தப் பெண்ணும் தன்னை நிராகரித்து விடுவாளோ என்ற குழப்பத்தில் இருந்தான் சுரேன். ஏற்கனவே இவன் இரண்டு வாய்ப்புகளை நழுவவிட்டிருக்கிறான். அதாவது, அந்தப் பெண்கள் இன்னும் கவர்ச்சியான மாப்பிள்ளைமார்களைத் தேடி ஓடி விட்டார்கள். உள்ளூர்த் தொழிற்சாலையின் ஓர் ஆய்வுக்கூடத்தில், மருந்தாளுநராகப் பொறுப்பேற்று அங்கு பணியாற்றிக்கொண்டு வந்தான். அவன் பட்டப்படிப்பு மட்டுமே முடித்திருந்தான். வேலைவாய்ப்புச் செய்திகள் தரும் பத்திரிகையின் பக்கங்களை வேகமாகப் புரட்டிப் பார்ப்பான். நண்பர்கள் மூலமும் தெரிந்தவர்கள் மூலமும் வேலைவாய்ப்புகள் பற்றிக் கேட்டுத் தெரிந்துகொள்வான். உயர்நிலைப்பள்ளி மாணவர்களுக்கு கணக்கும் அறிவியலும் சொல்லிக் கொடுத்துக்கொண்டிருந்தபோது அவனுக்குப் போதுமான நேரம் இருந்தது. அணுக்களும் மூலக்கூறுகளும் இவனை ஈர்த்தன. அதனால் கணக்கிலும் தியேரத்திலும் ஈடுபாடுகொண்டிருந்தான். பள்ளியில் புத்திக்கூர்மையுள்ள மாணவன் அவன். அவனுடைய தந்தை பணியிலிருந்து ஓய்வுபெற்று விட்டதால், குடும்பத்தைக் கவனித்து வந்த இவனது அண்ணன், இவனைச் சொந்தக்காலில் நின்று சம்பாதித்துக் கொள்ள வேண்டும் என்று வற்புறுத்தினான். இல்லையேல் அவன் பட்ட மேற்படிப்பு படித்திருப்பான். எம்.ஏ. படித்து முடித்த அவனுக்கு முனைவர் பட்டம் என்பது கனவு. பல்கலைக்கழக மானியக்குழுத் தேர்வு எழுதி கல்லூரியில் ஆசிரியர் வேலைக்கு முயற்சி எடுத்திருக்க வேண்டும். நிலைமை இவனை மாற்றி, ஒரு மருந்தாளுநராகப் பணியேற்கச் செய்துவிட்டது.

“திருமணத்திற்கு முன்பு எல்லாப் பெண்களும் அப்படித்தான்.” கீதா தன்னைவிட்டு விலகியே இருக்கிறாள் என்று சுரேன் அம்மாவிடம் முறையிட்டதால் அப்படிச் சொன்னாள். “பெண்கள் அவர்கள் குடும்பத்தைவிட்டுப் பிரிந்து திருமணத்திற்காக வெளியேறி வருகிறார்கள். இது உனக்குப் புரியாதா? அதனால் அந்தப் பயம் அவர்களுக்குள்ளே இருக்கும். மாப்பிள்ளைவீட்டார்கள் பெண் பார்க்கப் போகிறபோது அந்தப் பயம் வெளிக்காட்டப்படும்.”

அம்மா சொன்ன இந்தக் கருத்தைக் கேட்டுச் சிரித்தான். "என்ன பயம், அவள் முழுக்க முழுக்க விருப்பம் இல்லாதவள்போல்தான் தெரிகிறது. ஒருவேளை அவள் மனதில் வேறு யாரும் இருப்பார்களோ, என்னவோ?"

"என்ன. வேறு யாரும் இருப்பார்களா? உன்னைவிட வேறு யார் மேல்? அந்த மாதிரி எல்லாம் மோசமாக நினைக்க வேண்டாம்" என்று அவன் அண்ணியார் கேட்டுக்கொண்டார்.

அவன் அம்மா, "நீ இப்போது வேலையில் இருக்கிறாய். கை நிறையச் சம்பாதிக்கிறாய். அந்த நேரத்தில் உனக்கு வேலை கிடைக்கவில்லை. அதனால் அப்போது உனக்குத் தகுந்த பெண் கிடைக்காததால் திருமணம் ஆகாமல் இருந்திருக்கலாம். இந்தப்பெண் உனக்கு என்று தான் விதித்திருக்கிறது. அத்துடன், இவளும் டீச்சராக வேண்டுமென்று ஆசைப்படுகிறாள்" என்று சொன்னாள்.

இந்த விஷயம் அவனுக்கு வெற்றி கிடைத்தது போன்ற உணர்வைத் தந்தது. தன்னைவிட்டு வெகு தூரத்தில் தனித்து இருந்ததுபோல் தெரிந்த கீதா இப்போது இணக்கமுள்ள பெண்ணாகத் தெரிந்தாள்.

திருமணப் பேச்சுவார்த்தையின்போது திலீப் பற்றி ஒரு வார்த்தை கூட எழவில்லை.

கீதாவைப் பொருத்தவரை இந்தத் திருமணம் தவிர்க்க முடியாதது என்று அவளுக்கு நன்கு தெரியும். அவளுடைய திட்டங்கள் நிறைவேற வேண்டுமென்றால், நிலைமை சரியாக அமைய வேண்டும். முதலில் திலீப் திரும்பி வரவேண்டும். திலீப் அவளோடு ஒத்துப்போக வேண்டும். ஆனால், அவன் திரும்பி வராவிட்டால் என்ன செய்வது? இல்லை, இல்லை, அவன் வருவான். ஆனால், அவன் வரத் தாமதம் ஆனால்? காத்திருக்க வேண்டிய காலம் தாங்கிக்கொள்ள முடியாத அளவு நீண்டுகொண்டே போனால்? விரைவில் இந்த இடத்தைவிட்டு வெளியேறிவிட வேண்டும் போலிருந்தால் என்ன செய்வது? திலீப் வரும் வரை உள்ள இடைப்பட்ட காலங்களில் எப்படிச் சமாளிப்பது? இந்த இடைப்பட்ட காலத்தைச் சமாளிப்பதற்கான ஒரேவழி, ஆசிரியப் பணியை மேற்கொள்வதுதான். திருமணத்திற்கு அடுத்து வருகிற மாதங்களில் ஆசிரியர் பயிற்சிப் பணியை மேற்கொள்வதுதான் சரி. அதற்கான ஆயத்த வேலைகளை ஆரம்பித்துவிட்டாள்.

திருமணத்திற்கு அடுத்தநாள், நண்பர்கள் காட்டிய திருமணப் புகைப்படங்களைக் கண்டு சுரேன் புன்னகை புரிந்தான்.

“அண்ணி எப்படிச் சிரிக்கிறார் பார்” என்று நண்பர்கள் கேலி செய்தார்கள்.

“மணப்பெண்ணுக்கு அவளது மகிழ்ச்சியை மறைத்துக்கொள்ள முடியவில்லை” என்றார்கள்.

“இதைவிட மகிழ்ச்சியை உனக்குக் கொடுக்கப்போகிறாள், உன் மணப்பெண், சுரேன்-பாபு” என்று சொல்லி அவன் வயிற்றில் மென்மையாக இடித்தார்கள்.

“இன்று இரவை வீணாக்கிவிடாதே, சுரேன்” என்று சொன்னார்கள்.

“நாங்கள் சொல்லிக் கொடுத்ததை எல்லாம் மறந்துவிடாதே. என்ன செய்ய வேண்டும், எங்கே தொட வேண்டும் என்று சொன்னது எல்லாம் நினைவிருக்கிறதா?”

“நன்றாக ஞாபகம் வைத்துக்கொள். இல்லையென்றால் மிச்சமுள்ள உன் வாழ்நாள் எல்லாம் அழ வேண்டியிருக்கும்” என்று ஒரு நண்பன் சொன்னதும், எல்லோரும் சிரித்தார்கள். சுரேன் முகத்திலிருந்து வெட்கம் வழிந்தது.

கீதா, சுரேனை அவளுக்குள் ஏற்றுக்கொண்டாள். சுரேன் எதிர்பார்த்ததைவிட அவள் ஆவலாக இருந்தாள். அவன் நண்பர்கள் தாம் அவனை தேவையில்லாமல் பயமுறுத்தினார்கள்.

அம்மா சொன்னதுதான் சரி. பெண்கள் தங்களை மாற்றிக் கொள்வார்கள். ஆனால், முதல்நாள் சந்திப்பின்போது அறவே பிடிக்காததுபோல் அல்லவா காட்டிக்கொண்டாள். இப்போது அவளுக்குத் தேவைப்பட்டது அவன் மட்டுமே. ஆனால், அவனுடைய கவலையெல்லாம் தன்னுடைய செயல்பாடுகள் எல்லாம் சரியாக அமைந்திருந்தனவா என்பதுதான். அவளின் பங்களிப்பு அற்புதமாக அமைந்திருந்தது. இவன் பங்களிப்பு போதுமானதாக இருந்ததா?

போதுமான செயல்பாடுகள்தாம். ஏனென்றால், அடுத்தநாள், கீதா இன்னும் ஆர்வம் காட்டினாள். தன் பக்கத்தில் ஏவாளைப் போல படுத்திருந்த அவளைக் கைகொடுத்துத் தூக்கிவிட்டான். அவள் அவனைப் பார்த்து வெட்கப்பட்டுச் சிரித்தாள். வார்த்தைகளுக்கு வேலை இல்லாத அந்தச் சூழலில் அப்படியே அவளை உற்றுக் கவனித்தான்.

பிறகு, எல்லாம் முடிந்தபின், அவன் அவளைக் கவனித்துப் பார்த்த பார்வையிலிருந்து, 'இவ்வளவு பெரிய ஏமாளியாக இருக்கிறாயே' என்பது போல ஏளனமாகப் புன்னகை செய்தாள். அவளது திட்டம் வேலை செய்யத் தொடங்கியது. சில நேரங்களில் அவள் உடலுக்குள் ஏதோ மாற்றம் ஏற்படுவதை உணரத் தொடங்கினாள். ஆனால் அந்த மாற்றத்தை அவள் வெளிக்காட்டிக்கொள்ள முடியவில்லை. காட்டிக் கொள்ளவும் கூடாது. திலீப் வரும் வரை காட்டிக்கொள்ளக்கூடாது. அதுவரை எல்லாமே சுரேன், உன்னோடு நடந்த இத்திருமணம், மற்றும் எல்லாமே ஒரு நாடகம்தான்.

இரண்டு மாதங்களுக்குப் பிறகு அவளுக்கு நடந்த சிறுநீர்ப் பரிசோதனை அவளின் தாய்மையை உறுதிப்படுத்தியது.

• • •

அவள் மனப்பாடத்தில் வைத்திருந்த ஃபோன் நம்பரை அழுத்தினாள். ஃபோனை காதருகே வைத்து முணுமுணுத்தாள், "ஹலோ."

"யார்?" அடுத்த முனையிலிருந்து கேட்ட அந்தப் பழக்கப்பட்ட குரல் கடுமையானதாகவும் உணர்ச்சியற்றதாகவும் இருந்தது.

"நான் அழைத்ததில் உங்களுக்கு சந்தோஷம் இல்லையா?" கீதாவின் ஆர்வம் காணாமல் போனது. முணுமுணுத்த அவளின் குரல் இன்னும் கொஞ்சம் கூடியது. அந்தக்குரலில் உணர்ச்சிப் பெருக்கும் கவலையும் தெரிந்தது.

அமைதி.

"என்ன, நீங்கள்தானே?"

"ஆமா"

"என்ன ஆமா?"

"ஆமா, எனக்குச் சந்தோஷம்தான்."

"ஆனால், உங்கள் குரலில் சந்தோஷம் தெரியவில்லையே?"

"ஓ! நம்பமாட்டாயா? நீ கூப்பிட்டதில் எனக்குச் சந்தோஷம் தான். ஏன் நம்பமாட்டாயா?"

"ஏன் கோபப்படுகிறீர்கள். சும்மாதான் கேட்டேன்."

"என்ன விஷயம்?"

"எங்கே இருக்கிறீர்கள்?"

"இதற்குத்தான் கூப்பிட்டாயா? நான் எங்கே இருக்கிறேன் என்று கேட்கத்தான் கூப்பிட்டாயா?"

"இல்லை, இது மிக மிக அவசரம்" அவள் குரலில் வெளிப்பட்ட கவலை கூடிக்கொண்டே போனது.

"என்ன, என்ன விஷயம்?"

"நீங்கள் எங்கே இருக்கிறீர்கள்? அதை முதலில் சொல்லுங்கள். பிறகு நான் சொல்கிறேன்."

"நான் ஊரில் இருக்கிறேன். இப்போது சந்தோஷமா?"

"ஆ.....ம்."

"நீ சொல்ல வந்த விஷயம் என்ன?"

"இப்படிக் கேட்டால் சொல்ல மாட்டேன்."

"உன்னுடைய வெட்டிப் பேச்சை முதலில் நிறுத்து. இப்போது விஷயம் என்னவென்று சொல்லு." அவனுடைய குரலில் எந்தவித ஆர்வமோ, உணர்ச்சியோ இல்லை.

"இல்லை. இந்த - மாதிரி - பேசாதீர்கள்."

"உனக்கு என்ன வேண்டும்? சொல்லு."

"இல்லை, நீங்கள் எனக்கு வாக்குக் கொடுத்திருக்கிறீர்கள்."

"என்ன வாக்குக் கொடுத்திருக்கிறேன்."

"என்னை வந்து பார்ப்பதாக வாக்குக் கொடுத்திருக்கிறீர்கள்."

"உனக்கு என்ன பைத்தியமா?"

"அந்த விஷயம்தான் உங்களுக்குத் தெரியுமே."

"நான் ஃபோனை வைக்கிறேன்."

"இருங்க, இருங்க, ஒரு முக்கியமான விஷயம். உங்களுக்குச் சொல்ல வேண்டும்."

"வேகமாகச் சொல்லித் தொலை."

"இங்கே பாருங்கள், திலீப்... உங்களால் இதைப் புரிந்துகொள்ள முடியாது." எல்லா விளையாட்டுத்தனங்களுக்கும் கீதா முற்றுப்புள்ளி வைத்துவிட்டாள். அவள் குரலில் ஓர் உறுதி தொனித்தது. அதேசமயம் கண்ணீர் தேங்கிய கண்களோடு இலேசான ஒரு நடுக்கமும் தெரிந்தது. "திலீப்." அவனிடமிருந்து பதிலை எதிர்பார்க்காமல் பேசிக்கொண்டே போனாள். "நான் சொல்வதைக் கேட்கிறீர்களா? உங்களுடைய அவசர கோலத்தில் எல்லாவற்றையும் உங்களுக்குப் புரியவைக்க முடியாது. அதற்கு ஒரு சூழல், என் குரலுக்கு செவிசாய்க்கும் இணக்கம், ஓர் எதிர்வினை - இதெல்லாம் வேண்டும்."

"நான் உன்னைப் பார்க்க வருகிறேன். என்ன விஷயம், சொல்லு."

"எங்கே, எப்போது?"

"என்ன?"

"நாம் எங்கே சந்திப்பது? எப்போது சந்திப்பது?"

"அதை இப்போதே முடிவு செய்வோம். முதலில், நீ எதைப் பற்றி பேச விரும்புகிறாய் என்று சொல்."

"குழந்தை."

அமைதி. எதிரிலிருந்து எந்தச் சத்தமும் இல்லை.

"திலீப்... திலீப்."

அமைதி. எதிரிலிருந்து எந்தச் சத்தமும் இல்லை.

"திலீப், ப்ளீஸ்..."

"என்ன?"

"நான் ஒரு குழந்தைக்குத் தாயாகப் போகிறேன்."

மீண்டும் எதிரிலிருந்து எந்தச் சத்தமும் இல்லை.

"திலீப், இருக்கிறீர்களா?"

"ஆமா, ஆமா, என்ன…"

"ஆம். அது உங்களுடையது."

"இந்த விஷயம் உன் கணவனுக்கு…?"

"அவருக்குத் தெரியும். அவர் என்னை மருத்துவமனைக்கு அழைத்துச் சென்றார். மருத்துவ செலவுக்கு அவர்தான் பணம் செலுத்தினார். அவருடைய குழந்தை என்று நினைத்துக் கொண்டிருக்கிறார். அவருக்கு ஏகப்பட்ட மகிழ்ச்சி. ஏமாளி." மீண்டும் கீதாவின் குரலில் விளையாட்டுத்தனம் தொனித்தது.

"இங்கே பார், கீதா…"

"நான் உங்களைப் பார்க்க வேண்டும் திலீப். நான் எங்கே வரவேண்டும்? எவ்வளவோ நாட்களாகி விட்டன."

"நான் சொல்வதைக் கேள், கீதா…"

"நான் எங்கே வரவேண்டும் என்று மட்டும் சொல்லுங்க. நீங்களும் அங்கு இருக்க வேண்டும்."

"நான் வெளியூர் போகிறேன்."

"என்ன?"

"ஆமா?"

"என்னைப் பார்க்க வருவதாக இப்போது சொன்னீர்கள்?"

"ஆமா சொன்னேன். கவனிக்காமல் சொல்லிவிட்டேன்."

"எப்போது போகிறீர்கள்?"

"நாளை காலை."

"அப்படியானால், இன்று இரவு, நாம் சந்திக்கலாமே!" ஓர் ஆர்வத்தில் கிட்டத்தட்ட கத்திவிட்டாள் என்றே சொல்லலாம்.

"சொல்லுங்க. எங்கே வரவேண்டும் என்று சொல்லுங்க. நான் வருகிறேன். என்னைப் பற்றி உங்களுக்குத் தெரியாது. எங்கிருந்தாலும் வந்துவிடுவேன்."

"இங்கே பார், இன்று மாலை நான் மிகவும் அவசரமாக இருப்பேன். பயணத்திற்குத் தயார் செய்ய வேண்டும்."

"நீங்கள் ஏன் போக வேண்டும்?"

"நான் பெரிய ஆளாக வரவேண்டும் என்று நீ சொல்லவில்லையா? அதனால் நான் சென்று வந்து, உன்னை என்னோடு அழைத்துக் கொண்டு செல்ல வேண்டும்."

"ம்..., திலீப், எவ்வளவு நாட்கள் அங்கே இருப்பீர்கள்?"

"ம்... ஒரு... வாரம். இன்னும் அதிக நாட்கள்கூட ஆகலாம். அங்கு போய்த்தான் சொல்ல முடியும்."

"திலீப், நான் உங்களைப் பார்க்க வேண்டும் திலீப். நீங்கள் இல்லாமல் என்னால் வாழ முடியாது, திலீப். வாங்க திலீப். வந்து என்னை அழைத்துச் செல்லுங்கள், திலீப்."

இதுவரை அவள் கண்களில் தேக்கி வைத்திருந்த கண்ணீர் உடைந்து வழிந்தது. அவளுக்கு ஓடிவிட வேண்டும் போல் இருந்தது. திலீப்பின் குரலைத் தொடர்ந்து அவனிடம் ஓட வேண்டும் போல் இருந்தது. ஆனால் அவளால் முடியவில்லையே.

"நான் - நான் வருவேன்." அந்தக் குரலில் உண்மை தெரியவில்லை. அந்தக்குரல் அவளைத் தேற்றவும் இல்லை.

"ஒரு வாரம் கழித்து நீங்கள் என்னைப் பார்க்க வரவேண்டும்" என்று அழுவதை நிறுத்திவிட்டு, தன்னைத் திடப்படுத்திக்கொண்டு உறுதியான குரலில் சொன்னாள்.

"சரி, பார்க்கிறேன். ஃபோனை வைக்கட்டுமா?"

"திலீப் வைக்க வேண்டா..."

• • •

சுரேனுக்கு ஒன்றும் புரியவில்லை. கீதா ஏன் எப்போதும் ஓராயிரம் சோகங்களைச் சுமந்துகொண்டு இருப்பதுபோல் தெரிகிறது? அவன் அவளை வெளியே அழைத்துச் சென்றான். கால்பந்தாட்ட மைதானத்தைச் சுற்றி அவளை அழைத்துக்கொண்டு நடந்து சென்றான். சிறுவர்கள் விளையாடுவதையும், சிறுமிகள் ஒருவருக்கொருவர் பேசிக்கொள்வதையும் பார்த்துக்கொண்டே

போனார்கள். ஓட்டலுக்கு அழைத்துச் சென்று அவளுக்குப் பிடித்ததாகக் கேட்டு வாங்கிக் கொடுத்தான். திரைப்படத்திற்கு அழைத்துச் சென்றான். அவனருகில் இருக்கிறபோது அவள் மகிழச்சியாக இருப்பதாகக் காட்டிக்கொண்டாள். இருந்தாலும் அவள் வேதனை அவளைக் காட்டிக் கொடுத்து வருகிறது.

பத்து நாட்கள் கழித்து மீண்டும் திலீப்பிற்கு ஃபோன் செய்தாள். தொடர்புகொள்ள முடியாது என்று பதிவுக்குரல் பேசியது. அப்படியென்றால் என்ன அர்த்தம்? இன்னும் வெளியூரில்தான் இருக்கிறானா? அல்லது அவனது அலைபேசியில் ஏதாவது பிரச்சினையா? அல்லது இவளை அவன் கைகழுவிவிட்டானா?

சுரேன் அவளை ஒரு திரைப்படத்திற்கு அழைத்துச் சென்றான். அவளுக்குப் பிடிக்கவில்லை. இருப்பினும் வரவிருப்பமில்லை என்று கணவனிடம் சொல்ல முடியவில்லை. அவன் இவளுக்காக அதிக முயற்சி எடுத்ததால், இவனுக்காக அவள் மகிழ்ச்சியாக இருப்பதுபோல் நடிக்கவேண்டியிருந்தது. அவளுடைய திட்டம் நிறைவேற வேண்டி இருந்ததாலும், திலீப் வந்துவிடுவான் என்ற நம்பிக்கையில் இருந்ததாலும், அவள் மகிழ்ச்சியோடு இருப்பதாக நடிக்கவேண்டியிருந்தது.

திரைப்படத்தின் இடைவேளை வரை நாற்காலியோடு சேர்த்து அவள் கையைப் பற்றி இருந்தான். இடைவேளையின் போது உருளைக்கிழங்கு சிப்ஸ் வாங்கிக்கொண்டு வந்து கொடுத்தான். அவள் அதை வாங்கி விருப்பமில்லாமல் வாயில் போட்டு திணித்துக் கொண்டாள். “இது நம் குழந்தை. நாம் மகிழ்ச்சியாக இருக்க வேண்டும். அப்போதுதான் குழந்தையும் மகிழ்ச்சியாக இருக்கும்.”

அவள் வாந்தி எடுக்கும் நேரம் எல்லாம் அவளைத் தாங்கிப் பிடித்துக் கொள்கிறான்.

வேலைக்குக் கிளம்புமுன் அவளுக்குத் தேநீர் கொண்டுவந்து கொடுத்துவிட்டுப் போகிறான்.

அவளுக்குப் பிடித்ததை வாங்கிக்கொண்டுவந்து சாப்பிடக் கொடுக்கிறான்.

தொடர்ந்து திரைப்படங்களுக்கு அழைத்துச் செல்கிறான்.

ஐந்து மாதம் ஆகிவிட்டது. அவளுக்கு இன்னும் திலீப்பைக் கூப்பிட்டுப் பேச முடியவில்லை.

அப்படி அவள் கூப்பிடுகிற பொழுதெல்லாம், "நீங்கள் தொடர்பு கொள்ள விரும்பும் எண் அணைத்து வைக்கப்பட்டுள்ளது. சிறிது நேரம் கழித்து முயற்சிக்கவும்" என்று சொல்லிவிடுகிறது.

அவளுக்கு ஏன் என்று தெரியவில்லை. ஆனால், திலீப்பிற்கும் அவளுக்கும் இடையில் ஏற்பட்டுள்ள இடைவெளி அவள் மகிழ்ச்சியைக் காயப்படுத்தவில்லை. இல்லை, அவள் மகிழ்ச்சி பாதிக்கப்படவில்லை.

● ● ●

கீதாவின் ஆசிரியப் பயிற்சிப்பள்ளி இருபது கிலோ மீட்டர் தொலைவில் அடுத்த மாவட்டத்தில் இருந்தது.

அது ஒருமாதப் பயிற்சிக் காலம். பள்ளிக்கு வெளியிலிருந்து வருபவர்கள் அங்கே தங்க வேண்டும். வசதிகள் செய்யப்பட்டுள்ளன. அதற்கு சம்மதம் தெரிவித்து படிவத்தைப் பூர்த்தி செய்ய வேண்டும். கீதா சம்மதம் தெரிவிக்கவில்லை.

அவள் உடல் காட்டிக் கொடுத்துக்கொண்டிருந்தது. வயிறு இலேசாக மேல் நோக்கி வளரத் தொடங்கியது. சுரேனின் அம்மா அவளை பள்ளியிலேயே தங்குமாறு சொன்னாள். சுரேன் பள்ளியில் தங்க வேண்டாமென்று சொன்னான். பயிற்சி நடைபெறும் பள்ளிக்கு காலையில் தன் இரு சக்கர வாகனத்தில் அழைத்துக்கொண்டு போய் விடுவதாகவும், மாலையில் அதுபோல் அழைத்துவந்து விடுவதாகவும் சொன்னான். ஒரு மாதம் முழுவதும் அவனுக்கு இது சாத்தியம் என்று கூறினான்.

சுரேன் இப்போது அவளுக்காக செய்துகொண்டுவரும் அனைத்தையும் அவள் பாராட்டத் தொடங்கினாள். அவளுக்காகவும், அவளுக்குள்ளே வளரும் இன்னொரு உயிருக்காகவும் அவன் செய்வதை நினைத்து மகிழ்ந்தாள். அதேசமயம் அவளை ஒரு பயம் கவ்விக்கொள்கிறது. சுரேன் இது தன்னுடைய குழந்தை இல்லை என்று தெரிந்து கொண்டால் என்ன ஆகும்? திலீப் திரும்பி வந்து இது அவருடைய குழந்தை என்று உரிமை கோரினால் என்ன செய்வது?

அடுத்த மாவட்டத்திற்குச் செல்லும் அந்தச் சாலையில் போடப்பட்ட தார் காணாமல் போயிருந்தது. சாலை முழுவதும் மோசமாகக் குண்டும் குழியுமாக இருந்தது. அதிகமான போக்குவரத்து நெரிசலால் கிளம்பிய புழுதி, அந்த 20 கிலோ மீட்டர் சாலையிலும் நிரம்பி இருந்தது. இந்த

இடையூறுகளைவிட, அங்குள்ள கால்நடைகள் எல்லாம் சாலையில் வந்து அசைபோட்டுக்கொண்டு படுத்திருப்பது இன்னும் ஆபத்தாக இருக்கும்.

இந்தச் சிக்கல்கள் எல்லாம் அவனுக்கு ஒரு பொருட்டல்ல. பயிற்சிப் பள்ளிக்கு தன்னோடு கீதா பயணம் செய்து வரட்டும் என்று அம்மாவோடும், மனைவியின் சகோதரியோடும் சண்டையிட்டிருக்கிறான்.

"இவ்வளவு தூரம் அந்த மோசமான சாலையில் பயணம் செய்வது ஆபத்தான செயல் என்பது உங்களுக்குப் புரியவில்லையா?" என்று கீதாவின் சகோதரி கேட்டாள்.

"வேறு யாரும் அவளை அழைத்துச் செல்லவில்லையே? நான்தானே அவளை அழைத்துச் செல்கிறேன்" என்று பதிலுக்குக் கேட்டான்.

"ஒரு நாளைக்கு இரண்டு தடவை வண்டி ஓட்டுகிறீர்கள். அதுவும் ஒரு மாதம் முழுவதும். இது அதிகம் இல்லையா?"

"அவ்வளவு நாட்களுக்கு என் வீட்டுக்காரியை வெளியில் தங்கவைக்க முடியாது."

"மகனே, நீங்கள் இருவரும் உன்னுடைய இரு சக்கர வாகனத்தில் இவ்வளவு தூரம் பயணம் செய்கிறீர்கள். அந்தச் சாலையோ குண்டும் குழியுமான மோசமான சாலை. உன் மனைவியோ உண்டாகி இருக்கிறாள். அது அவ்வளவு பாதுகாப்பாக இருக்குமா?" என்று அம்மா காரண காரியத்தோடு கேட்டாள்.

அதன்பிறகு கீதாவின் சகோதரியும், சுரேனுடைய அம்மாவும் அவனிடம் அன்று முழுவதும் ஒன்றும் பேசவில்லை. கடைசியாக அவன் விருப்பம் போல் நடக்கட்டும் என்று விட்டுவிட்டார்கள்.

தினமும் சுரேனின் அம்மா போதுமான அளவு கீதாவுக்கு மதிய உணவு தயாரித்து அவர்கள் புறப்படும்முன் கொடுத்துவிடுவாள். காலையில் 7.00 இலிருந்து 8.00 மணிக்குள் புறப்பட்டுவிடுவார்கள். அந்த நேரத்தில்தான் கனரக வாகனங்கள் அனுமதிக்கப்படுவதில்லை. இருந்தாலும் பள்ளி வாகனங்கள், ரிக்ஷாக்கள், கார்கள் போன்ற வாகனங்கள் குழந்தைகளைப் பள்ளிக்கு அழைத்துச் செல்லும். அதேபோல பெரியவர்களைப் பணியிடங்களுக்கு அழைத்துச் செல்லும் இரு சக்கர வாகனங்கள், இப்படி எல்லா வாகனங்களும் சாலை முழுவதும் நிரம்பி வழியும். சுரேன் எல்லா வாகனங்களையும் தட்டிச்

செல்வான். தன்னுடைய மென்மையான, சாதுவான கணவனுடைய இரு சக்கர வாகனம் இன்னும் சிறிது நேரத்தில் காற்றில் பறக்கும் என்று கீதாவுக்குத் தெரியாது.

ஒரு மோசமான, ஒன்றுக்கும் உதவாக்கரையான, பலர் வேண்டாம் என்று எச்சரித்தும் அந்த திலீப் மீது காதல்கொண்டாள். எந்த வகையில் பார்த்தாலும் சுரேன் ஒரு கௌரவமான மனிதன். அவள் சுரேன் பற்றி அவ்வளவாக சிந்தித்துப் பார்க்காதது - அவனுடைய உயர்ந்த ஆளுமையை அவ்வளவாகச் சிந்தித்துப் பார்க்காதது - அவனுடைய குடும்பத்தார்கள் தடுத்தும், அவர்களைப் பொருட்படுத்தாது அவ்வளவு ஆபத்துகளையும் தாண்டி கீதாவைப் பயிற்சிப் பள்ளிக்கு தன் வாகனத்தில் அழைத்துச் செல்லும் அன்பை அவ்வளவாகச் சிந்தித்துப் பார்க்காதது - இவை எல்லாமே கீதாவின் கண்மூடித்தனமான கற்பனைக்கு அப்பாற்பட்டவை.

அந்த அதிகாலைத் தென்றல் உடலுக்கும் மனதுக்கும் இதமாக இருக்கும். கீதா காலையில் குளித்து முடித்துப் பளிச்சென்று புடவையில் தோன்றுவாள். நெற்றியில் பொட்டும், தலை வகிட்டில் குங்குமமும் இட்டிருப்பாள். அவளுக்கும் சுரேனுக்கும் இடையில் தன்னுடைய கைப்பையை வைத்துக் கொண்டு அவனை இறுகப் பற்றிக்கொள்வாள். பயிற்சிப் பள்ளியைச் சென்று அடைந்ததும்தான் தன் பிடியைத் தளர்த்துவாள். விடைபெறும்போது 'குட்பை'களைப் பரிமாறிக் கொள்வார்கள். தாமதம் ஆவது போலத் தெரியும்போது தனக்கு ஃபோன் மூலம் தெரிவிக்குமாறு சொல்வான். தலைக்கவசம் அணிந்து கொள்வான். தன் அலுவலகம் நோக்கி விரைந்து திரும்புவான்.

கீதா தனிமையை நாடினாள். என்னதான் தன்னுடைய கணவனும் அவனது குடும்பத்தார்களும் தன்னை விழுந்து விழுந்து கவனித்தாலும், தனக்கு நேரம் கிடைக்கும்பொழுதெல்லாம் தன்னைவிட்டுப் பிரிந்த அந்த மனிதனோடு தொடர்புகொண்டு பேச முயற்சிப்பதற்கு அந்த பயிற்சிப் பள்ளியை பயன்படுத்தினாள்.

பயிற்சிப் பள்ளியின் முதல் வாரத்தில் அவ்வளவாக கடுமையான வேலை இல்லாததால், மதிய உணவு இடைவேளையிலோ அல்லது ஓய்வுநேரம் கிடைக்கிறபோதோ அவள் திலீப்போடு தொடர்பு கொண்டு பேச முயற்சி செய்வாள். முயற்சி செய்கிற ஒவ்வொரு முறையும் "நீங்கள் தொடர்புகொள்ள விரும்பும் எண் அணைத்து வைக்கப்பட்டுள்ளது, மீண்டும் முயற்சிக்கலாம்" என்று வரும். அடுத்த

வாரம் பயிற்சி வேலைகள் அதிகமாகிவிட்டன. அவளும் முயற்சி செய்வதை நிறுத்திவிட்டாள்.

பயிற்சி தொடங்கியதிலிருந்து அவளுக்குப் பிடிக்காத ஒரு விஷயம் என்னவென்றால், சுரேன் நேரம் தவறாமல் அங்கு வந்து நிற்பதுதான். சரியான நேரத்தில் வந்து வண்டியை வாசலுக்கு வெளியே நிறுத்திவிட்டு, அவளுக்காகப் பார்வையைச் செலுத்திக் கொண்டிருப்பான். அவளுடைய கவலை தோய்ந்த முகத்தைக் கண்டுகொள்வானோ என்று பயந்தாள். திரும்பத் திரும்ப திலீப் எண்களையே அழுத்திக் கொண்டிருப்பதைக் கண்டுபிடித்து விடுவானோ என்று பயந்தாள். தன்னை அமைதிப்படுத்திக்கொண்டு, கடைசியாகக் கூப்பிட்ட திலீப்பின் எண்களை அலைபேசியிலிருந்து அழித்துவிட்டு, வியர்வையைத் துடைத்துவிட்டு, தலையை வாரி, புடவையைச் சரிசெய்துகொண்டு வெளியே நடந்துவந்து சுரேன் முகத்தைப் பார்க்கிறபோது செயற்கையாக ஒரு புன்னகையை வரவழைத்துக்கொள்வாள். முதல் வார இறுதியில் திலீப்பின் அலைபேசி அணைக்கப்பட்டிருந்தது. சுரேன் அவளிடம் காட்டிய அப்பழுக்கற்ற அன்பு அவளுக்குத் தெளிவாகப் புரிந்தது. சுரேனுக்கு அவள் காட்டிய போலித்தனமான புன்னகை, கொஞ்சம் கொஞ்சமாக மாறி உண்மையான அன்பாக உருவெடுத்தது.

• • •

மகப்பேறு தொடர்பான எந்தப் பிரச்சினையும் இதுவரை இல்லை. டாக்டர் ஒவ்வொரு வருகையின்போதும் குழந்தையின் நாடித்துடிப்பு நன்றாக இருப்பதாகச் சொன்னார். ஆசிரியர் பயிற்சி தொடங்குவதற்கு சற்று முன்பாகச் செய்த சோதனை அவள் ஆறாவது மாதத்தின் மத்தியில் இருப்பதாக சொல்லி இருக்கிறது. டாக்டர் கீதாவுக்கு நல்ல ஓய்வு வேண்டும் என்று சொல்லியிருக்கிறார். ஆனால் சுரேன், அவளுடைய பயணம், பயிற்சி ஆகியவற்றை டாக்டர் அம்மாவிடம் மறைத்துவிட்டான். கீதாவுக்கு வலிவந்தபோதெல்லாம் அது சாதாரண வலிதான் என்று டாக்டர் சொல்லிவிட்டார். சில வலி நிவாரண மாத்திரைகளைக் கொடுத்துவிட்டு, சரியான ஓய்வு வேண்டும் என்று வலியுறுத்திச் சொல்லிவிட்டார். கீதாவுக்கு குற்றஉணர்வு மேலோங்கியபோது, அவள் அமைதியாக இருந்துவிட்டாள்.

பயிற்சி முடிவதற்கு ஒரு வாரத்திற்கு முன்பு, வீட்டிற்கு வந்த இரண்டு மணி நேரத்தில் வயிற்றைக் கிழித்துப் போட்டது போன்ற ஒரு வலி

அங்கே உண்டானது. படுக்கையில் விழுந்து சுருட்டிக்கொண்டு படுத்தபடி வலி தாங்கமுடியாமல் கத்தினாள்.

“மகனே, அப்போதே சொன்னேனே, கேட்டாயா?” என்று அம்மா சொன்னாள்.

“உங்கள் இரண்டு பேருக்கும் அறிவு இல்லையா? கரடுமுரடான பாதையில் தினமும் நாற்பது கிலோ மீட்டர் பயணம் செய்திருக்கிறீர்கள்” என்று சொல்லி டாக்டர் கோபப்பட்டபோது அவள் கண்கள் சிவப்பாக மாறி நெருப்பைக் கக்கின. கீதா, அந்தப் பரிசோதனைப் பலகையில் மல்லாக்கப்படுத்தபடி வலி பொறுக்க முடியாமல் கண்ணீரைக் கட்டுப்படுத்திக்கொண்டாள்.

டாக்டர் நாடித்துடிப்பு நன்றாக இருப்பதாகச் சொன்னார். அத்துடன் கீதாவின் வயிற்றிலிருந்து ஏதேனும் வெளியேறுவது போல் உணர்கிறாளா அல்லது வலி மட்டும்தான் வருவதுபோல் உணர்கிறாளா என்று கேட்டாள். ‘வலி மட்டும்’ உணர்வதாக கீதா சொன்னாள். டாக்டர் கீதாவுக்கு உடல் வலி, வயிற்று வலி நீக்கும் மாத்திரைகளை எழுதிக் கொடுத்துவிட்டு, வலி இருக்கும் வரை அம்மாத்திரைகளைச் சாப்பிட வேண்டும் என்றும், சொல்லாமல் மாத்திரைகளை நிறுத்தக்கூடாது என்றும் சொன்னார். குழந்தையின் ஆரோக்கியத்தை அறிந்துகொள்வதற்காக ‘அல்ட்ரா சோனாகிராஃபி’ என்னும் இன்னொரு மருத்துவப் பரிசோதனையும் செய்துவிட வேண்டும் என்றார். கீதா வலி பொறுக்க முடியாமல், சோதனை அறைக்குச் செல்வதைவிட வீட்டிற்குச் சென்றுவிடலாம் என்றாள். பயிற்சியைப் பொறுத்தவரை அவளால் இனி அதில் கலந்துகொள்ளவே முடியாது. பள்ளியிலேயே தங்கினாலும் அது முடியாது என்று அவளுக்குச் சொல்லப்பட்டுவிட்டது.

“ஆனால், அந்தப் பயிற்சியை முடித்தால்தானே அவளுக்கு வேலை கிடைக்கும்?” என்று சுரேன் கேட்டான்.

மறுபடியும் டாக்டர் வெகுண்டெழுந்தார். “இதை நீங்கள் ஏற்கனவே முடிவு செய்திருக்க வேண்டும். நீங்கள் தினமும் காலையில் ஒரு முறையும் மாலையில் ஒரு முறையும் வண்டியில் ஏற்றிக் கொண்டு வருவதைவிட்டு, நீங்களே காலை மாலை அங்கு போய்ப் பார்த்துவிட்டு வந்திருக்கலாமே. நீங்கள் இருவரும் விபரம் புரிந்தவர்கள். பயணம் செய்யும் விஷயத்தை ஏன் எனக்குச் சொல்லவில்லை? இப்போது, கொஞ்ச நேரத்திற்கு முன்புதானே வலி வந்தவுடன் என்னிடம் சொன்னீர்கள். அப்படியும் நீங்கள் இருவரும்

எல்லாவற்றையும் என்னிடம் சொல்லவில்லையே. நான் இதை வழக்கமாக வருகிற வலிதானே என்று நினைத்துவிட்டேன். உங்களுக்கு எதற்கு டாக்டர்? போங்க. போயி, நீங்கள் நினைத்ததைச் செய்துகொள்ளுங்கள்" என்று கடிந்துகொண்டார். அவர்கள் புறப்படும்முன், டாக்டர் அன்பாக ஆனால் உறுதியாக, "நீங்கள் இருவரும் செய்திருப்பது, உங்கள் குழந்தைக்கு ஆபத்து விளைவிக்கக்கூடியதைத்தான் செய்திருக்கிறீர்கள். வலி அதிகமானாலோ அல்லது வயிற்றிலிருந்து ஏதோ வெளியேறுவது போலத் தோன்றினாலோ உடனடியாக பெரிய மருத்துவமனைக்குச் செல்லுங்கள். அப்படிப்பட்ட சூழல் ஏற்பட்டால் என்னால் எதுவும் செய்ய முடியாது" என்று கூறினார்.

வலி அப்படியே இருந்தது. சில நேரங்களில் வலி கூடுதலாக இருந்தது. சில நேரங்களில் குறைவாக இருந்தது. கீதா எப்போதும் படுத்தே இருந்தாள். மகப்பேறு மருத்துவர் சொன்னபடி தலைப் பகுதியைவிட கால்பகுதி சற்று உயரமாக இருக்க வேண்டும் என்பதற்காக காலுக்கடியில் இரண்டு தலையணைகள் வைக்கப் பட்டிருந்தன. அடுத்த இரண்டு நாட்களுக்குப் பிறகு, சூரிய அஸ்தமன சமயத்தில் திடீரென வலி அதிகரித்தது. தன்னுடைய கர்ப்பப்பையே வெளியேறிவிட்டதோ என்கிற அளவு பயந்துவிட்டாள். உடனடியாக கீதாவை அருகில் உள்ள தனியார் மருத்துவமனைக்கு அழைத்துச் சென்றார்கள். அங்கே கீதாவுக்கு சில மருந்துகளைக் கொடுத்துவிட்டு சுரேனிடம் நேரடியாகச் சொல்லிவிட்டார்கள். "இந்த மருத்துவமனையில் உங்கள் மனைவியைக் குணப்படுத்த முடியாது. உடனடியாக அரசு மருத்துவமனையில் சேர்த்து சிகிச்சை அளிக்க வேண்டும்." அதன்பிறகு, அவர்கள் மருத்துவமனைக்குச் செல்லும் வழியில், கீதா இயல்புநிலை திரும்புவது போல உணர்ந்தாள். ஒரு வகைத் திரவம் கால்கள் வழியாக வழிந்தோடி அவளின் ஆடைகளை நனைத்தது.

குழந்தை பிறந்துவிட்டது. ஆனால் பிறந்த குழந்தை அழவில்லை. நீல நிறக் கறைகளோடு வெள்ளைப் புடவை அணிந்துள்ள பேறுகாலப் பணிப்பெண்கள், புதிதாக பிறந்துள்ள குழந்தைகளை குளிப்பாட்டி சுத்தம் செய்யும் இடத்திற்கு கீதாவின் குழந்தையையும் எடுத்துச் சென்றார்கள். உயிரோடு / இறந்த /ஆண் / பெண் குழந்தையைப் பெற்றுக் கொண்டோம் என்று அந்தக் குடும்பத்தினர் படிவத்தில் கையொப்பம் இடும்வரை குழந்தை அங்கேயே இருக்கும்.

'என்ன ஆச்சு?' கீதா - பிரசவித்த களைப்பில் மூர்ச்சையாகி விட்டாள். பனிக்குடம் உடைந்து நனைந்திருந்தாள். பிரசவித்த உதிரம் உடம்பெங்கும் ஒட்டியிருந்தது. இடதுகை மணிக்கட்டிலிருந்து தேர்வு செய்யப்பட்ட இரத்தநாளம் வழியாக அவள் உடலுக்குள் மருந்து செலுத்தப்பட்டுக் கொண்டிருந்தது. பிரசவித்த வலியும் உதிரமும் இன்னும் குறையவில்லை. தாயின் உடல் வழியாகத் தொங்கிக்கொண்டிருந்த தொப்புள்கொடி பிறப்புறப்பால் கவ்விப்பிடிக்கப்பட்டிருந்தது. அங்கே நடைபெற்ற ஒவ்வொரு நிகழ்வுகளையும் கண்டு தன்னையே வெறுத்துக்கொண்டாள். பணியிலிருந்த செவிலிப் பெண், பேறுகாலப் பணிப்பெண்களையும், ஆயாக்களையும் அழைத்த சத்தம் கீதாவின் காதுகளில் விழுந்தது.

"பையன்" என்று அந்த பேறுகாலப் பணிப்பெண் கத்தினாள்.

பிறகு பணிப்பெண் பயந்துவிட்டாள். "அம்மா, குழந்தை அழவே இல்லையே, மிகமிகச் சிறிய குழந்தையாக இருக்கிறது. ஏழோ, எட்டோ மாதங்கள்தானே ஆகி இருக்கும். பாருங்கள்." பேறுகாலப் பணிப்பெண் பேசிய அந்த வார்த்தைகளைக் கீதாவால் தாங்கிக் கொள்ள முடியவில்லை. குமட்டிக்கொண்டு வந்தது. தன் முகத்தை வேறுபக்கம் திருப்பிக்கொண்டாள். அந்தப்பக்கம் அடுத்த படுக்கையில் படுத்திருந்த பெண் அவள் வலியை பற்களைக் கடித்துப் பொறுத்துக் கொண்டாள். இதனால் கீதா கண்களை மூடிக் கொண்டாள்.

அங்கு மகப்பேறுப் பகுதியின் பொறுப்பில் இருந்த டாக்டரம்மா குழந்தையைப் பார்த்தார். குழந்தையின் இதயத்துடிப்பை வைத்துக் கண்டுபிடித்துவிடலாம் என்றும் எண்ணினார். ஆனாலும் அது சாத்தியமாகத் தெரியவில்லை. குழந்தை இன்னும் அசைவற்றுக் கிடந்தது. குழந்தை அழவில்லை. மூச்சு இருப்பதாகவும் தெரியவில்லை. குழந்தையின் உடம்பெங்கும் நீலம் பூத்துப் போயிருந்தது.

பணிப்பெண் எச்சரிக்கையாக, "அம்மா, என்ன...? நாம் வந்து?"

"ஆமா, விரைவாக. ராக்கி!" என்று குழந்தையின் நாசிகளில் பஞ்சு உருண்டை வைத்து அடைத்துக்கொண்டிருந்த மகப்பேறு பணிப்பெண்ணைக் கூப்பிட்டு, "வேண்டாம். அப்படியே இருக்கட்டும், விட்டுவிடு. குழந்தையை இப்போது அவசர சிகிச்சைப் பிரிவுக்கு அனுப்பிவிடுவோம்" என்று சொல்லிவிட்டு கீதாவின் படுக்கையில் தொங்கிக்கொண்டிருந்த குறிப்பேட்டில் ஏதோ அவசர அவசரமாக எழுதினாள். "என்ன ஆச்சு? தொப்புள் கொடி என்ன

ஆச்சு?" என்று கீதாவைச் சுத்தம் செய்துகொண்டிருந்த ஆயாவைக் கேட்டார்.

"அதைத்தான் பார்த்துக்கொண்டிருக்கிறேன் அம்மா" என்று அந்த ஆயா சொன்னாள்.

"சரி, சுத்தமாகச் செய்" இரத்தம் பரவி இருந்த கீதாவின் உடம்பைக் கவனித்துவிட்டு, இரக்கத்தோடு அவள் முகத்தைப் பார்த்தார். "நான் கீதாவின் கணவரோடு பேச வேண்டுமே. அவர் இங்கேதானே இருக்கிறார்?" என்று பணிப்பெண்ணைக் கேட்டார்.

குழந்தை உயிரோடு இருக்க வாய்ப்பில்லை. ஏனென்றால், குழந்தையின் இதயத்துடிப்புச் சத்தத்தை டாக்டரால் கேட்க முடியவில்லை.

டாக்டர் ஏற்கனவே எதுவும் நடக்கலாம் என்று சுரேனுக்கு எச்சரித்து இருந்தார். தான் செய்த தவறுகளுக்காக வேதனைப்பட்டுக் கொண்டிருக்கும் சுரேன், எதற்கும் தயாராக இருந்தான்.

டாக்டரின் குரலில் வருத்தம் கலந்திருந்தது. வார்த்தைகளை நிறுத்தி நிறுத்திப் பேசினார். "குழந்தைகள் நல டாக்டர் இதை நன்றாகத் தெரிந்திருப்பார்கள். அவர்கள் இன்னும் சிறப்பாகச் செய்வார்கள். ஆனால், எது செய்வதாக இருந்தாலும், கால தாமதமின்றி செய்ய வேண்டும்." சுரேன் இதையெல்லாம் ஏற்கனவே அறிந்திருந்ததால் இந்த அறிவுரை அவனுக்குத் தேவையில்லை. இந்த டாக்டருக்கு முன்னால் பார்த்த கீதாவின் மகப்பேறு மருத்துவரும், இந்த மருத்துவமனைக்கு கொண்டுவரும் முன்னால் பார்த்த டாக்டரும் இதையேதான் எச்சரித்தார்கள்.

"எதற்கும் நாங்கள் இவர்களை வீட்டிற்கு அழைத்துச் சென்று விடுகிறோம். நம்பிக்கையில்லாதபட்சத்தில், ஏன் இதை ஓர் எந்திரத்தின் உள்ளே வைத்திருக்க வேண்டும்?" என்று சுரேனின் சகோதரன் கேட்டான்.

குழந்தையைச் சுத்தமான துணியில் சுற்றி, அதன் தந்தையிடம் ஒப்படைத்தார்கள். குழந்தையை நல்லடக்கம் செய்தபிறகு அதன் பாட்டி, "குழந்தையின் மூக்கு அப்படியே, அதன் அப்பாவின் மூக்கு போலவே இருந்தது" என்று நினைத்துப் பார்த்துச் சொன்னாள். கீதா அமைதியாக சலனமற்று அமர்ந்திருந்தாள். கிட்டத்தட்ட இரண்டு வார காலம் இப்படியே இருந்தாள்.

சுரேன், வீட்டில் இருந்த நேரம் எல்லாம் அவளைவிட்டு அகலவில்லை. கொஞ்ச நாட்களுக்கு உங்கள் வீட்டில் போய் இருந்துவிட்டு வரலாமா என்று கேட்டான். அவள் அதை மறுத்துவிட்டாள்.

“வருத்தப்படாதே கீதா. நாம் இன்னொரு குழந்தை பெற்றுக்கொள்ள முடியாதா?” என்று சுரேன் ஆறுதல் சொன்னான்.

• • •

மறுபடியும் திலீப்பின் எண்களை ஃபோனில் அழுத்தினாள். திலீப் ஃபோனை எடுத்துவிட்டால் அவனுக்கு என்ன சொல்வது என்று தெரியாமலே அவனுக்கு ஃபோன் செய்தாள். அவனுடைய மகன் இறந்து போனதை அவனுக்குச் சொல்ல வேண்டும் என்று விரும்பினாள். அவன் வந்து தன்னை அழைத்துச் செல்ல விரும்பினால், அவன் வரவேண்டும் என்று சொல்ல விரும்பினாள்.

அவள் ஃபோன் செய்த எண்கள் இப்போது உபயோகத்தில் இல்லை. எண்களைச் சரிபார்த்துவிட்டு மீண்டும் டயல் செய்யச் சொன்னது.

எண்களை மீண்டும் சரிபார்த்துவிட்டு டயல் செய்தாள். அதே தகவல் மீண்டும் சொல்லப்பட்டது.

கீதாவுக்கு இருப்புக்கொள்ளவில்லை. அவள் கால்களுக்கிடையில் ஈரம் வடிந்துகொண்டிருந்தது. அவளுடைய அலைபேசியிலிருந்து திலீப்பின் எண்களை அழித்தாள். எழுந்து நின்றாள். தன் அறைக் கதவு சரியாகத் தாழிடப்பட்டுள்ளதா என்று பார்த்துக்கொண்டாள். இரத்தத்தால் ஈரமாகி, நனைந்து போன, கால்களுக்கிடையில் வைக்கப்பட்டிருந்த காப்புத்துணியை அகற்றினாள். புதிய காப்புத் துணியை வைத்துக்கொண்டாள். பயன்படுத்திய காப்புத் துணியை ஒரு பழைய செய்தித்தாளில் வைத்துச் சுற்றினாள். அதை வீசுவதற்கு கழிப்பறைக்குள் நுழைந்தாள். அவள் உடம்பில் படிந்திருந்த திலீப்பின் கடைசி இரத்தத் துளிவரை கழுவிச் சுத்தம் செய்துவிட்டு நிமிர்ந்தாள்.

•

பஸோ - ஜி

அது ஒரு ஜனவரி மாத மாலை நேரம். மந்தமான சூரிய ஒளி. அவ்வூர்க் குழாயடியில் நான்கு பெண்கள், தாங்கள் கொண்டுவந்திருந்த பாத்திரங்களில் தண்ணீர் பிடித்துக் கொண்டே கண்டதையும் பேசிக்கொண்டனர். இதமான வெயில். நீண்ட நெடிய மூன்று மாத குளிர் காலத்திற்கு விடை கொடுத்து அனுப்புவது போல, இதமான வெயில் எல்லோரையும் வெளியே வரச் சொல்லி கையைப் பிடித்து இழுத்து வந்தது போல இருந்தது. வசந்தகாலம் வந்துவிட்டதற்கான அறிகுறிகள் ஆங்காங்கே தோன்றத் தொடங்கின. மாமரங்கள் பூத்துக் குலுங்கின. வீட்டுத் தோட்டத்தில் பூத்து நின்ற கடுகுச் செடிகள் காற்றில் அசைந்தாடின. சரஸ்வதி பூஜையை வரவேற்பது போல எங்கும் ஒலிபெருக்கிகள். பன்னெடுங்காலமாக யுகம் யுகமாக ஞானிகளையும் மேதைகளையும் ஆழ்ந்த பரவசத்தில் மூழ்கடித்த வசந்தகாலத் தென்றல் எங்கும் வீசியது.

அந்தக் குழாயடியில் நடைபெற்ற உரையாடல் வீடுகள், குடும்பங்கள், கிராமங்கள், சந்தை, காய்கறி, துணிமணி, சமையல், சாப்பாடு, குழந்தைகள், வெயில், மழை, திருவிழாக்கள்... இப்படி மகிழ்ச்சியோடு எதையும் விட்டுவைக்கவில்லை. இன்னும் இரண்டு பெண்களும் வந்து சேர்ந்துகொண்டதால் உரையாடல் இன்னும் களைகட்டியது. கேலியும் கிண்டலுமாக நீண்டுகொண்டே போனது.

அங்கே வெள்ளை நிறத்தில் காட்டன் புடவை கட்டியிருந்த அந்த பெண்மணிதான் எவ்வளவு அற்புதமாகப் பேசினாள். அங்கு சூழ்ந்திருந்த அத்தனைப் பெண்களையும் அசத்திவிட்டாள். அவள் சிரித்தது மத்தாப்பைக் கொளுத்திப்போட்டதுபோல் இருந்தது. அந்தச் சிரிப்பில் ஒரு தெளிவும் நிதானமும் இருந்தது. தலையை முன்னும் பின்னும் அசைத்ததும் அழகாக இருந்தது. கருப்பும் வெள்ளையும்

கலந்த முடிக்கற்றை நெற்றிப் பொட்டில் சுருண்டுவிழுந்தது. அவள் பேசியபோது சிலவற்றை அதிரடியாகச் சொன்னாள். சிலவற்றை இனிய குரலில் சொன்னாள். பிறகு ஒரு குழந்தையைப் போல கைகளால் வாயைப் பொத்திக்கொண்டாள். அவள்தான் - அந்த உயரமான, கருநிறம் கொண்ட அவள்தான், அங்கு நடைபெற்ற உரையாடலின் கதாநாயகியாகக் காணப்பட்டாள்.

இரண்டு குழந்தைகள் அங்கே ஓடிவந்தன. அந்தக் குழந்தைகள் அவளது புடவையைப் பிடித்து இழுத்து, "பஸோ-ஜி, பஸோ-ஜி!. இவ்வளவு நேரமா? எங்களை மரத்தடியில் காத்திருக்கும்படிச் சொல்லிவிட்டு, நீங்கள் வரவே இல்லையே! வாங்க" என்று கூப்பிட்டார்கள்.

பஸோ-ஜி. அதுதான் அவள் பெயர். நெருக்கமான நபருக்கான நெருக்கமான பெயர். ஜி என்றால் முதியவர்கள். அது மாதிரி குழந்தைகளுக்கு அவள் ஜி. உண்மையில் சர்ஜாம்டியில் உள்ள அனைவருக்கும் அவள் ஜி. பஸோ-ஜி புன்னகைத்தார். "சரி, நான் புறப்படுகிறேன்" என்று இதரக் கூட்டாளிகளிடம் கூறினாள். குழந்தைகளிடம், "நீங்கள் கொஞ்சம் பொறுங்கள். இந்தத் தண்ணீர்ப் பானையைக் கொண்டுபோய் வீட்டில் வைத்துவிட்டு வந்துவிடுகிறேன். நீங்கள் முன்னால் ஓடுங்கள்" என்று சொன்னாள். அவளுடைய வயதான, ஆனால் வலுவான கரங்களால் அந்தக் கனமான நீர் நிறைந்த பாத்திரத்தை இடுப்பில் தூக்கி வைத்துக்கொண்டதும், தண்ணீர்ப் பானையோடு வீட்டை நோக்கி அவள் நடந்து சென்ற வேகமும் அவள் வயதைக் குறைத்துக் காண்பித்தன.

• • •

"உண்மையிலேயே பிது அந்தப் பூதத்தைக் கொன்றுட்டானா?" என்று ஓர் ஐந்து வயது அறிவுக்கொழுந்து கேட்டது. அவர்கள் எல்லாம் பழமையான ஓர் அரசமரத்து நிழலில் அமர்ந்திருந்தார்கள். பஸோ-ஜி, அந்த மாலை நேர மங்கலான வெயிலில், ஓய்வாக காலை நீட்டிப் படுத்துக்கொண்டு, பன்னெடுங் காலத்துக்கு முன்பு, சந்தால் இனத்து வீரனாக வாழ்ந்த, பிதுவின் வீரதீர சாகசங்களை, தேவதைக் கதைகள் பாணியில் சொல்லிக்கொண்டு வந்தாள்.

"ஆம், பாபு. பிது ஒரு மாவீரன். பூதங்களின் தலைகளை வெட்டி வீசுவது அவனுக்கு சர்வ சாதாரணம். ஒரு ராட்சத பூதத்தின் தலையை வெட்டித் தரையில் வீசியபோது ஓர் அழகான இளவரசி அவனைப் பெயர் சொல்லி அழைத்தது அவன் காதுகளில் விழுந்தது. பிது... பிது..."

அந்தக் குழந்தைகளின் உள்ளங்களை மாய உலகிற்கு அள்ளிச் சென்றுகொண்டிருந்த அப்பெண்ணை ஏழு ஜோடிக் கண்கள் விழுங்கி விடுவது போலப் பார்த்துக்கொண்டிருந்தன. அந்த உலகம் கற்பனைக் கெட்டாத அளவு விரிந்துகிடந்தது. அங்கே சந்திரனும் சூரியனும் ஆனந்தமாக விளையாடிக்கொண்டிருந்தன. நட்சத்திரங்கள் ஓர் உயரமான மாய மரக்கிளையில் ஊஞ்சலாடிக்கொண்டிருந்தன. அந்த உலகில் உள்ள இளவரசிகள் அனைவரும் அழகிகளுக்கெல்லாம் அழகிகளாகவும், அங்குள்ள வீரர்கள் அனைவரும், வீரர்களுக்கெல்லாம் வீரர்களாகவும் இருந்தனர். ஒன்பது தலைகளுடைய அரக்கர் தலைவனையும், சூனியக்காரிகளையும் கொண்ட உலகம் அது.

"கார்ட்டூன் படத்திலே வருகிற ஹீரோ மாதிரி பிது சண்டை போட்டானா" என்று இன்னொரு ஐந்து வயது ஆர்வக்கோளாறு கேட்டது. பஸோ-ஜி இந்தக் கேள்விக்குப் பதில் சொல்ல முடியாமல் திணறினாள். அவளுக்கு கார்ட்டூன் என்றால் என்னவென்று தெரியவில்லை. அவள் டி.வி. பார்த்ததே இல்லை.

இன்னொரு ஆறு வயது அறிவுக் கொழுந்து பஸோ-ஜியை சங்கடத்திலிருந்து மீட்கும் பொருட்டு, "ஏய், மிது நிஜமாகவே வாழ்ந்த ஒரு மாவீரன். அந்தக் காலத்தில் வாழ்ந்த வீரன் அவன். கார்ட்டூன் எல்லாம் சும்மா, வித்தை. என் அப்பா சொன்னார்" என்றது.

இரண்டு ஆண்டுகளுக்கு முன்னாள் பஸோ-ஜி, சர்ஜாம்டிக்கு வந்ததிலிருந்து, செல்லுமிடமெல்லாம் அவளுக்கு செல்வாக்கிருந்தது. அவ்வூரின் அன்றாட வாழ்வில் பிரிக்க முடியாத ஓர் அங்கமாக அவள் ஆகியிருந்தாள்.

கிட்டதட்ட அறுபது வருடங்களாக சோட்டாநாகபுரியின் வரைபடத்தில் எதற்கும் முக்கியத்துவம் இல்லாத ஓர் இடமாக சர்ஜாம்டி இருந்து வந்தது. ஆனால், இப்போது அந்த இடம் எல்லோருக்கும் தெரிந்த பூரிசிங்பம் என்ற மாவட்டமாக ஆகிவிட்டது. சர்ஜாம்டியில் இருந்த மக்கள் எல்லோருமே சந்தால் இனத்தைச் சேர்ந்தவர்களும், இதர மக்கள் முண்டா இனத்தைச் சார்ந்தவர்களும் ஆவார்கள். இவர்கள் எல்லோருமே சோட்டாநாகபுரி மூதாதையரின் மதமான 'சர்னா' என்ற மதத்தின் வழித்தோன்றல்கள். சர்ஜாம்டி, இந்திய துணைக் கண்டத்தின் தாதுப்பொருள் வெட்டி எடுக்கப்படும் மிக முக்கியமான இடமாக விளங்கி வருகிறது. இதன் தென்பகுதியில் தாதுப்பொருட்கள் வெட்டி எடுக்கப்படும் சுரங்கம் ஒன்று உள்ளது. அத்துடன் தாமிரத் தொழிற்சாலை ஒன்றும் நிறுவப்பட்டுள்ளது.

இவ்வாறு இந்த இடம் தாமிர நகரமாக உருவாகி, சர்ஜாம்டி மாவட்டம் முழுவதும் தோண்டி எடுக்கப்பட்டுவிடும் அபாயகரமான நிலைக்குக் கொஞ்சம் கொஞ்சமாகத் தள்ளப்பட்டு வந்தது. சுரங்கத்தையும், தொழிற்சாலையையும் தேசிய உடைமை ஆக்கியது, இரண்டுக்கும் மேற்பட்ட குவாரிகளைத் தொடங்கியது, சாலைகள் அமைக்கவும், அலுவலர்களுக்கான குடியிருப்புகள் கட்டவும் ஊர் மக்களின் சொத்துகளை பறிமுதல் செய்தது. வளர்ச்சியினால் ஏற்பட்ட இழப்புகளை சர்ஜாம்டி தாங்கிக்கொண்டது. வளமான அம்மக்களின் நிலங்களை அபகரித்துக்கொண்டு, சர்ஜாம்டி மக்களுக்கு சுரங்கங்களிலும் தொழிற்சாலைகளிலும் பழக்கப்படாத கூலி வேலைகள் கொடுக்கப்பட்டன. இரட்டைக் கொடைகளான தொழில்மயமாக்கலும், தொழில் வளர்ச்சிகளும் வேளாண் தொழில் செய்யும் ஆதிவாசிகள் இனத்தின் வீழ்ச்சிக்கும், அவர்களின் கலாசாரப் பின்னடைவுக்கும் சர்ஜாம்டி சாட்சியாக நின்றது. அடுத்த அறுபது ஆண்டுகளில் சர்ஜாம்டி ஒரு பெரிய நகரின் அம்சங்கள் அனைத்தையும் அடையப் பெற்றுவிட்டது. தாமிர நகரம் அதற்கான அடையாளமாக ஆனது. அத்துடன் மாடி வீடுகள், கேபிள் டி.வி.க்கள், இரு சக்கர வாகனங்கள், தண்ணீர் வசதி, நிலத்தடி நீர்வசதி எல்லோராலும் 'மெய்ன் ரோடு' என்றும் சொல்லப்படும் நேரான தார்ச்சாலை, ஒரு தொடக்கப்பள்ளி ஆகிய அனைத்தையும் சர்ஜாம்டி பெற்றது.

சர்ஜாம்டியில் இருந்த ஒரு சிலர் வேளாண் தொழிலை விருத்தி செய்துகொண்டனர். சில ஆண்களும், பெண்களும் சுரங்கங்களிலும் தொழிற்சாலைகளிலும் கூலிகளாக வேலை செய்தனர். கல்வி அறிவு பெற்றுக்கொண்ட புத்திசாலிகள் வங்கிகளிலும் அலுவலகங்களிலும் பணிபுரிந்தனர். சில இளைஞர்கள் இந்திய இராணுவத்தில் சேவையாற்றினர். ஆதிவாசிகள் இதுவரை எப்படி வாழ்ந்து வந்தார்கள் என்பதைப் பொருத்து அவ்வூர் படிப்படியாக வளர்ச்சி பெற்றது என்று சொல்லலாம்.

உயர்ந்த பழக்கவழக்கங்களைக் கொண்ட இந்தச் சமுதாயத்திலும், அதேசமயம் மானுட இனத்திற்கே உரிய பலவீனமான வேண்டாத சில பழக்கவழக்கங்களைக் கொண்ட, தங்கள் மனதிற்குப் பிடித்த மனிதர்களோடு தங்களை இணைத்துக்கொண்ட சில அப்பாவிகளும் உள்ள இந்த சமுதாயத்தில்தான் பஸோ-ஜி உள்ளே வந்தாள். அங்கே சிலரின் வாழ்க்கையில் சில மாற்றங்களை ஏற்படுத்தினாள்.

ஆதிவாசிகள் இனி நடனம் ஆடமாட்டார்கள் | 123

முதலில் அவள் - சோரன்-பாபு, அவனது மனைவி புஷ்பா, அவர்களது மூன்று குழந்தைகளின் வாழ்வில் மாற்றத்தை ஏற்படுத்தினாள்.

சோரன்-பாபு ஒரு வங்கியில் பணியாற்றினான். அவன்தான் பஸோ-ஜியை சர்ஜாம்டிக்கு கொண்டு வந்தவன். இதை அவன் மனைவி புஷ்பாவிற்குக்கூட அறிவிக்காமல் அழைத்து வந்தான்.

“யார் இவள்? இதற்கு முன்பு நான் இவளைப் பார்த்ததில்லையே” என்று புஷ்பா கேட்டாள்.

சோரன் விளக்கமாகத் தெரிவிக்க முயற்சி எடுத்தான். “இவள் எனக்கு தூரத்து உறவு. இவள் பெயர் பஸந்தி. பஸந்தி-ஜி. நான் இவளை பஸோ-ஜி என்றுதான் கூப்பிடுவேன். இவளின் பிள்ளைகள் எல்லாரும் வங்காளத்தில் வேறுவேறு இடங்களில் வேலை செய்கிறார்கள். அவர்களால் இவளை வைத்துப் பார்த்துக்கொள்ள முடியவில்லை. அதனால்தான் இவளை இங்கே அழைத்து வந்தேன். உனக்கு ஆட்சேபனை இல்லை என்றால்...”

புஷ்பாவுக்கு எரிச்சல் வந்தது. ஆனால், அவள் பஸந்தியை மேலும் கீழும் பார்த்தபோது அவள் அணிந்திருந்த கந்தல் ஆடை, மடியில் சுமந்து வந்த மூட்டை, குழி விழுந்த கண்கள், பயமும், ஏமாற்றமும் கலந்த பார்வை, சோரன்-பாபுவிற்குப் பின்னால் தன் நெடிய உருவத்தை கூனிக் குறுக்கிக்கொண்டு நின்ற தோற்றம், இவை எல்லாம் புஷ்பாவுக்கு அவள்மீது இரக்கத்தை ஏற்படுத்தியது. அது மட்டுமல்லாது, இந்த வயதில் பஸந்தியால் தன் கழுத்தில் கத்தியை வைத்து நகையையும் பணத்தையும் கேட்டு மிரட்ட முடியாது என்றும் புஷ்பா முடிவு செய்து கொண்டாள்.

“எனக்கு ஒன்றும் ஆட்சேபனை இல்லை. ஆனால் இவள் முதலில் குளிக்கவேண்டும்” என்றாள் புஷ்பா.

அடுத்தநாள் காலை அந்த வீட்டில் யாரும் எழுந்திருக்கும் முன்பே பஸோ-ஜி எழுந்து வீடு முழுவதையும் சுத்தமாகக் கூட்டி முடித்திருந்தாள். பிறகு எல்லாத் துணிகளையும் துவைத்து வைத்திருந்தாள். புஷ்பா ஆச்சரியப்பட்டுப் போனாள்.

“வேண்டாம் பஸோ-ஜி. இதையெல்லாம் செய்யவேண்டாம். நானே பார்த்துக்கொள்கிறேன்” என்றாள்.

"இல்லை, அம்மா இல்லை, ஏற்கனவே நீங்கள் செய்யவேண்டிய வேலை நிறைய இருக்கு. எனக்கு இதெல்லாம் பழக்கமான வேலைதான். இதெல்லாம் ஒன்றும் இல்லைம்மா" என்று பஸந்தி புன்னகையோடு பதில் சொன்னாள்.

அதற்குப் பிறகு புஷ்பா எந்த வார்த்தையும் பேசவில்லை. அவளுக்கு மகிழ்ச்சிதான். இப்பொழுதெல்லாம் காலையில் புஷ்பா செய்கிற வேலை - எழுந்திருப்பது - குளிப்பது - சமைப்பது. இது மட்டும்தான். அலுவலகம் செல்லும் கணவர், பள்ளிக்கூடம் போகும் மூன்று சேட்டை செய்யும் குழந்தைகள், துவைக்க வேண்டிய மொத்தத் துணிமணிகள், சமையல், வீட்டைக் கழுவுதல், பெருக்குதல், காய்கறி நறுக்குதல், மாவு அரைத்தல் இப்படி வேறு எவ்வளவு வேலைகளைச் சமாளிப்பது.

சோரன்பாபுவிற்கும், புஷ்பாவுக்கும் மூன்று குழந்தைகள். மூத்தவள் சஞ்சிதா - ஏழு வயதுப் பெண். அடுத்த ஆண் பிள்ளைகள் இருவரும் இரட்டையர்கள்; ஷியாம், கோபால். சஞ்சிதாவுக்கு இரண்டு வயது இளையவர்கள். சோரன்-பாபு கவலையில்லாமல் மகிழ்ச்சியோடு இருக்கிறபோது அவன் மனைவி மட்டும் கஷ்டப்பட வேண்டியிருந்தது. பிள்ளைகளை வீட்டுப்பாடம் செய்ய வைப்பது, அவர்களை அதிகமாக டி.வி. பார்க்காமலும், குறும்பு செய்யாமலும் கவனித்துக் கொள்வது - இதிலேதான் அவள் நேரமெல்லாம் கழிந்தது. வீட்டுக்கு வேலைக்காரி வைத்துக்கொள்ளும் அளவுக்கு சோரன்-பாபுவின் சம்பளம் இடம் கொடுக்கவில்லை. ஆகவே புஷ்பாதான் நாள் முழுவதும் ஓடி ஆடி குடும்பத்தைப் பார்த்துக்கொள்ள வேண்டியிருந்தது.

குழந்தையைக் கவனித்துக்கொள்பவளாக, வீட்டைப் பொறுப்பாகப் பார்த்துக்கொள்பவளாக, துணி துவைப்பவளாக, காய்கறி நறுக்கிக் கொடுப்பவளாக, மசாலா அரைப்பவளாக, மீன் அலசுபவளாக, வீட்டைக் கூட்டுபவளாக, பேச்சுத் துணைக்கு உதவுபவளாக மட்டுமே பஸோ-ஜியை புஷ்பா பார்த்தாள்.

சஞ்சிதா, ஷியாம், கோபால் ஆகியோருக்கு அவர்கள் குழுவில் இன்னொரு புதிய நபர் கிடைத்துவிட்டார்.

சோரன்-பாபுவிற்கு அம்மாவைப் போன்ற ஓர் ஆள் கிடைத்துவிட்டார்.

பஸோ-ஜிக்கும் ஒரு குடும்பமும் நட்பும் கிடைத்துவிட்டது.

மைனோ மார்டி என்னும் வயதான கிழவி சோரன்-பாபு வீட்டிற்கு அடுத்த வீட்டில் இருந்து வருகிறார். ஒவ்வொரு நாளும் அந்தக் கிழவி சோரன்-பாபு வீட்டு செம்பருத்தி வேலியைக் கடந்து போகிறபோது பஸந்தி கொல்லைப்புறம் உருளைக்கிழங்கிற்கு தோல் உரித்துக் கொண்டோ அல்லது கத்தரிக்காய், வெண்டைக்காய் நறுக்கிக் கொண்டோ அல்லது மதிய உணவுக்கு முருங்கைக்கீரை உருவிக் கொண்டோ அமர்ந்திருப்பாள்.

மைனோ மார்டி பஸந்தியோடு உட்கார்ந்துகொண்டு அன்றாடம் ஏதாவது ஊர்க் கதை, உலகத்துக் கதை பேசுவது வழக்கமாகிவிட்டது. தன் மருமகள் சாந்தி சரியாக தனக்குச் சாப்பாடு போடுவதில்லை என்று பஸந்தியிடம் குறைபட்டுக்கொண்டாள். அந்த ஊரிலேயே முழுவதும், சரியாக சாப்பாடு கொடுத்துக் கவனிக்கப்படாத இந்த மாமியாரின் ஏக்கங்களைப் புரிந்துகொண்டது போல காணப்பட்ட ஒரே நபர் பசந்தி ஒருத்திதான்.

தனது மருமகள் கொடுக்க மறுத்த ஒரு கரண்டி சோற்றுக்காகவோ, காலைத் தேநீரில் போட்டுக்கொள்ள ஒரு ஸ்பூன் சீனிக்காகவோ மைனோ வேதனைப்படவில்லை. மைனோவின் பிரச்சினையே சாந்திதான். எவ்வளவுதான் சோறு போட்டாலும், அது மைனோவை திருப்திப்படுத்திவிடாது. இப்போது சாந்திக்கும் சொந்தமாகிவிட்ட தன் மகன் மீண்டும் தனக்கு வேண்டும். தங்கள் பாட்டி, அம்மாவால் மரியாதையாக நடத்தப்படவில்லை என்று பேரப் பிள்ளைகள் தெரிந்து கொள்ள வேண்டும் என்பதை மைனோ விரும்பினாள்.

ஒவ்வொரு நாளும் மாலையில் பஸந்தி 'வாக்' போகும்போது ஓரிரு நிமிடங்கள் நின்று தஷ்ரத் முர்மு இரண்டு வார்த்தைகள் பேசிவிட்டுப் போவாள்.

தஷ்ரத் மனைவியை இழந்தவர். குழாயடிக்குப் பக்கத்தில் உள்ள சிறிய குடிசையில்தான் வசித்து வருகிறார். அவருக்குப் பிஜோயா என்ற மகளும் ஊனமுற்ற மகனும் இருக்கிறார்கள்.

பிஜோயா திருமண வயது வந்த ஒரு சந்தால் இனத்துப் பெண். சந்தால் இனத்துப் பெண்கள் போலவே ஐந்து அடிக்கும் கூடுதலான உயரம், கருத்த மேனி, தளதளவென்றிருக்கும் உடற்கட்டு. இனிமையான குரல். அந்த ஊர்ப் பெண்களிடமிருந்து இவளைத் தனிமைப்படுத்தியது என்னவென்றால் இவள் கற்ற கல்வி. இவள் ஒரு பட்டதாரி. வரலாற்றுப் பாடத்தில் சிறப்புத் தேர்ச்சி பெற்று தங்கப் பதக்கம் வாங்கியவள். இவளது ஆசையே ஓர்

ஆசிரியராக ஆகிவிட வேண்டும் என்பதுதான். எப்படி இருந்தாலும் சந்தால் இனத்து மாப்பிள்ளைமார்கள் உடற்தோற்றத்தையே பார்க்கிறார்கள். பிஜோயா வரலாற்றுப் பாடத்தில் வாங்கிய தங்கப் பதக்கம் ஒரு நல்ல வேலையை அவளுக்குப் பெற்றுத் தந்துவிடும். திருமணப் பேச்சு என்று வருகின்றபோது, பொருத்தமான மாப்பிள்ளைமார்கள் வருவதற்குத் தயங்கினார்கள். அவளுக்கு அமைந்திருந்த கருமை நிறமும், அவள் வாங்கியிருந்த பட்டமும், அவளுக்கு வந்த வாய்ப்பையெல்லாம் தட்டிக் கழித்தன. உண்மை என்னவென்றால், பிஜோயா நன்றாகச் சமைப்பாள், வீட்டைப் பெருக்கி சுத்தமாக வைத்திருப்பாள், தையல் வேலை செய்வாள், வயதானவர்களைக் கவனித்துக்கொள்வாள், மாட்டுக் கூடத்தைக் கூடக் கழுவிச் சுத்தம் செய்வாள். தேவை ஏற்பட்டால் விறகுகூட வெட்டுவாள். ஆனால், ஒரு பொருத்தமான மாப்பிள்ளையைத் தன்பால் ஈர்க்க முடியவில்லை. ஆனால், அவளுடைய உறவினர்கள் மூலம் அவள் சூனியக்காரி என்ற வதந்தி பரப்பப்பட்டிருந்தது. அவள் அம்மாவின் மரணம், அவள் தம்பியின் ஊனம், அவள் தந்தையின் பட்டுப்போன விவசாயம், அவளது பட்டப்படிப்பு எல்லாமே சூனியத்தின் விளைவு என்றுதான் சொல்லப்பட்டது.

அவள்மீது சுமத்தப்பட்ட இவ்வகைக் குற்றச்சாட்டுகளை பஸந்தி முதன்முறையாக கேட்டபோது அதிர்ச்சியடைந்தாள். ஒரு சிறிய ரப்பர் பாண்ட், தலைக்குக் கொண்டை போட இழுக்கிறபோது, அது அறுந்து விரல்களுக்கு வலி உண்டாக்குவது போல, நீண்டநாள் புதைந்து கிடந்த பழைய நினைவு ஒன்று வெளியே வந்து அவள் மனதை வேதனைப்படுத்தியது.

அதன்பிறகு, என்னதான், தஷ்ரத்திடம் அவரது மகளைப் பற்றி பேசுவதை பஸந்தி தவிர்த்து வந்தாலும், அந்த மனிதன் மகளின் பிரச்சினையை மட்டும்தான் பேசுவார். கல்வி அறிவு நிரம்பப் பெற்றுள்ள, திடகாத்திரமான உடலமைப்பு கொண்டுள்ள பெண்களுக்கு ஆண்களின் உதவி தேவையில்லை என்று சொல்லாமல் சொல்லுவாள். சாமர்த்தியமும், கல்வி அறிவும் பெற்றுள்ள பிஜோயாவைப் போன்ற பெண்கள் தங்கள் விதியை தாங்களே தீர்மானித்துக்கொள்வார்கள் என்று பஸந்தி நேரிடையாகச் சொல்லாமல் சுற்றி வளைத்துக் குறிப்பிடுவாள். ஆனால், அதனால் எந்தப் பயனும் ஏற்படவில்லை.

• • •

இதுபோன்று இரண்டு ஆண்டுகள் ஓடி மறைந்தன. துர்கா பூஜையின் இறுதிநாளான விஜயதசமி வந்தது. அந்த நாள், தர்மம், அதர்மத்தை அழிக்கும் நாள். கிழக்கு இந்தியாவில் புகழ்பெற்ற திருவிழாவின் கடைசிநாள்தான் விஜயதசமி.

சாலைகள் முழுவதும் மக்கள் கூட்டமும் வாகனங்களும் நிரம்பி வழிந்தன. பூஜைப் பந்தல், விளக்கு அலங்காரங்களால் ஜொலித்தது. சமீபத்தில் வந்த இந்திப் பாடல்களும், வங்கமொழிப் பாடல்களும் வேத மந்திரங்கள் ஒலிக்கும் சப்தங்களுக்கிடையே காதுகளைக் கிழித்தன. சிறுவர்களும் பெரியவர்களும் ஒருவரையொருவர் இடித்துக் கொண்டு கடைகளுக்குள் புகுந்தனர். இராவணனின் கொடும்பாவி எல்லோரும் பார்க்கும் அளவு உயரத்தில் தெரிந்தது.

சர்ஜாம்டி கிராமமும் விழாக்கோலம் பூண்டது. ஆண்களும், பெண்களும், சிறுவர்களும் புத்தாடை அணிந்துகொண்டு திருவிழாவைக் கொண்டாட நகரை நோக்கி ஆரவாரத்துடன் நடந்து கொண்டிருந்தனர். சஞ்சிதா, கோபால், ஷியாம் ஆகிய மூவரும் முன்கூட்டியே பந்தலைச் சென்றடைந்து விட்டனர். தலைகுனிந்து, கரம் கூப்பி கடவுளை வணங்கினார்கள். இந்தக் குழந்தைகள் மிகவும் குறும்பானவர்கள். ஆனாலும் நாகரிகம் தெரிந்தவர்கள். சோரன்பாபு அவர்களைக் கவனித்துவிட்டு, தானும் கரம் கூப்பி வணங்கி ஜெபித்தான். "என் குடும்பத்திற்கு அமைதியும், மகிழ்ச்சியும், பொருளும் வேண்டும். துர்காதேவி, என் வேண்டுதலுக்குச் செவி சாய்த்தருளும்."

புஷ்பாவும், பஸோ-ஜியும் வீட்டிலேயே இருந்தனர். அடுத்த வீட்டில் என்ன நடக்கிறது என்று தெரிந்துகொண்டதால், விழாக் கொண்டாட நகருக்குச் செல்வது அவர்களுக்குச் சரியாகப்படவில்லை.

மைனோவின் நான்கு வயதுப் பேரன், கடுமையான காய்ச்சலில் விழுந்துவிட்டான். வேகமாகப் பரவக்கூடிய இந்தக் காய்ச்சலை எங்கிருந்துதான் இழுத்துக்கொண்டானோ தெரியவில்லை. நேற்றைய முன்தினம் அவன், அப்பாவோடும் அக்காக்களோடும் கோவிலுக்குச் சென்றிருந்தான். அப்போது அவன் நலமாகத்தான் இருந்தான். சந்தோஷமாகவும், ஆரோக்கியமாகவும் வீடு திரும்பினான். இரவுதான் காய்ச்சலில் விழுந்துவிட்டான்.

அன்று மைனோவால் பஸந்தியுடன் பேச முடியவில்லை. பஸந்தி மைனோவின் வீட்டில், அதுவும் அவள் பேரனின் பக்கத்தில் உட்கார்ந்திருந்த போதும், மைனோவால் அவளோடு சரியாகப் பேச முடியவில்லை.

திருவிழாவிற்கு அடுத்தநாள் ஏகாதசி. வீதி எங்கும் வெறிச்சோடிக் கிடந்தன. பத்துநாள் ஆட்டபாட்டங்கள் முடிந்து, நகரமே அமைதியில் உறங்கிக் கொண்டிருந்தது. சிறியவர்கள், பெரியவர்களை மகிழ்வித்த ரங்கராட்டினம் போன்ற விளையாட்டுச் சாதனங்கள் எல்லாம் சாலையோரங்களில் ஓய்ந்து கிடந்தன.

மைனோ தூக்கமில்லாமல் இரவு முழுவதும் வேதனையோடு விழித்தே இருந்தாள். பேரனை மருத்துவமனைக்குத் தூக்கிச் சென்ற மகனும் மருமகளும் வரட்டும் என்று காத்துக்கொண்டிருந்தாள். அவர்கள் வந்து விட்டார்கள். அவர்கள் கைகளில் பேரனின் பிணம்தான் இருந்தது.

இறுதிச் சடங்குகள் எல்லாம் முடிந்தன. ஊரில் உள்ள எல்லோருக்கும் இயல்பு வாழ்க்கை திரும்பியும் மைனோ வீட்டாருக்கும் சோரன்-பாபு வீட்டாருக்கும் இயல்பு வாழ்க்கை இன்னும் வரவில்லை.

இரண்டு ஆண்டுகளில், அதாவது பஸந்தி அங்கு வந்தபிறகு அந்த ஊரில் இது மூன்றாவது மரணம். இரண்டு வயதானவர்கள் அதாவது இதற்குமேல் அவர்கள் உயிரோடு இருந்தால், அது மாபெரும் புதுமை என்று சொல்லக்கூடிய அளவிற்கு வயதானவர்கள். அவர்கள்தாம் முதலில் விடைபெற்றுச் சென்றனர். ஆனால், மைனோவின் பேரன், பாவம் அவன் குழந்தை.

பஸந்தி அங்கே வந்திருந்தது, எல்லோருக்கும் திடீரென்று ஒரு கேள்விக்குறி ஆகிவிட்டது. அந்தச் சிறுவனின் மரணம் அகால மரணம் என்று எல்லோராலும் பேசப்பட்டது. இரண்டு ஆண்டுகளுக்கு முன்னால் கேட்ட இதே கேள்வியைத்தான் புஷ்பா இப்போதும் கேட்டாள். “யார் இந்தப் பஸோ-ஜி? அவள் எங்கிருந்து வந்தவள்?” இந்தக் கேள்விகளுக்கு விடை சொல்ல முடியாமல் சோரன்-பாபு திக்குமுக்காடிப் போனான்.

மைனோ வெளியே போகமுடியாமல் வீட்டுக்குள்ளேயே அடைக்கப்பட்டாள். அவள் பஸந்தியோடு பேசக்கூடாது. அரச மரத்தடி ஊர்வம்பு அவர்களுக்கு இல்லாமல் போய்விட்டது. இப்போது ஊர் வம்பு பேசுவதற்கு மருமகள்கள் எல்லோரும் சேர்ந்து கொண்டார்கள். மைனோவும் பஸந்தியும் அப்போது நீண்ட நேரம் உரத்த குரலில் பேசிக்கொண்டது உண்டு. இப்போது புஷ்பாவும் சாந்தியும் அமைதியாகவும் சுருக்கமாகவும் பேசிக்கொண்டார்கள்.

காலையில் பஸோ-ஜி எழுந்திருக்கும் அதே நேரத்தில் புஷ்பாவும் எழுந்திருக்க வேண்டுமென்று முடிவு செய்தாள். அலாரம் வைத்து

வீட்டையே எழுப்புவதாக இருந்தாலும் பரவாயில்லை என்று இரவு முடிவெடுத்தாள். அதிகாலைக் குளிர்காற்று அவளை நடுங்க வைத்தது. ஆனாலும் பஸந்தியை சமையல் கட்டுக்குள் வரவிடாமலும், துணி துவைக்க வரவிடாமலும் பார்த்துக்கொள்ள வேண்டும்.

குழந்தைகள் அநியாயத்திற்கு அமைதியாகிவிட்டார்கள்! கோபாலுக்கும் ஷியாமுக்கும் ஈவு இரக்கமில்லாமல் அடி விழுந்தது. சஞ்சிதாவுக்கு எந்தக் காரணமும் இல்லாமல் திட்டு விழுந்தது.

"ஏழு கழுதை வயதாகிவிட்டது. இன்னும் செருப்பை எங்கே வைக்க வேண்டுமோ அங்கே வைக்கத் தெரியவில்லை. இதையெல்லாம் யார் செய்வார்கள்? பஸோ-ஜி எப்போதும் இங்கேயேவா இருக்கப் போகிறாள்?"

சோரன்-பாபுவிற்கு இதெல்லாம் கண்ணில்பட்டது. காதில் விழுந்தது. எல்லாவற்றையும் புரிந்தும்கொண்டான். ஆனால், எதுவும் பேச முடியவில்லை. அந்த வீடெங்கும் மயான அமைதி நிலவியது.

குழந்தைகள் தூங்கிய பிறகுதான் அவர்கள் முணுமுணுவென்று பேசிக்கொண்டார்கள். ஆனால் அது பஸோ-ஜிக்குத் தெளிவாகக் கேட்டது. பல இரவுகள், கிறுக்கு பிடித்தவள்போல் புஷ்பா பொரிந்து தள்ளியிருக்கிறாள். அப்போதெல்லாம் சோரன்-பாபு தன்னுடைய மென்மையான குரலால் அவளைச் சாந்தப்படுத்தியிருக்கிறான்.

ஒருநாள் இரவு பிரச்சினை வெடித்தது. இறுதியில் சோரன்-பாபு பொறுமை இழந்தபோது, மீண்டும் ரப்பர் பாண்ட் அறுந்து, விரல்களுக்கு வலி உண்டாக்கியது.

சோரன்-பாபு, புஷ்பாமீது எரிந்து விழுந்தான். "நான் இப்போது என்ன செய்ய வேண்டும்? அவள் முடியைப் பிடித்து இழுத்து அந்த சூனியக்காரியை வீட்டைவிட்டு வெளியே துரத்த வேண்டுமா?"

இதுதான். பஸோ-ஜிக்கு இது தெரியும். அவள் ஒரு சூனியக்காரி. அவளது சொந்தப் பேரனையே கொன்றவள் அவள். அதனால் அவளது பிள்ளைகளே அவளைத் துரத்திவிட்டனர். வேறு யாராவது தன்னை ஏற்றுக்கொள்வார்கள் என்று எப்படி அவள் எதிர்பார்க்க முடியும்? அவள் உண்மையில் ஒரு சூனியக்காரிதான்.

● ● ●

பஸந்திக்கு அவளுடைய குழந்தைப் பருவத்தில் நடந்த எதுவுமே நினைவில் இல்லை. ஆனால், அவள் பாட்டி அவளுக்குச் சொன்ன மாயாஜாலக் கதைகளும், அந்தக் கதைகளில் வந்த நாயகர்கள் மட்டும் ஞாபகத்தில் இருந்தனர். அத்துடன், கல்யாணம், காட்சிகளில் அவளது அம்மாவும், அத்தைமார்களும் பாடிய நாடோடிப் பாடல்களும் ஞாபகத்தில் இருந்தனர். சாப்ரி என்பதுதான் அவள் பிறந்த ஊரின் பெயர். ஆனால், அந்த ஊரில் அவள் நினைவுக்கு வந்ததெல்லாம், அவள் ஆடு, மாடுகள் மேய்த்து வந்த அந்த பசுமையான வயல்காடுகள்தாம். அவள் அப்பா, அம்மா வாழ்ந்த வீடும் நினைவில் இல்லை. அந்த ஊருக்குச் செல்வதற்கான வழியும் நினைவில் இல்லை. ஆனால் அந்த வீடு வங்காளத்தில் எங்கே இருந்தது என்று பெரியவர்கள் சொன்னது மட்டும் நினைவில் இருந்தது. அப்போது அவளுக்கு 14 வயது இருக்கும். அந்த வயதில்தான் அவளுக்குத் திருமணம் ஆனது. அவளைவிட இன்னொரு மடங்கு வயதுள்ள ஒரு விவசாயிக்கு அவள் திருமணம் செய்து கொடுக்கப்பட்டாள்.

அவள் வெட்கப்படுகிற அப்பாவிப் பெண். வாழ்க்கை பற்றி எந்த அறிவும் இல்லாத பேதைப் பெண்ணாக இருந்தாள். பள்ளிக்கூடமே செல்லாத, படிப்பறிவே இல்லாத ஒரு சந்தால் இனத்துப் பெண் அவள். ஒரு பஸ்ஸையோ காரையோ அவள் பார்த்ததில்லை. அவள் ஊரைவிட்டு ஓர் அடி எடுத்து வைத்ததில்லை.

திருமணம் அவள் வாழ்க்கையை மாற்றிவிட்டது. அவள் மாப்பிள்ளை, சல்பானி என்னும் அவனது ஊருக்கு அவளை ஒரு இரயிலில் அழைத்து வந்தான். நீராவி எந்திரத்தால் இழுத்துச் செல்லப்பட்ட அந்த நீண்ட இரயிலை ஆச்சரியப்பட்டுப் பார்த்தாள். புதுப்புது ஊர்களையெல்லாம் கடந்து வந்து, ஓர் இரயில் நிலையத்தில் இறங்கினாள். மாப்பிள்ளையோடும், மற்ற உறவினர்களோடும் ஒரு மூன்று மைல் தூரம் நடந்தபிறகு, அவள் கணவனின் ஊர் வந்தது. ஆனால், அய்யோ பாவம் அவள், அவள் ஒரு புதுமணப்பெண். அவள் தலை ஒரு மஞ்சள் கைத்தறிப் புடவையின் முந்தானையால் மூடப்பட்டிருந்தது. அவள் கண்கள் தரையைத்தான் பார்க்க முடிந்தன. வேறு எதையும் பார்க்க முடியவில்லை.

திருமணத்திற்குப் பிறகு, அவள் கண்ணுக்கு இனிமையானவற்றைக் காண்பதற்கும், அவள் ஊரில் பார்க்க முடியாமல் விட்டுப்போன எல்லாவற்றையும் காண்பதற்கும், வாழ்க்கை அவளுக்கு அளப்பறிய வாய்ப்புகளை அள்ளி வழங்கியது. அவள் வீட்டுக்காரன் அவளைக் கடைத்தெருவுக்கு அழைத்துச் சென்றான். அங்கே அவளுக்கு

பலகாரங்கள், கண்ணாடி வளையல்கள், மயில் இறகுகளால் ஆன வண்ண வண்ண முக்காட்டுத்துணி, இப்படி அவளுக்குப் பிடித்ததை எல்லாம் வாங்கிக் கொடுத்தான். அவன் அவளை அப்படி நேசித்தான். அவளும் அவனை ஆராதித்தாள். அவள் அவனது தோற்றத்தை இரசித்தாள். அதிலும் குறிப்பாக, மேல் நோக்கி முறுக்கிவிடப்பட்டிருந்த அந்த மீசையை இரசித்தாள். அந்தக் காலத்தில் ஆண்கள், தங்கள் மனைவிமார்களைப் பெயர் சொல்லி அழைப்பதில்லை. அதுபோல பெண்களும் தங்கள் கணவன்மார்களோடு நேருக்கு நேர் நின்று பேசியதும் இல்லை. அவர்கள் பேசுவதைப் பெண்கள் எட்டி இருந்து கேட்டுக் கொள்வார்கள்.

ஒருநாள் இரவு, அவளது பெற்றோர்கள் மட்டும் அவளைப் பஸோ என்று அழைத்ததுபோல, அவன் அவளைப் 'பஸோ' என்று பெயர் சொல்லி அழைத்தான்.

அதைக்கேட்டு அவள் அதிர்ந்து போனாள். ஒரு முரட்டுக்கரம் அவள் இடையை வளைத்துப் பிடித்தது. அவள் முகம் நாணத்தால் சிவந்து, இதயத்துடிப்பு அதிகரித்தது. அவன் முகம் அவளருகே நெருங்கி வந்ததால், அவனது மீசை அவள் கன்னங்களிலும் உதடுகளிலும் உராய்ந்தன. அவள் ஏதும் செய்வதறியாது, உணர்ச்சிப்பெருக்கில் அசைவற்று நின்றாள்.

அவள் இரண்டு ஆண் குழந்தைகளை அவனுக்குப் பெற்றுக் கொடுத்தாள். தந்தையைப் போன்றே இரண்டு ஆண் குழந்தைகள். அவன் வேலை செய்யும் வயலுக்கு அவள் சாப்பாடு எடுத்துச் செல்வாள். கஞ்சி, ஊறுகாய், உப்பு, வெங்காயம் எல்லாவற்றையும் தூக்கித் தலையில் சுமந்து செல்வாள். அவளது இரண்டு சிறுவர்களும் அவளைத் தொடர்ந்து ஓடி வருவார்கள். வழியில், குழிகளில் தேங்கியுள்ள தண்ணீரை உதைத்து விளையாடிக் கொண்டே வருவார்கள். காலை நேரங்களில் அவர்கள் அப்பாவோடு விளையாடுவார்கள். இரவெல்லாம் அவள் நல்லநல்ல கதைகளைச் சொல்லி குழந்தைகளைத் தன் வயப்படுத்துவாள்.

பஸந்தி விதவைக்கோலம் பூண்டபோது அவளது மூத்த மகனுக்கு வயது ஒன்பது. கணவனின் மரணம் அவளுக்கு அழ முடியாத அளவு அதிர்ச்சியைக் கொடுத்தது. தன் குழந்தைகளைக் கவனிக்க வேண்டும், ஆடு மாடுகளைக் கவனிக்க வேண்டும், விவசாயத்தைக்

கவனிக்க வேண்டும். அவளுக்குக் கணவனை எண்ணி கண்ணீர் சிந்த நேரமில்லை.

பஸந்தி பல இக்கட்டான சூழல்களுக்கு ஆளானாள். அதிலும், இறந்த கணவனின் பங்காளிகள் ஏமாற்றித் திரியும் நபர்கள். அவர்கள் பஸந்தியுடைய கணவரின் உடைமைகள் தங்களுக்குச் சொந்தம் என்று உரிமை கொண்டாட வந்தார்கள். அவர்களின் சூழ்ச்சிகளைப் புரிந்து கொண்ட பஸந்தி வன்மையாக மறுத்துவிட்டாள். இருப்பினும், எளிதில் ஏமாந்து போகும் பஸந்தி, நிலபுலம் எல்லாவற்றையும் ஏமாந்து இழந்துவிட்டாள். அவள் வீட்டுக்கு அருகில் ஒரு சிறிய துண்டு நிலம் மட்டும் அவளுக்குக் கிடைத்தது. ஆனால், அந்த மண் என்னவோ நல்ல விளைச்சல் தரக்கூடியது. அந்த இடத்தில் அவள் காய்கறிகள் பயிரிட்டாள். அதில் விளைந்த காய்கறிகளை பக்கத்துச் சந்தையிலும், இரயில் தண்டவாளத்துக்கு அந்தப்பக்கம் உள்ள கிராமத்திலும் விற்று வந்தாள். அந்தச் சந்தை அவளுக்குத் திருமணம் ஆன நாட்களை நினைவுபடுத்தியது. ஆனால், இப்போது அவளால் வண்ண வண்ண கண்ணாடி வளையல்களையும், அழகான சேலைகளையும் அணிய முடியவில்லை. இனிப்புப் பண்டங்களின் மீது அவளுக்கிருந்த ஆசைகளையும், இரயில் பயண ஆசையையும் அறவே இழந்து விட்டாள்.

அத்துடன் பீடி இலைகள், ஒருவகைப் பூங்கொத்துகள், மூங்கில் தளிர்கள் ஆகியவைகளைச் சேகரித்து அவைகளைக் கொண்டுபோய் சந்தையில் ஒரு நியாயமான விலைக்கு விற்று வந்தாள். சில சமயங்களில் கட்டிட வேலைக்குச் சென்றாள். சாலை போடும் வேலையில் சேர்ந்தாள். பட்டணத்தில் அரிசி ஆலையிலும் வேலை பார்த்தாள்.

வருடங்கள் கடந்தன. பஸந்தியின் பிள்ளைகள் இருவரும் கெட்டிக்காரத்தனமாக வளர்ந்து வந்தார்கள். ஆனால், அவர்கள் தந்தையின் குணாதிசயங்களிலிருந்து முற்றிலும் மாறுபட்டவர்கள். சுறுசுறுப்பாய் வேலை செய்பவர்கள். ஆனால், ஒரு நன்றி விசுவாசமோ, அடுத்தவர்களிடம் அன்பு காட்டுதல் என்பதோ அவர்களிடம் அறவே கிடையாது. அவர்களாகவே தங்களுக்குப் பிடித்த பெண்ணைக் கல்யாணம் செய்து கொண்டார்கள். ஆனால், இதுவே பஸந்தியின் துன்பங்களுக்கெல்லாம் தொடக்கமாக அமைந்தது.

இதைவிடுத்து, சிலர் பஸந்தியைப் பார்த்துப் பொறாமைப்பட்டனர். இரண்டு மகன்கள், அவர்களின் மனைவிகளான இரண்டு மருமகள்கள், பேரக் குழந்தைகள், இப்படி நிம்மதியான வாழ்க்கை. அவளுடைய

வாழ்நாள் போராட்டமும் வேதனையும் அவளுடைய கை கால்களை மட்டும் கல்லாக்கிவிடவில்லை, அவளுடைய மனதையும் கல்லாக்கி விட்டன. அவளின் மகன்களுக்கும், மருமகள்களுக்கும் அவள் அந்த வீட்டில் இருப்பது பிடிக்கவில்லை என்பதைப் புரிந்துகொண்டாள். எனவே, அவள் காய்கறித் தோட்டம் போட்ட அந்த இடத்தின் ஒரு மூலையில் ஒரு சிறிய குடிசையைப் போட்டுக்கொண்டு தனியாக இருந்தாள். அவள் சமையல், இருப்பிடம் எல்லாமே அந்த இடம்தான்.

அவளின் மருமகள்கள் இருவரும் வேலை செய்யாமல் வீட்டிலே படுத்துத் தூங்குவார்கள். கெடுமதி படைத்தவர்கள். மற்ற சந்தால் இனத்துப் பெண்கள் போல நன்கு குளித்து, ஆடை உடுத்தி பார்ப்பதற்கு பளிச்சென்று இருப்பார்கள். வீட்டையும் சுற்றுப்புறத்தையும் தூய்மையாக வைத்திருப்பார்கள். அடுத்தவர்களுக்கு அன்பு காட்டுதல், விட்டுக்கொடுத்து நடந்து கொள்ளுதல், வீட்டில் உள்ளவர்களோடு இணக்கமாக நடந்து கொள்ளுதல், மாமியாருக்கு மரியாதை காட்டுதல் என்பதெல்லாம் இவர்களுக்கு என்னவென்றே தெரியாது. இருப்பினும், இவர்களின் கவனக்குறைவையும், தான்தோன்றித்தனங்களையும் பஸந்தி ஏற்றுக்கொள்ளமாட்டாள். இவர்களின் குற்றங்குறைகளை அவ்வப்போது சுட்டிக்காட்டினாள். குறிப்பாக, பேரக் குழந்தைகளின் மீது பஸந்தி அதிக அன்பும் அக்கறையும் காட்டியதால், குழந்தைகளை மருமகள்கள் கவனிக்கத் தவறியபோது அவர்கள்மீது ஆத்திரப்படுவாள். இதனால் பேரக் குழந்தைகள் அடிக்கடி பாட்டியிடம் ஓடிவிடுவார்கள். தங்கள் குழந்தைகள் அடிக்கடி பாட்டியிடம் ஓடி ஒட்டிக்கொள்வதை இவர்களால் தாங்கிக்கொள்ள முடியவில்லை.

பஸந்தியின் இரண்டாவது மகனின் குழந்தை, வயிற்றுப் போக்கு நோய்க்குப் பலியாகிவிட்டான். அந்தக் குழந்தை உயிருக்குப் போராடிக்கொண்டிருந்த போது, பஸந்திதான் அருகில் இருந்து அக்குழந்தையைக் கவனித்துக்கொண்டாள். அந்தக் குழந்தையின் அம்மாவோ யாரையும் விட்டுவைக்காமல், எல்லோரும் தன் குழந்தையின் மரணத்திற்குக் காரணம் என்று திட்டித் தீர்த்தாள்.

குழந்தை இறந்துவிட்டதால் அங்கு ஏற்பட்டக் கூச்சலும் குழப்பமும் கூடிக்கொண்டே போனது. அதையும் யோசிக்காமல் குழந்தை இறந்த அடுத்த நொடியே, குழந்தையின் மரணத்திற்கு மாமியார்தான் காரணம் என்று அவள்மீது பழி சுமத்தினார்கள்.

அவள் அப்படி என்ன செய்துவிட்டாள்? அவர்கள் ஏன் அவள்மீது அநியாயமாகப் பழி சுமத்துகிறார்கள்?

"சொல்லுங்கள். வீட்டுக்குள் என்னென்ன சூழ்ச்சி செய்கிறீர்கள்? எந்த துஷ்ட தெய்வங்களை நீங்கள் வணங்கி வருகிறீர்கள்? இன்னும் எத்தனை குழந்தைகளை அத்தெய்வங்களுக்குப் பலி கொடுக்கப் போகிறீர்கள்?" என்று அவளின் பிள்ளைகள் சரமாரியாகக் கேட்டார்கள்.

பஸந்தி அதிர்ந்துபோய் நின்றாள். இந்தக் கேள்விக்கு ஒரே ஒரு அர்த்தம்தான் உள்ளது. அதாவது, அவள் பிள்ளைகள் - அவள் பெற்றெடுத்த பிள்ளைகள் - தாயை சூனியக்காரி என்று சொல்லுவது தான் இதன் அர்த்தம்.

அவள் நிலைகுலைந்துபோய் நின்றாள். அவள் விதவைக்கோலம் பூண்ட கோரமான நேரத்தைவிட, இப்போது அவள் நிலை இன்னும் கோரமாக இருந்தது.

அவள் தங்கியிருந்த ஒற்றை அறையிலிருந்த அத்தனை பொருட்களையும் - அவளது தட்டுமுட்டுச் சாமான்கள், அவளது துணிமணிகள், அவள் சமையலுக்குப் பயன்படுத்திய சட்டி பானைகள், அவளுடைய சிறிய பெட்டி அனைத்தையும் இரண்டு மகன்களும் வெளியே வீசி எறிந்தனர். அதை அவள் நிர்க்கதியாய் நின்று பார்த்துக்கொண்டிருந்தாள். அவள் குடியிருந்த ஒற்றை அறையையும், அவள் இதயத்தையும் சேதப்படுத்தியது போதாது என்று எண்ணிய இளைய மகன், தாயின் முடியைப் பிடித்து இழுத்து வெளியே தள்ளினான். அவள் வீட்டிற்கு வெளியே போய்க் குப்புற விழுந்தாள். இதிலும் திருப்தி அடையாத அவன், அம்மாவின் வயிற்றில் காலால் ஓங்கி மிதித்தான். அந்த வயதான அம்மா வேதனையிலும் விரக்தியிலும் ஓலமிட்டு அழுதாள்.

இரண்டு மகன்களும் அவளுக்கு வசைகளையும், உதைகளையும் மாறிமாறிக் கொடுத்தனர். மூத்தமகன் அவள் தங்கி இருந்த ஒற்றை அறையையும் அடித்து அழிக்கத் தொடங்கினான். அவன் விட்ட முதல் உதையில், மூங்கில் கதவு பிய்த்துக்கொண்டுபோய் விழுந்தது. இரண்டாவது உதையில் மேற்கூரை கவிழ்ந்து விழுந்தது. மூன்றாவது உதையில் மண்சுவர் இடிந்து விழுந்தது.

இந்தக் கோரக்காட்சி சிறிதுநேரம் நீடித்தது. அந்த இரண்டு பெண்களும் இறந்த குழந்தைக்காக ஒப்பாரி வைத்தனர். அத்துடன்

அவர்கள் இருவரும் கணவன்களைச் சுற்றி நின்றுகொண்டு மாமியாரைக் கொன்றுவிடுமாறு தூண்டிவிட்டுக்கொண்டிருந்தனர்.

இந்தக் காட்சியைக் காண ஊர் மக்கள் ஒன்றுகூடிவிட்டனர். ஆனால் பஸந்திக்காக ஒரு வார்த்தை பேச யாரும் முன்வரவில்லை. அவமானத்தாலும், வேதனையாலும் பஸந்தி தரையில் சுருண்டு கிடந்தாள். அவளுக்கு இப்போது தன் அம்மா தன்னை ஆறுதலாக 'பஸோ! பஸோ!' என்று அழைக்கும் குரலைக் கேட்க வேண்டும் போல இருந்தது. அத்துடன் அவள் கணவனையும் இப்போது பார்க்க வேண்டும்போல் இருந்தது. "இங்கே வந்து பாருங்கள். உங்கள் பிள்ளைகள் என்னை என்னவெல்லாம் செய்துவிட்டார்கள் பாருங்கள், எனக்கு ஒரு புதுப்புடவையும், கண்ணாடி வளையல்களும், மஞ்சளும், குங்குமமும் வாங்கித் தாருங்கள். மீண்டும் நான் அப்போது இருந்த நிலைக்கு வர வேண்டும்" என்று கேட்க வேண்டும்போல் இருந்தது.

அந்த நேரம் அடர்ந்த இருட்டாக இருந்தது. தூக்கி வீசி எறியப்பட்ட பொருட்களையெல்லாம் சேகரித்து எடுத்துக்கொண்டாள். சில துணிமணிகளை எடுத்துக்கொண்டாள். அவள் இளமைக்காலத்தில் பயன்படுத்தி, பத்திரப்படுத்திய நினைவுப்பொருட்களான காலி குங்கும டப்பா, இன்னும் சில அலங்காரப்பொருட்கள் அடங்கிய டப்பாக்களை ஒரு துணியில் போட்டு மூட்டையாகக் கட்டி எடுத்துக் கொண்டாள். இதெல்லாம் முடிந்தபிறகு பஸந்தி அந்த வீட்டைவிட்டு வெளியேறினாள்.

இரண்டு மணி நேரப் பயணத்திற்குப் பிறகு அந்த இரயில் பஸந்தியை காப்பர் டவுன் இரயில் நிலையத்திற்குக் கொண்டுவந்து சேர்த்தது. ஒரு பைத்தியக்காரியைப் போல அவள் இரயிலிலிருந்து இறங்கினாள். இரண்டு இரவுகள் அவள் இரயில் நிலைய நடை மேடையிலேயே கழித்தாள். மூன்றாம் நாளில்தான் அவள் சோரன்-பாபுவின் கண்களில்பட்டாள்.

சோரன்-பாபு பஸந்தியின் உறவுக்காரன் இல்லை. இவர்கள் இருவரும் கலந்துகொண்ட ஒரு திருமணத்தில் சோரன்-பாபு இவளைத் தெரிந்துகொண்டான். மாப்பிள்ளைவீட்டார் சார்பாக அவள் அந்தத் திருமணத்திற்கு வந்திருந்தாள். அந்தத் திருமணத்தில் அவள் பரிகாசத்திற்குரிய பாடலைப் பாடினாள். அந்தப் பாடல் கேட்பதற்கு உற்சாகமாக இருந்தது. சோரன்-பாபுவிற்கு இந்தப் பெண் பஸந்தியை மிகவும் பிடித்துப் போய்விட்டது. சோரன்-பாபு அவளோடு பேச்சுக் கொடுத்து, இவளது ஊரான சாப்ரிக்கு அருகில் சோரன்-பாபுவின்

உறவினர்கள் இருக்கிறார்கள் என்பதைத் தெரிந்துகொண்டான். அதுமுதல் அவன் பஸந்தியை ஜி என்று அழைக்கத் தொடங்கினான்.

• • •

அந்தக் காப்பர் - டவுன் இரயில் நிலையத்தில் அவர் பஸந்தியை அடையாளம் கண்டுகொண்டார், ஒரு சிறிய உரையாடலில் அவள் கதையைத் தெரிந்துகொண்டார். சோரன்-பாபுவிற்கு அவளை மிக நன்றாகத் தெரியும். எனவே எந்தவொரு சந்தேகத்திற்கும் இடமில்லாமல் அவளை வீட்டிற்கு அழைத்துச் செல்ல முடிவு செய்தார். அதுதான் அவர் செய்தது,

புஷ்பா தூக்கத்திலிருந்து எழுந்தாள். பஸோ-ஜி கையில் துடைப்பத்துடன் வருவாள் என்று எதிர்பார்த்தாள்.

"இது மாதிரி காலையில் கையில் துடைப்பத்துடன் எதிரே வராதே என்று உனக்குச் சொல்லி இருக்கிறேன் அல்லவா?" என்று சொல்ல வேண்டுமென்று மனதுக்குள் சொல்லிப் பார்த்துக்கொண்டாள். ஆனால், பஸோ-ஜி அங்கே இல்லை.

அதிர்ச்சியடைந்த புஷ்பா, தூக்கத்தில் இருந்த சோரன்-பாபுவை எழுப்பினாள். பஸோ-ஜியைக் காணவில்லை என்ற தகவலைச் சொன்னாள். சோரன்-பாபு கட்டிலை விட்டு பரபரப்பாக இறங்கி, முற்றத்திற்கு ஓடிச்சென்று பார்த்தான். அங்கே கதவு திறந்துகிடந்தது.

பஸோ-ஜி வழக்கமாக தூங்குகின்ற இடத்திற்கு ஓடிச்சென்று பார்த்தார்கள். மடக்குக் கட்டில் விரிக்கப்பட்டிருந்தது. அதன்மீது துணிகள் மடிக்கப்பட்டு கட்டிலில் வைக்கப்பட்டிருந்தன. சீப்பு, எண்ணெய், பிரஷ், சோப்பு மற்றும் சோரன் வீட்டிலிருந்து பெறப்பட்ட அனைத்துப் பொருட்களும் அங்கே கட்டிலின் மீது வைக்கப்பட்டிருந்தன. அவளின் ரப்பர் செருப்புகளும் கட்டிலுக்கடியில் கிடந்தன. ஆனால், அவளும், அவளது மூட்டை முடிச்சுகளும் அங்கே இல்லை.

•

ஆர்வம், அறிதல், மறைவு

அந்தச் சாலையில் நடந்து சென்ற அத்தனை நபர்களிலும் சுபாஷினியின் நடையில் ஓர் அவசரம் தெரிந்தது. அவளது முகம் ஒரு கடுகடுப்பைக் காட்டியது. மனதில் ஓர் இலக்கு இருப்பது காணப்பட்டது. அவளது ஊரான ரஷ்பால் இன்னும் ஐந்து கிலோமீட்டருக்குக் குறையாமல் இருந்தது. வழக்கமாக அவள் வீட்டிற்குத் திரும்பும்போது நல்ல பச்சைக் காய்கறிகளாகப் பார்த்து வாங்கிக்கொள்வாள். கண்டிப்பாக அதில் கீரை இருக்கும். பிறகு நிதானமாக நடந்து சென்று குழந்தைகளுக்குப் பிடித்தமான திண்பண்டங்களை வாங்கிக்கொள்வாள். இனிப்பு இல்லாமல், உப்பு கலந்த பிஸ்கட் அவளது மூன்று குழந்தைகளும் விரும்பிச் சாப்பிடுவார்கள். பதினான்கு வயது நிரம்பிய பரூல். பதினொரு வயது நிரம்பிய நிலோனி. ஏழு வயது நிரம்பிய குணராம். இவர்கள் மூவரும் அவளது மக்கட் செல்வங்கள். அவள் வாங்கிய நான்கு ஜிலேபிகள் கொண்ட பாக்கெட்டை மிகவும் கவனமாக இறுக்கிப் பிடித்துக்கொண்டாள். நடந்து செல்லும் சாலையின்மீது அவள் கண்கள் பதிந்திருந்தாலும், அவள் மனம் என்னவோ வேறு எங்கோ மூழ்கி இருந்தது. வேலை செய்யும் இடத்தில் அரக்கப்பரக்க வேலை செய்யவேண்டியிருந்தது போல, இங்கேயும் அரக்கப்பரக்க ஓட வேண்டியிருந்தது.

சுபாஷினியின் இயல்பான நடை நிதானமாக இருக்கும். அவளின் நடை, உடை, பாவனையைப் பார்த்தாலே ஒரு தோழமை உணர்வு வரும். சூரிய அஸ்தமனத்துக்குப் பிறகுதான் அவள் வீட்டிற்குச் செல்ல முடியும். பெருங்கூட்டத்தோடு - அதாவது அவளுடைய நட்பு வட்டாரமான அலுமினியத் தொழிற்சாலையில் வேலை செய்யும் பெண்கள், சோப்பு தயாரிக்கும் தொழிற்சாலைப் பெண்கள், ஜாம் தயாரிக்கும் பெண்கள், கோழிப் பண்ணைகளில் பணியாற்றும் பெண்கள், இப்படிப் பெருங்கூட்டத்தின் மத்தியில் நடந்து செல்வாள்.

அந்தக் கூட்டத்தில் வயதான கிழவிகள், இளம்பெண்கள் எல்லோரும் வருவார்கள். இளம்பெண்கள் செயற்கை இழை சேலைகளை ஜிகு ஜிகுவென்று அணிந்து வருவார்கள். வயதான பெண்கள் கைத்தறிப் புடவைகளைப் பாரம்பரிய முறையில் அணிந்து வருவார்கள். கைகளில் அலுமினியத் தூக்குச்சட்டிகளை எடுத்து வருவார்கள். இவ்வாறு பேசிக்கொண்டும், சிரித்துக்கொண்டும், வம்பு இழுத்துக் கொண்டும் ஒரே கலகலப்பாக வீடுகளுக்கு நடந்து செல்வார்கள். அவர்களைக் கடந்து செல்லும் ஜார்கண்ட் பேருந்துகள் ஹார்ன் அடித்துக்கொண்டும், பேருந்து ஊழியர்கள் பேருந்து போகும் இடங்களைச் சத்தம் போட்டு கத்திக்கொண்டும் செல்வார்கள். ஆனால், இந்தப் பெண்கள் ஓட்டுநர்களிடம் பேருந்தை நிறுத்தச் சொல்லி கையைக் காட்டமாட்டார்கள். அவர்களால் நடக்க முடியாத அளவு களைத்துப் போயிருந்தாலோ, அல்லது வீடு திரும்புவதற்கு மிகவும் காலதாமதம் ஆகி இருந்தால் மட்டும் அவர்கள் பேருந்தை நிறுத்துவார்கள். அதுபோன்ற சமயங்களில் பேருந்தில் அவர்கள் ஏறிவிட்டால் மூன்று ரூபாய் கொடுக்க வேண்டும் பட்சத்தில் ஒரு ரூபாய்தான் கொடுப்போம் என்றும், ஐந்து ரூபாய்க் கேட்டால் மூன்று ரூபாய்தான் கொடுப்போம் என்றும் அடம்பிடிப்பார்கள். கண்டக்டர், டிரைவரைக் கூப்பிட்டு ஒவ்வொரு பைசாவுக்கும் அவர்களோடு சண்டைக்குப் போய்விடுவார்கள். கண்டக்டர், டிரைவருக்கு இது பிடிக்கும். ஆனால், அந்தப் பெண்களுக்கு இது எரிச்சலாக இருக்கும். ஆண்களும், சிறுவர்களும் இதுபோன்ற சண்டை வம்புக்குப் போகாமல் விலகிக்கொள்வார்கள்.

இதுபோன்று பேருந்தில் பேரம் பேசுவதில் சுபாஷினி கில்லாடியாக இருந்தாலும், பேருந்தைத் தவிர்த்து நடந்து போவதிலேயே ஆர்வம் அவளுக்கு அதிகம். ஏனென்றால், அப்போதுதான் அவளது நெருங்கிய தோழியான டும்ணியுடன் சேர்ந்து நடந்து கொண்டும், நிறையப் பேசிக்கொண்டும் செல்லலாம். டும்னி பாலிப்பூர் என்ற இடத்தில் வசித்து வருகிறாள். வேலை செய்யும் இடத்தையும், பயணம் செய்யும் நேரத்தையும் விட்டால், இவர்கள் சந்தித்துக்கொள்ள வாய்ப்பே கிடைக்காது.

இரை தேடிவிட்டு, தங்கள் குஞ்சுகளுக்கும் இரையைச் சுமந்து வரும் பறவைகள் அந்தி வானில் வட்டமடித்துப் பறந்து வருவது போல, வேலை முடிந்து வீடு திரும்பும் இந்தப் பெண்கள், கூச்சலும் கும்மாளமுமாக அந்தச் சாலையையே கலகலப்பாக்குவார்கள்.

ஆனால், இன்று என்னவோ சுபாஷினியின் நடையில் ஓர் அவசரம் தெரிந்தது. ஓட்டமும் நடையுமாகக் கடந்து வந்துகொண்டிருந்தாள். அவளது தோழியர்களை எல்லாம் அரிசி மில்லிலேயே விட்டுவிட்டு வேகமாக வந்துவிட்டாள். அவளது தோழியரும் அவளை வேகமாக வீட்டிற்குச் செல்லுமாறு வற்புறுத்தினார்கள்.

"நடந்து போகவேண்டாம். இந்த டிரக்கர் வண்டியைப் பிடித்து வேகமாக வீட்டுக்குப் போ" என்று அவளது தோழி டும்ணி அவசரப்படுத்தினாள்.

அவளும் ஒரு டிரக்கர் வண்டியில் ஏறிக்கொண்டாள். அந்த வண்டி, வேலைவிட்டு வீடு திரும்பும் ஆட்களால் நிரம்பி வழிந்தது. அதில் திரைப்படக் கதாநாயகன் போல உடை அணிந்து, பாகிஸ்தானியக் கிரிக்கெட் வீரர்கள் போல முடி வைத்துக்கொண்டிருந்த இரண்டு ஆண்கள் பொருட்கள் வைக்கப்படும் மேல் பகுதியில் அமர்ந்திருந்தனர். அவர்களில் ஒருவன் குட்கா போட்டு குதப்பிய எச்சிலை ஏதுமறியா அப்பாவி ஆண்கள்மீதும் பெண்கள்மீதும் துப்பினான். எச்சில்பட்டவர்கள் அவனை ஆத்திரத்தோடு பார்த்தால், அவன் வெட்கமின்றி பல்லைக் காட்டுவான். ஓட்டுநர் இடத்தில் மூன்று ஆண்கள் அமர்ந்திருந்தனர். அதில் இடது புறத்தில் கடைசியாக அமர்ந்திருந்தவன் வண்டிக்கு வெளியே காலை நீட்டிக் கொண்டிருந்தான். அவனுக்கு அடுத்து இருந்தவன் பிதுங்கிக்கொண்டு அமர்ந்திருந்தான். டிரைவருக்கு அருகில் அமர்ந்திருந்த பராக்கிரமசாலி கால்களைப் பரப்பி நீட்டிக்கொண்டு ஒய்யாரமாகப் பின்னால் சாய்ந்து கொண்டிருந்தான். ஒவ்வொரு தடவையும் டிரைவர் கியர் மாற்றுகிற போது, கியரின் முடிச்சோ அல்லது அவரது மணிக்கட்டோ அந்த மனிதனின் தொடை இடுக்கில் போய் தாக்கும். பலே கில்லாடியான அந்த டிரைவர் தன் உடம்பின் ஒரு பகுதியை டிரைவர் இருக்கையிலும் மறுபகுதியை வண்டிக்கு வெளியே தொங்க விட்டபடியும் உட்கார்ந்து ஓட்டினான்.

இந்த அவஸ்தைக்கு நடந்து செல்வது எவ்வளவோ நல்லது என்று சுபாஷினி எண்ணினாள்.

பொருட்கள் வைக்கும் மேல்பகுதியில் போய் அமருமாறு கண்டக்டர் சுபாஷினியிடம் சொன்னார்.

"நீ மேலே ஏறிப்போய் உட்கார்ந்துகொள், நான் அங்கே போகமாட்டேன்" என்று சுபாஷினி எரிச்சல் அடைந்தாள். டிஃபன் பாக்ஸை மூடி, துணிப் பைக்குள் திணித்துக்கொண்டாள். ஜிலேபி

பாக்கெட்டை ஜாக்கெட்டுக்குள் செருகிக்கொண்டாள். பிறகு விறுவிறுவென்று வேகமாக நடக்கத் தொடங்கினாள். அசைந்தாடிச் சென்று கொண்டிருந்த மாட்டு வண்டிகளையும், குறுக்கும் நெடுக்குமாகச் சென்றுகொண்டிருந்த சைக்கிள்காரன்களையும் கடந்து அவள் வந்து கொண்டிருந்தபோது, அந்த டிரக்கர் வண்டி டிரைவர், ஹாரனை அலற விட்டுக்கொண்டு, சுபாஷினியைத் தொடர்ந்து வந்து கொண்டிருந்தவன், அவள் முன்னால் கொண்டுவந்து வண்டியை நிறுத்தினான்.

"ஏய், கிழவி, ஓரமாகப் போகத் தெரியாதா?" என்று அவளைப் பார்த்துக் கண்டக்டர் கத்தினான்.

சுபாஷினி சாலையின் ஓரமாகப் போய் நின்றாள். வேகமாக வந்து நின்ற அந்த வாகனம், புழுதிப் புயலையும், கரும்புகையையும் கிளப்பி, அவளை அதில் மூழ்கடித்தது.

டிரக்கரில் தொங்கிக்கொண்டு வந்த கண்டக்டர், "ஏய் கிழவி, நடு ரோட்டில் போகிறாயே, ஓரமாகப் போகமாட்டாயா? இப்படி நடுரோட்டில் போய்க் கொண்டிருந்தால், நீ லாரியில்தான் அடிபட்டுச் சாவாய்" என்று கத்தினான்.

"நான் சாகமாட்டேன். உன் அம்மாதான் சாவாள். நீ வண்டியில் போகிற திமிரில் பேசுகிறாய். சாலையில் இறங்கி நடந்து பார். அப்போது உனக்குத் தெரியும் என் கஷ்டம் என்னவென்று" என்று சுபாஷினி ஆத்திரமாகப் பேசினாள்.

சாலையில் சென்ற வாகனங்கள் சுபாஷினியைப் புழுதியில் மூழ்கடித்து விட்டுச் சென்றன. இந்த வாகனங்கள் எல்லாம் தன்மீது இப்படி புழுதியை வாரி இறைத்துவிட்டுச் செல்கின்றனவே என்ற வேதனையில், அவர்களை ஆத்திரம் தீர மனதுக்குள்ளே திட்டித் தீர்த்துக் கொண்டாள். இவள் முன்பின் அறிந்திராத ஒரு பெண்ணை வாய்க்கு வந்தபடித் திட்டினாள். ஏனென்றால், இப்படிக் காட்டுமிராண்டித்தனமாக வண்டி ஓட்டிய அந்தக் குரங்குப் பயலைப் பெற்றவள் அந்தப் பெண்தானே! இவளது மகனாக இருந்தால் இப்படிச் செய்வானா? இல்லை... செய்திருக்கமாட்டான். இவள் அந்தக் குரங்குப் பயலின் அம்மாவைத் திட்டியது சரிதான். ஆனால், அவன் அம்மா என்ன தவறு செய்தாள்? பாவம். அவள் மகன்தானே இப்படிச் செய்தான்.

கடவுளே! என்னை என்ன செய்யச் சொல்கிறாய்? அவன் ஏன் அப்படிச் செய்தான்? அவன் ஏன் என்னை ஆத்திரத்திற்கு ஆளாக்கினான்? அந்தக் கண்டக்டர் ஏன் என்னைத் திட்டினான்? ஏன், இன்றைக்கு மட்டும் அந்த வண்டியில் இடம் கிடைக்கவில்லை? நான் ஏன் வேறு வண்டிக்காகக் காத்துக்கொண்டு நின்றிருக்கக் கூடாதா? எனக்கு என்ன நடக்கிறது?

பொங்கி வந்த கண்ணீரை சுபாஷினி அடக்க முயன்றாள். ஆனாலும் அது அவளை மீறி வழிந்தது. கட்டுக்கடங்காது வந்த கண்ணீர், அவளது வயதான கன்னங்கள் வழியே உருண்டோடியது.

ஏன் இப்படி? கடவுளே, எனக்கு மட்டும் ஏன் இப்படி? உன்மீது நான் கொண்டுள்ள நம்பிக்கையைச் சோதிக்க இதுவரை கொடுத்த சோதனை எல்லாம் போதாதா? இன்னும் என்னென்ன சோதனைகளை என்மீது செய்து பார்க்கப் போகிறாய்?

• • •

"இவனுக்கு எங்கள் அப்பாவின் பெயரை வைக்கவேண்டும் இவனை குணராம் என்றுதான் கூப்பிடவேண்டும்" என்று சுணராம் சொன்னான்.

அவன் ஓர் ஆண் மகவு பிறக்க வேண்டும் என்று ஆசைப்பட்டான். அன்புப் பரிசுகளான இரண்டு பெண் குழந்தைகளைப் பெற்றெடுத்த பின், ஓர் ஆண் குழந்தைக்கு ஆசைப்பட்டான். அந்த ஆசை சுபாஷிணிக்கும் இருந்தது. ஆனால், அதை எப்படி அவனிடம் சொல்வது? கருத்தாங்கிய அந்த வயிற்றை அவன் அந்த நோக்கில் பார்க்கிறபொழுதெல்லாம், உதடுகளால் உச்சரிக்காத "ஆம்" என்ற வார்த்தையை அவனுக்குச் சொன்னாள்.

"பிறக்கப் போவது ஆண் குழந்தைதான், என் மகன்."

அவள் சேலையை இழுத்து வயிற்றை மறைத்துக்கொண்டாள்.

"அவனுக்கு குணராம் என்று பெயர் வைப்போம். அப்பாவின் நினைவாக! என்ன நான் சொல்வது சரிதானே?"

"சரி, சரி. குணராம் என்று கூப்பிடுவோம்" என்று சொல்ல விரும்பியவள் கண்களை வேறு பக்கம் திருப்பிக்கொண்டு, மெதுவாக அந்த இடத்தை விட்டு நகர்ந்து விட்டாள்.

சுணராமுக்கு அவ்வளவு மகிழ்ச்சி. அவன் அப்பா அவர்களிடம் மீண்டும் வரப்போகிறார். இந்த மகிழ்ச்சியை அவனுக்குக் கொடுத்ததற்காக சுபாஷினியும் மகிழ்ச்சியடைந்தாள்.

இது ஆண் குழந்தைதான். ஆண்டவா, ஆண் குழந்தையாகத்தான் இது இருக்கவேண்டும்.

குழந்தை பிறந்தது. அவர்கள் எதிர்பார்த்தபடி அது ஆண் குழந்தை தான். அந்தக் குழந்தைக்கு உடனடியாக அதன் தாத்தாவின் பெயரை வைத்தார்கள். ஆனால், குழந்தையின் அப்பாவும் அம்மாவும் அவனைப் 'பா' என்று அழைத்தார்கள். ஆனால் அவர்கள் சூட்டிய குணராம் என்ற பெயரைச் சொல்லிக் குழந்தையைக் கூப்பிடவில்லை. ஏனென்றால், குணராம் என்ற பெயர் அவளுக்கு மாமனாரின் பெயர், ஒரு மரியாதையான சந்தால் இனத்துப் பெண், தன் கணவரின் பெயரையோ, தன் மாமனின் பெயரையோ, தன் கணவரின் அண்ணன் பெயரையோ உதடுகளால் உச்சரிப்பதில்லை. பிறகு அந்தக் குழந்தையை 'குணு' என்று பெயரிட்டுக் கூப்பிட்டார்கள்.

எல்லோரும் மகிழ்ச்சியாக இருந்தார்கள். சுணராம், சுபாஷினி, பருல், நில்மோனி எல்லோரும் மகிழ்ச்சியாக இருந்தார்கள். இந்த மகிழ்ச்சி எல்லாம் சுணராம்மீது இடி விழும் வரை இருந்தது.

ராஷ்பால் நகருக்கு வெளியே ஒரு பனை மரத்தடியில் மழைக்கு ஒதுங்கி நின்றுகொண்டிருந்த சுணராம்மீது விழுந்த இடியில், பாதி உடல் கருகி, மார்பின் மீது இருந்த முடி பொசுங்கி, இதயத்தில் ஓர் ஓட்டை விழுந்துவிட்டது. அதுபோல அந்த மரமும் கருகிவிட்டது.

ஏன் இப்படி அவசரப்பட்டு விட்டான் என்று ஊர் மக்கள் எல்லாரும் பேசிக் கொண்டார்கள்,

மற்ற எல்லோரையும் போல இவனும் ஏன் அந்தப் பள்ளிக் கட்டடத்தில் ஒதுங்கி இருக்கக்கூடாது!

தங்கமான மனிதன்! தங்கமான மனிதன்.

இடி இவன்மீது விழாது என்று எப்படி இவன் முடிவு செய்து கொண்டான்.

மரணம், முரசு அடித்துக்கொண்டும், குழல் ஊதிக்கொண்டும் முன்னறிவிப்போடு வராது.

ஆதிவாசிகள் இனி நடனம் ஆடமாட்டார்கள் | 143

தங்கமான மனிதன்.

வீட்டிற்குத் திரும்புகிற அவசரம். மகனைப் பார்க்க வேண்டும் என்ற ஆவல்.

ஆமா, பாவம் அந்தக் குழந்தை. இரண்டு பெண் குழந்தைகள் வேறு.

அவர்கள் என்ன ஆவார்களோ, தெரியவில்லையே?

ஒருவரின் மறைவை எண்ணிப் புலம்புவதால் யாருக்கும் எந்த இலாபமும் இல்லை. கண்மணி போன்ற குணராமை வளர்ப்பதற்கு சுபாஷினி, பருல், நிலோனி ஆகிய மூவரும் ஆளுக்கொரு பொறுப்பை எடுத்துக்கொண்டார்கள். அந்தக் குடும்பத்தைக் காப்பாற்றும் பொறுப்பு சுபாஷினியின் தலையில் விழுந்தது. பருலும் நிலோனியும் குணராமைப் பார்த்துக்கொள்ளும் பொறுப்பை ஏற்றுக் கொண்டார்கள். தந்தை இறந்தபோது குணராம் முற்றிலும் பால்குடி மறக்கவில்லை. ஆனால், குணராம் தந்தையைப் பற்றி அம்மாவிடம் விசாரித்தான். அப்பா எப்படி இருப்பார்? எப்படியெல்லாம் பேசுவார்? இடி விழுந்த அந்த நாள் அப்பா எப்படி மறைந்து போனார்?

அவனுக்கு நான்கு வயது ஆன போது...

"அப்பாவுக்கு என்ன ஆச்சு, அம்மா?"

"அப்பா, ... அப்பா... மறைந்துவிட்டார்."

"மறைந்து விட்டாரா? எப்படி?"

"அது... அது வந்து... மழை. மழை பெய்தபோது மறைந்துவிட்டார். தண்ணீர் மூழ்கடித்துவிட்டது. ஆம், தண்ணீர்."

"தண்ணீரா?"

"ஆமா, ஆமா, தண்ணீர்தான்."

தண்ணீர் மனிதனைக் கொன்றுவிடும் என்ற செய்தியைத் தெரிந்து கொண்ட குணராம், தண்ணீரில் குளிப்பதற்கே மறுத்துவிட்டான். கடைசியாக அவன் உடம்பு முழுவதும் அழுக்கும், தூசும் அடுக்கு அடுக்காக அப்பிக்கொண்டிருந்தன. சுபாஷினியும், பருலும் அவனை அப்படியே கிணற்றுக்குத் தூக்கிச் சென்றார்கள். கால்சட்டை மேல்சட்டையைக் கழற்றியபோது, கை கால்களை உதறிக் கொண்டு கத்தினான். அவனை மடக்கிக்கொண்டு, அவன்மீது வாளி வாளியாகத்

தண்ணீரைக் கொட்டினார்கள். சுபாஷினி அவனைக் கெட்டியாகப் பிடித்துக்கொள்ள, பருல் அவன் உடம்பு முழுவதும் லைஃப்பாய் சோப்பைப் போட்டுத் தேய்த்துவிட்டாள். அவன் உடம்பு முழுவதும் நன்றாக அழுக்குப் போகத் தேய்த்துவிட்டார்கள்.

* * *

பிறகு குணராமுக்கு தண்ணீர் பயம் அற்றுப் போய்விட்டது. இப்போது ஊரில் உள்ள குளங்களில் நீந்துகிறான். மூச்சைப் பிடித்துக்கொண்டு தண்ணீருக்கு அடியில் சென்று வருகிறான். மரத்தின்மீது ஏறி தண்ணீருக்குள் குதிக்கிறான்.

அந்தத் தண்ணீர்தான் அவனின் உடல் வெப்பத்தைக் குறைக்கப் பயன்படுத்தப்பட்டது. சுபாஷினி வேலை விட்டு வீட்டிற்கு வந்தபோது பருல் தன் தம்பியின் நெற்றியில் ஈரத்துணி போட்டு ஒட்டி வைத்திருந்தாள். அவன் கண்கள் மூடி இருந்தன. இரவு முழுவதும் அவன் எழுப்பிய முனகல் சத்தம் அந்தக் குடும்பத்தையே விழித்திருக்க வைத்தது. அடுத்தநாள் விடிந்ததும் பக்கத்து வீட்டுப் பையனைப் பிடித்து ஒரு டாக்டரைக் கூட்டி வர அனுப்பினாள். ஜார்க்ராம் என்னும் இடத்திலிருந்து, சாக்குலியா என்னும் இடத்திற்கு மருத்துவம் செய்ய இரயிலில் வரும் டாக்டர் மாலிக், ஓர் இரு சக்கர வாகனத்தை இரவல் வாங்கிக்கொண்டு அங்கிருந்து ராஷ்பால் வந்தார். அவர் மிகவும் நல்ல மனிதர். அந்தக் கிராமத்து மக்களுக்கு இலவசமாக மருந்து மாத்திரைகள் கொடுப்பார். சுபாஷினிக்கு மருந்து மாத்திரைகள் கொடுத்தார். டாக்டர் மாலிக் பயணச் செலவுக்கு மட்டும் 30 ரூபாய் வாங்கிக்கொண்டார்.

சுபாஷினி வேலைக்குப் புறப்படும் வரை அவனோடேயே இருந்தாள். காய்ச்சலில் துவண்டுபோய் இருந்த குணராம் கண்களைத் திறந்து அம்மாவைப் பார்த்தான். அம்மா வேலைக்குப் புறப்பட்ட போது, "அம்மா, வரும்போது எனக்கு ஜிலேபி வாங்கிக்கொண்டு வருவீர்களா?" என்று கேட்டான்.

"சரிடா, கண்ணு, கட்டாயம் வாங்கிக்கொண்டு வருகிறேன்."

"அம்மா, ஏதாவது இனிப்பாகச் சாப்பிட வேண்டும்போல் இருக்கிறது. மறக்காமல் ஜிலேபி வாங்கிக்கொண்டு வந்துவிடுங்கள்."

ஆதிவாசிகள் இனி நடனம் ஆடமாட்டார்கள் | 145

“சரிடா, கண்ணு. மறக்காமல் வாங்கிக்கொண்டு வருகிறேன். நீ பேசக்கூடாது. பேசாமல் தூங்கு. நான் வரும்போது ஜிலேபி வாங்கிக் கொண்டு வருகிறேன்.”

அன்று காலை ரைஸ்-மில் வளாகத்திற்குள் நுழைந்ததிலிருந்து, வீட்டிற்குச் செல்ல துடித்துக்கொண்டிருந்தாள்.

ஜிலேபி வாங்க வேண்டும். ஜிலேபி வாங்க வேண்டும். ஜிலேபி வாங்க வேண்டும். ஜிலேபி வாங்க வேண்டும். குணராம் விடுத்த வேண்டுகோளை மனப்பாடம் ஆக்கிக்கொண்டாள்.

அடிக்கடி அவள் சோட்டா-பாபு அலுவலகத்திற்கு ஓடிப்போய், அங்கு சுவரில் தொங்கிக்கொண்டிருந்த கடிகாரத்தைப் பார்த்தாள். அதன் இரண்டு முட்களும் எங்கெங்கே இருக்கின்றன என்று ஓடிப்போய் கலுரானாவிடம் சொல்லுவாள். கலுரானா மற்றவர்களிடமிருந்து சற்று வேறுபட்டிருந்தான். அவனுக்கு பெயர் எழுதிக் கையொப்பமிடத் தெரியும். அடிப்படைக் கணக்குகள் தெரியும். அவன் சுபாஷினிக்கு கடிகாரத்தில் மணி பார்க்கச் சொல்லிக் கொடுத்தான். அரிசிக் குவியலின்மீது ஒரு வட்டம் வரைந்து, “சின்ன முள் இங்கே இருக்கிறது, சரியா?” என்று ஒரு மூங்கில் குச்சியைக் கையில் வைத்துக் கொண்டு, வட்டத்தைச் சுட்டிக்காட்டிக் கேட்டான். “இப்போது மணி இரண்டு ஆகிறது, பெண்ணே” என்றான்.

“இரண்டு மணியா? வீட்டிற்குக் கிளம்ப எவ்வளவு நேரம் ஆகும்?”

“பெண்ணே, சுபாஷினி, நான் சொல்வதைக் கவனிக்கமாட்டாயா?” என்று அவளது மணிக்கட்டில் தட்டினான்.

“கவனிக்கிறேன். கவனிக்கிறேன். என்ன? சொல்லுங்கள்.”

“சுபாஷினி, இன்றைக்கு ஏன் நீ இங்கே வந்தாய்?”

“ஏன், வேலைக்குத்தான்.”

“வேலைக்கா? உன் மகன் அங்கே காய்ச்சலில் அவதிப்பட்டுக் கொண்டிருக்கிறான். நீ இங்கே வேலைக்கு வந்திருக்கிறாயே. நீ என்ன பைத்தியமா?”

“அதெல்லாம் ஒன்றுமில்லை. நான் பார்த்துக்கொள்கிறேன்.”

“உன்னால் முடியாது. நீ வீட்டிற்குப் புறப்படத்தான் துடித்துக் கொண்டிருக்கிறாய். எனக்குத் தெரிகிறது. நீ ஏன் சோட்டா-பாபுவைக் கேட்டுக்கொண்டு வீட்டிற்குப் போகக்கூடாது?”

இது சரியாக இருந்தாலும் சுபாஷினி கேட்கமாட்டாள்.

“அவர் உன் கூலியைக் குறைக்கமாட்டார். அப்படியே குறைத்தால்தான் என்ன? குணுவைப் போய்ப் பார்க்கவேண்டாமா?”

நான்கு மணிக்கு வேலை முடிந்த உடனே ஓர் அம்பைப் போல வேகமாக வெளியே வந்தாள்.

“என்ன முட்டாள் பெண் அவள். காலையில் என்னோடுதான் நடந்து வந்தாள். குணராமுக்கு காய்ச்சல் என்று என்னிடம் கூடச் சொல்லவில்லை. அவள் எப்படி இருக்கிறாள் பாருங்கள். சுபாஷனி!” என்று டும்னி அழைத்தாள். “நடந்து போகாதே. டிரக்கர் வண்டியைப் பிடித்துக் கொள். நேரத்தோடு போய்விடலாம்.”

• • •

“அம்மா!”

“குணு!”

தன் மகனையே எண்ணிக்கொண்டு வந்த சுபாஷினி அந்தக் குரல் கேட்டு அங்கேயே ஸ்தம்பித்து நின்றாள். சுற்றுமுற்றும் பார்த்தாள். அந்தக்குரல் தினமும் கேட்கும் குரலாக இருந்தாலும், அது குணராம் இல்லை.

ஒரு நோய்வாய்ப்பட்ட சிறுவன் போலிருந்தது. சுபாஷினியுடைய மகன் வயது இருக்கும். அழுக்குப் பிடித்த ஆடை ஒன்றை அணிந்திருந்தான். வயிற்றுப் பசியால் துவண்டு போயிருந்த அச்சிறுவனின் கண்கள் இவளையே பார்த்துக்கொண்டிருந்தன.

யார் இது? யாருடைய குழந்தை இது?

சுபாஷினி சுற்றும்முற்றும் பார்த்தாள். இதற்கு அடுத்த ஊர் மிகவும் தொலைவில் இருந்தது. அந்த மூங்கில் காட்டிற்கு அப்பால் சில வீடுகள் தெரிந்தன. அதற்கும் அப்பால் உள்ள ஊர்தான் பாலிப்பூர். அதுதான் டும்னியின் சொந்த ஊர். ஓ! இறைவா! இந்தக் குழந்தை யார்? ஒரு சிறு பையன். அதுவும் நோய்வாய்ப்பட்ட உடல்.

"அம்மா, பசி தாங்க முடியவில்லை. ஏதாவது சாப்பிடத் தருவீங்களா?" அந்தச் சிறுவன் கொஞ்சம் அவளை நோக்கி நெருங்கி வந்தான். அவன் பேசிய குரல், சுபாஷினி வீட்டிற்குப் போய் தன் மகன் அருகில் இருக்க வேண்டும் போல் தோன்றியது.

அந்தச் சாலையில் அப்போது மயான அமைதி நிலவியது. காற்றின் அமைதி ஏதோ இடரின் முன்னறிவிப்பு போலத் தெரிந்தது. அந்தப்பக்கம் எந்த வாகனமும் செல்லவில்லை. எந்த அவசரமும் அங்கே காணப்படவில்லை. ஒரு கால்நடைகூட அந்தப்பக்கம் காணவில்லை. ஓர் ஆட்டுக்குட்டிக்கூட அந்தப்பக்கம் ஓடி வரவில்லை.

"ஏய், தள்ளிப்போ. என்னிடம் எதுவும் இல்லை." அந்தக் குழந்தையின் மீது எரிந்து விழுந்தாள் சுபாஷினி.

அவள் கன்னங்களில் ஓடிய கண்ணீர் காய்ந்துவிட்டது. அவளின் இதயத்துடிப்பு ஏறிக்கொண்டே போனது. வாழ்க்கையில் வருகின்ற துரதிர்ஷ்டங்கள் சிலரைப் பிச்சை எடுக்கும் நிலைக்குக்கூடத் தள்ளி விடுகிறது என்று அவளுக்குத் தெரியும். துரதிர்ஷ்டசாலிகளுக்கு அளவுக்கு மீறி கருணை காட்டிய சிலர், எஞ்சிய காலத்தை அழுது கொண்டே கழிக்கிறார்கள். இருளின் தெய்வங்களை வணங்கும் பக்தர்களும் இருக்கிறார்கள். ஒரு பக்தனோ, பக்தையோ மரணிக்கிற போது, முன்பு அவனோ அல்லது அவளோ வணங்கிய தெய்வங்கள், ஒரு குழந்தையாகவோ, ஒரு கிழவனாகவோ அல்லது கிழவியாகவோ அல்லது ஒரு நோயாளியாகவோ, ஏன் ஓர் ஆடாகவோ, மாடாகவோ, ஒரு பன்றியாகவோ அவதாரம் எடுக்கிறார்கள். அப்படி அவதாரம் எடுத்த தெய்வங்கள் இன்னொரு பக்தனைத் தேடுகிறார்கள். அந்த அவதாரங்கள் அழுகிறார்கள், ஜனங்களைச் சுற்றி சுற்றி வருகிறார்கள். மிகவும் நெருக்கமானவர்களைப் போலத் தெரிகிறார்கள். பசித்தால் பிச்சை எடுக்கிறார்கள். இல்லை, இல்லை. இந்தக் குழந்தை... இந்தக் குழந்தை...

"அம்மா, பசிக்கிறது அம்மா. நோயில் கிடந்தேன். பல நாட்கள் சாப்பிடவில்லை, அம்மா."

"என்னிடம் எதுவும் இல்லை என்று உனக்கு எத்தனை தடவை சொல்லுவது." தன்னிடம் உள்ள பணத்தை இறுக்கமாகப் பிடித்துக் கொண்டே, வெடுக்கென்று அவனிடம் பேசினாள். "உன் அம்மா எங்கே? உன்னை இப்படிப் பிச்சை எடுக்க வைத்துவிட்டுப் போன உன் அம்மாவிடம் போய்ப் பசிக்கிறது என்று சொல்."

அவள் அவசரமாக புறப்படத் திரும்பினாள். அச்சிறுவன் கெஞ்சுவதை நிறுத்தவில்லை. "அம்மா சாக்குலியாவில் வேலை செய்கிறார்கள். வரும்போது ஜிலேபி வாங்கி வருகிறேன் என்று சொன்னார்கள். ஆனால், அவர்கள் வரவில்லை. தயவுசெய்து, அம்மா. பசிக்கு ஏதாவது இருந்தால் கொடுங்கள், அம்மா."

"ஜிலேபி! என் பின்னாலேயே வருகிறாயா?" அவனை எரிக்கும் கண்களால் பார்த்துவிட்டு அவள் நடக்கத் தொடங்கினாள். அந்தச் சிறுவன் அவளைத் தொடர்ந்து அவள் பின்னால் வந்தான். அவள் வேகமாக நடையைக் கட்டினாள்.

ஒரு வாகனம் வரும் சத்தம் கேட்டு நின்று திரும்பிப் பார்த்தாள். ஜார்க்கண்ட் செல்லும் பேருந்து. இந்தக் கண்டக்டர், அந்தத் தெருப் பொறுக்கித் திமிர்த்தனம் பிடித்த கண்டக்டர் போல் இல்லை. பேருந்தை அருகில் நிறுத்தி அவளை உள்ளே வருமாறு அழைத்தான்.

ஓ! எங்கே அந்தக் குழந்தை? காணவில்லையே. எங்கே போயிருப்பான்? அவ்வளவு விரைவில் மறைந்து போயிருப்பானா? பேருந்தில் ஏறி விட்டானா?

"அம்மா, வருகிறீர்களா, இல்லையா? நேரம் இல்லை" என்று கண்டக்டர் கேட்டான்.

"வருகிறேன்... வருகிறேன்."

"அப்படியென்றால் வண்டியில் ஏறுங்கள். எங்கே போக வேண்டும்?"

"ராஷ்பால்."

"இடம் இல்லை. நின்று கொண்டுதான் போக வேண்டும்."

"ம். சரி. நிற்கிறேன்."

கண்டக்டர் அவளது பையை வாங்கிக் கொண்டு அவளை புன்னகையோடு பார்த்தான். ஆனால், அவள் அந்தப் பையை அவனிடமிருந்து பிடுங்கிக்கொண்டாள்.

"இந்தப் பையில் அப்படி என்ன இருக்கிறது? தங்கமா?"

"உங்கள் வேலையைப் பாருங்கள், தம்பி" என்று சுபாஷினி சுருக்கென்று சொன்னாள்.

ஆதிவாசிகள் இனி நடனம் ஆடமாட்டார்கள் | 149

கண்டக்டர் சுபாஷினியை வாசல்படியைவிட்டு உள்நோக்கி இழுத்து விட்டான். டிரைவர் கியரை மாற்றி வண்டியைக் கிளப்பினார். சுபாஷினி அந்தப் பேருந்தில் அங்குமிங்கும் அந்தக் குழந்தையைத் தேடினாள். ஆனால், அப்பேருந்தில் அந்தக் குழந்தை இல்லை.

• • •

அந்தப் பேருந்து அவளைப் பள்ளிக் கட்டிடத்திற்கு அருகில் இறக்கிவிட்டது. வீட்டை நோக்கித் தளர்ந்தபடி நடந்து சென்றாள். ஊரில் பாதிப் பேர் அவள் வீட்டின் முன்பு கூடி நின்றார்கள். ஊரில் உள்ள அக்கம் பக்கத்தோர்கள், அவளது குழந்தைகள் ஆகியோரும் அவள் வீட்டுக்கு உள்ளேயும் வெளியேயும் அரக்கப்பரக்க ஓடிக் கொண்டிருந்தார்கள். உரத்த குரலில் ஆத்திரமாகப் பேசினார்கள்.

இவள் வேகமாக ஓடினாள்.

அமைதியாக இருந்த நில்மோனி அம்மாவைக் கண்டதும் அவள் கழுத்தைக் கட்டிக்கொண்டு 'ஓ' வென்று அழத் தொடங்கினாள்.

சில பெண்கள, இந்தக் குழந்தை அழுவதைக்கூடப் பார்க்காமல், மார்பில் அடித்துக்கொண்டும், முடியைப் பிய்த்துக்கொண்டும் ஒப்பாரி வைத்தார்கள். குழந்தை அம்மாவைக் கட்டிக்கொண்டது.

"அம்மா, என்ன நடந்தது? குணு அம்மா, என்ன நடந்தது?"

எல்லாரும் சேர்ந்து ஒரே குரலில் கேட்டார்கள்.

"என்ன நடந்தது? அய்யோ, கடவுளே, நீ என்ன செய்தாய்? எங்களால் தாங்க முடியவில்லையே."

சுபாஷினியின் பெண் தலையைச் சுவரில் மோதிக்கொண்டாள். சுபாஷினி வேகமாக வீட்டிற்குள் ஓடினாள். குணு படுக்கையில் கிடந்தான். காலை அவனைப் படுக்கையில் போட்டுவிட்டுப் போன படியே அவன் கிடந்தான். அவன் கண்கள் திறந்திருக்கவில்லை.

தூங்கிக்கொண்டிருக்கிறானா? தூங்கிக்கொண்டிருக்கிறான். ஆமா, அவன் தூங்கிக் கொண்டிருக்கிறான். இல்லையா? அவன் தூங்கிக் கொண்டிருக்கிறான். ஆமாம்.

இந்தக் கூச்சலையும் குழப்பத்தையும் கேட்டு, குணராம் துள்ளி எழுந்து அம்மாவின் முன்பு வந்து நிற்கமாட்டானா? அம்மா! வந்து

விட்டீர்களா, அம்மா. ஜிலேபி வாங்கிக் கொண்டு வந்தீர்களா, அம்மா? வாங்கி வரவில்லையா?

குணராம் அசைவற்றுக் கிடந்தான்.

பருல் அம்மாவை இறுக்கமாகக் கட்டிப்பிடித்துக்கொண்டு சொன்னாள். "ஜிலேபி கேட்டுக் கொண்டே இருந்தான், அம்மா. நீங்கள் வருவீர்கள் என்று காத்துக் கொண்டே இருந்தான், அம்மா."

அவள் ஒரு விலைமகளைத் தவிர வேறில்லை

எப்போதும் பரபரப்பாகவும் சுறுசுறுப்பாகவும் இருக்கும் நிலக்கரிச் சுரங்க நகரான லக்கிப்பூர், அதன் தொழிலாளர்கள் குடியிருப்போடு இணைக்கப்பட்டிருந்தது. இந்தக் குடியிருப்புகளை நகரம் என்று சொல்வதைவிட குடிசைப்பகுதிகள் என்றே சொல்லலாம். இங்குள்ள லக்கிப்பூரின் மூன்றில் ஒரு பகுதி ஆண்கள், பூமித்தாயின் வயிற்றைக் கிழித்து, அதன் உள்ளே இறங்கி மணிக்கணக்காக உழைத்து வரும் ஊதியத்தைக் கொண்டுதான் தன் குடும்பத்தாருக்கு உணவளித்தும் உண்டும் வருகிறார்கள். உடலில் ஆடை இல்லாமல், வியர்வையில் நனைந்து, முகத்தில் கரி பூசினாற் போல நிலக்கரி தூசுபடிந்து, தலையில் கட்டப்பட்டிருக்கும் விளக்கு வெளிச்சத்தின் உதவியால், அடி ஆழம் காண முடியாத இருள்சூழ்ந்த அந்தச் சுரங்கத்தைத் தோண்டித் தோண்டி நிலக்கரி கண்டு எடுக்கிறார்கள். நாட்கணக்காக, வாரக்கணக்காக, வருடக்கணக்காக அவர்கள் செய்துவரும் ஒரே வேலை நிலக்கரி தோண்டுவதுதான்.

இந்தக் குடிசைப்பகுதியின் இன்னொரு புறத்தில் உள்ள பெண்களும், இதேபோன்று வியர்வை சிந்தி உழைத்துவரும் ஊதியத்தில் உண்டு, வாழ்ந்து வருகிறார்கள். அதாவது, ஆண்களின் வியர்வையும், உயிர் அணுக்களும் சேர்ந்த கலவையில், இப்பெண்கள் உழைத்து அதன்மூலம் உண்டு உயிர்வாழ்கிறார்கள். பளபளக்கும் நீல நிறத்திலும், பச்சை நிறத்திலும் வர்ணம் அடிக்கப்பட்ட, டெர்ரி காட்டன் துணிகளால் திரைச்சீலைகள் அமைக்கப்பட்ட, நூறு வாட் மின்விளக்குகளால் பிரகாசிக்கின்ற, பாலைவனம் போன்ற வெப்பம் இருந்தாலும் அதைக் குளுமையூட்டும் மின் விசிறிகளும் கொண்ட, எட்டுக்கு எட்டு நீள அகலம் கொண்ட, தங்களின் சொந்தச் சுரங்கங்களில் இந்தப் பெண்கள் உழைத்து வருகிறார்கள். நாட்கணக்காக, வாரக்கணக்காக, வருடக்கணக்காக இந்தப் பெண்கள் செய்து வரும் ஒரே வேலை இதுதான்.

எல்லாமே இங்கு விற்பனைக்குத்தான். மனித உடல்கள், மனிதத் தோழமைகள் எல்லாமே. இதை வாங்குவதற்கு செய்ய வேண்டியது பணம் செலுத்த வேண்டியது மட்டுமே. முதலில், இந்தக் குடிசைப்பகுதிக்கு வெளியில் இருந்து வரும் தொப்பையுள்ள தோழர்கள், 50 ரூபாயை நுழைவுக் கட்டணமாகக் கட்டிவிட வேண்டும். அப்போது, மாமா வேலை செய்யும் ஒருவரும், இடையில் மடிப்பு விழுந்த ஒரு ஆன்ட்டியும் அங்கே வருவார்கள். அவர்கள் இவர்களைச் சரியான அறைக்கு அழைத்துச் செல்வார்கள். அறைக்குள் சென்றதும், உள்ளே இருப்பவர்கள் வாடிக்கையாளர்களைக் கவனித்துக்கொள்வார்கள்.

அறைக்குள் இருப்பவர்கள் எல்லாருமே சோனாவாக ஆகிவிட முடியாது. ஏனென்றால், அந்த வீட்டில், அதாவது ஜார்னா என்ற ஆண்டியின் வீட்டில் சோனாதான் மின்னும் தாரகை. எல்லோருடைய கனவும் அவள்தான். மற்ற எல்லோருமே வெறும் விலைமகள்கள்தாம்.

மற்ற விலைமகள்கள் வாடிக்கையாளர்களுக்கு தங்கள் கடமைகளைச் செய்து முடித்துவிடுவார்கள். ஆனால் சோனா, வாடிக்கையாளர்களுக்குச் சந்தோஷம் என்னும் அரண்மனைக் கதவுகளைத் திறந்துவிட்டிருப்பாள். அவர்களை மரியாதைக்குரிய விருந்தினர்களைப் போல வரவேற்பாள். ஒரு விருந்தினர் முன்வாசல் வழியாக வந்தால் அவருக்கு இயல்பான வரவேற்பு கிடைக்கும். அவரே பின்கதவு வழியாக வந்தால், சோனாவின் ஆதிக்கமே அங்கு அதிகமாக இருக்கும். ஒருவர், அங்கே நுழையுமுன்னே தனக்கு மரியாதையும் வரவேற்பும் அதிக அளவில் வேண்டும் என்று விரும்பினால், சோனாவே அந்த வாடிக்கையாளரைக் கவனிப்பாள். இதுதான் சோனா தொடக்கத்தில் கற்றுக்கொண்டது. ஒரு மனிதனை மகிழ்ச்சிப்படுத்தும் கலையையும், வாடிக்கையாளர் தேவைகளைத் திருப்திப்படுத்தும் கலையையும் முழுமையாக வளர்த்துக்கொண்டாள்.

ஜார்னா ஆன்ட்டி வீட்டிற்கு வந்த தொடக்கக் காலங்களில் சோனா வருந்தி வருந்தி அழுதாள். ஆனால், அதிலிருந்து அவளால் மீள முடியவில்லை. நாட்டியப் பணியிலிருந்து விபச்சாரப் பணிக்கு தன்னோடு வந்த பல பெண்களை ஜார்னா ஆன்ட்டி சோனாவுக்கு காட்டினாள். ஆதரவற்றவர்கள், வாழ்க்கையில் தனக்கென்று யாருமே இல்லாதவர்கள், அவர்களை யாரும் அழைத்துக்கூட வைத்துக்கொள்வதில்லை. ஜார்னா ஆன்ட்டியும், இன்னும் சில

மாதர்களும்தான் அவர்களைக் கவனித்துக்கொள்கிறார்கள். உணவளிக்கிறார்கள், இறுதிவரை பார்த்துக்கொள்கிறார்கள்.

"நாமும் இந்த நிலைக்குத்தான் ஆளாவோம். நாம் எல்லோருமே இந்த வாழ்க்கையிலிருந்து நம்மால் மீண்டுவிட முடியாது. இதுபோன்ற வாழ்க்கைக்கு நாம் எப்போதும் ஆளாகிவிடக்கூடாது என்பதை உறுதிப்படுத்திக் கொள்ள வேண்டும்" என்று ஜார்னா ஆன்ட்டி பெருமூச்சு விட்டாள்.

சோனா வாயடைத்துப்போய் அதைக் கேட்டுக்கொண்டிருந்தாள்.

தன் கண்களை எங்கோ ஓரிடத்தில் பதித்தவாறு, "அவர்களால் எதுவும் முடியாது. அவர்களுக்குப் பணம் கிடைக்காது. பணம் இல்லாமல் அவர்களால் என்ன செய்துவிட முடியும்?" என்று ஜார்னா கேட்டாள்.

ஜார்னா சோனாவைத் திரும்பிப் பார்த்தாள்.

"என்னோடு யாரும் இல்லையென்றால் சாப்பாட்டுக்காவது ஏதாவது என்னிடம் இருக்கும். அப்போது நான் நம்பிக்கையோடு வெளியில் செல்வேன். என் இளம் வயதில் கையையும் காலையும் கட்டிக்கொண்டு உட்கார்ந்திருந்தால், என் நிலையும் அவர்களைப் போலாகி இருக்கும். புரிகிறதா சோனா? ஆகவே..."

அவள் சொல்ல வந்ததை முடிக்க வேண்டிய அவசியம் இல்லை. சோனா புரிந்துகொண்டாள். அவள் பிழைக்க வேண்டும் என்றால் இந்த வாழ்க்கை தொடர வேண்டும். அவள் தொழில் தொடர வேண்டும்.

ஜார்னா ஆன்ட்டி வீட்டில் எப்போதும் ஒரு போட்டி இருக்கும். புதியதாய் மலர்ந்த பூக்கள்மீது தேனீக்கள் அதிகம் மொய்க்கும். இது நிரந்தரம். உண்மை. எனவே வாடிக்கையாளர்கள் எல்லோரும் சோனா எங்கே என்றுதான் கேட்பார்கள்.

• • •

பல ஆண்டுகளுக்கு முன்பு, ஜார்னா, லக்கிப்பூருக்கு அருகில் உள்ள ஒரு ஜமீன்தாருக்கு இரகசிய மனைவியாக இருந்து வந்தாள். அவருக்கு ஒரு மனைவி இருந்தாள். அவளைத்தான் இவர் அம்மி மிதித்து, அருந்ததி பார்த்து, அக்கினி சாட்சியாகத் திருமணம் செய்துகொண்டார். ஜமீன்தார் சொல்வதை அவள் கேட்டு வந்தாள். அவள் அவருக்கு

வாரிசுகளை வழங்கி வந்தாள். அதன்பிறகு அவள் வாய்மூடி மௌனி ஆகிவிட்டாள்.

லக்கிப்பூருக்கு அருகில் ஒரு ஒதுக்கப்பட்ட காலனி இருந்தது. சுற்றியுள்ள ஜமீன்தார்கள் அங்கு வருவார்கள். தங்களின் ஆட்கள் புடைசூழ, மதுபானம், கஞ்சா வகைகளோடு (தாளத்திற்கேற்ப நடனமாடும்) பெண்களை ரசிக்க அங்கு வருவார்கள். அங்கே நடனமாடும் பெண்கள் எந்த ஜமீன்தாரை அதிகமாக மயக்குகிறார்களோ, அந்த ஜமீன்தார்கள், தங்களை மயக்கிய பெண்களுக்கு பொன்னையும் பொருளையும் அள்ளி வழங்குவார்கள். அப்படி ஒரு ஜமீன்தாரின் பார்வையில் பட்டவள்தான், ஜார்னா. மிக விரைவில் அந்த ஜமீன்தாரின் படுக்கையில் பங்கெடுத்துக்கொண்டாள் ஜார்னா.

காலம் கடந்தது. பணம் பண்ணும் முதலைகள் லக்கிப்பூரையும் அதனைச்சுற்றியும் ஆக்கிரமிக்க ஆரம்பித்தனர். அந்தப் பூமியில் என்ன புதையல் புதைந்து கிடக்கின்றது என்று தெரிந்து கொள்ள எந்த ஆராய்ச்சியாளனும் தேவையில்லை. பிறகு பஞ்சம் ஒன்று வந்தது. உழவர்கள் தங்கள் நிலங்களை அப்படியே தரிசாகப் போட்டுவிட்டு, பிழைப்பைத் தேடி இடம் பெயர்ந்துவிட்டார்கள். ஜமீன்தார்கள் தங்கள் சொத்துகளை நிலக்கரி நிறுவனங்களுக்கு விற்றுவிட்டு, அடுக்குமாடிக் கட்டிடங்களுக்கும், பங்களா வீடுகளுக்கும் சென்று குடியேறிவிட்டார்கள். அந்த ஒதுக்கப்பட்ட காலனி சிவப்பு விளக்கு மாவட்டமாக மாறியது.

ஜார்னாவும், இவளைப் போன்ற இதர நடன மாதர்களும் ஒரு மனிதனைக் கொண்டு என்ன செய்து விடமுடியும். நிலக்கரிச் சுரங்கம் செயல்படத் தொடங்கியவுடன், ஒரு மனிதனோடு இருந்த இந்த நடன மாதர்கள், ஒரு நாளைக்கு பல தடவை, பல மனிதர்களோடு தொடர்பு கொள்ள கட்டாயப்படுத்தப்பட்டார்கள். ஒருசமயம் அவர்களோடு நிகழ்ச்சிக்காக இங்கு வந்த இசைக் கலைஞர்கள், இவர்களுக்கு உதவி செய்யும் மாமாக்களாக மாறிவிட்டார்கள்.

கிராமங்கள் காணாமல் போயின. நகரங்கள் தோன்றத் தொடங்கின. இப்போது லக்கிப்பூர், நிலக்கரிச் சுரங்க நகரமானது. குடிசை வீடுகள் மறைந்துவிட்டன. எங்கும் பங்களாக்கள் முளைத்துவிட்டன. சாலைகள், செக்-போஸ்ட், இரயில் நிலையம், பேருந்துப் பணிமனை, கடைகள், சந்தைகள் இவ்வாறாக சுரங்கப்பகுதி முழுவதையும் சிவப்பு விளக்குப்பகுதி ஆக்கிரமித்தது.

ஆதிவாசிகள் இனி நடனம் ஆடமாட்டார்கள் | 155

ஜார்னா, ஜார்னா ஆன்ட்டி ஆனாள். ஒரு காலத்தில் அழகான இடையோடு நடனமாடிய இவள், இப்போது வாய்ச்சவடாலோடு அதிகாரம் செய்துகொண்டிருக்கும் ஒரு விலைமகள். மாவட்ட காவல்துறை அதிகாரி, சுரங்க மேலாளர்கள், சங்கத் தலைவர்கள், தாதாக்கள், நிழல் உலகத் திமிங்கிலங்கள், இப்படி எல்லாருமே இவளுக்குப் பக்க பலமாக நிற்பவர்கள்.

சென்ற மாதம்தான் நிலக்கரிச் சுரங்க உரிமையாளர்கள் கொண்டாடிய ஒரு விழாவில் ஜார்னாவின் மூன்று பெண்கள் நடனமாடினார்கள். மாவட்ட காவல்துறை அதிகாரிதான் அந்த விழாவின் சிறப்பு விருந்தினர். காதைக் கிழிக்கும் சத்தத்தில் ஒலிபரப்பப்பட்ட பாடலுக்கேற்ப அந்தப் பெண்கள் ஆடினார்கள். ஒரு கட்டத்தில் அந்த நடனமாதர்கள் தங்கள் மேலாடைகளைக் கழற்றி வானில் வீசியபோது, சுரங்க உரிமையாளர்களின் அடியாட்கள், ஒரு ஆரவாரத்தில் வான் நோக்கிச் சுட்டனர். நிலக்கரிச் சுரங்க உரிமையாளர்களுக்கு மாவட்ட காவல்துறை அதிகாரி காட்டிய பெருந்தன்மைக்காக அவருக்கு அன்பளிப்புகள் வழங்கப்பட்டன. சோனா! சோனா தன் கையில் இருக்கும்வரை பணத்தை அள்ளிக் குவித்துவிடலாம் என்று ஜார்னா அறிந்திருந்தாள்.

ஏனென்றால், சோனா, அவர்களுக்கு ஒரு கனவு. மற்றவர்கள் வெறும் விலைமாதர்கள்.

• • •

ஜார்னா ஆன்ட்டிக்கு, விலைமாதர்களை விநியோகம் செய்யும் நபர்கள் மூலம் சோனா கிடைக்கப் பெற்றாள். சோனாவுடன் இன்னும் சில மாதர்களும் வந்தார்கள். சிலர் மேற்குவங்கம், பீஹார் மாநிலங்களிலிருந்தும், இருவர் நேபாளத்திலிருந்தும், மூவர் பங்களாதேஷிலிருந்தும் வந்தார்கள். அவர்களில் சோனா மட்டுமே கண்ணைக் கவரும் அழகிய நிறத்தில் இருந்த பெண். ஜார்னா, சோனாவிடம் ஏதோ ஒன்று ஒளிந்திருப்பதைக் கண்டுகொண்டாள்.

விநியோகஸ்தர் அதிர்ந்துபோனார்.

"ஒரே ஒரு ஆள்தானா, ஜார்னா மேடம்? அவள் இல்லையென்றால் என்ன செய்வது?"

"அது எனக்குத் தெரியும்."

அவள் உள்ளே உறைந்து கிடக்கும் உணர்வுகளை ஜார்னா கண்டு கொண்டாள். அப்பாவித்தனத்திற்கப்பால் ஏதோ ஒன்று கொட்டிக் கிடக்கிறது என்று அவள் கண்கள் காட்டிக் கொடுத்தன. சோனாவின் தோலுக்கடியில் சொல்லப்படாத இரகசியங்கள் ஒளிந்திருப்பதை ஜார்னாவின் கண்கள் கண்டுபிடித்தன. சோனாவின் சொல்லப்படாத கதைகளையும் இவள் அறிந்து கொண்டாள். ஆனால், சோனாவுடைய மனதின் ஆழத்தை இவள் கண்களால் துழாவிப் பார்க்க இயலவில்லை. சோப்பையும், சிகைக்காயையும் சோனாவின் கைகளில் கொடுத்து, "நன்றாகத் தேய்த்துக் குளித்துவிட்டு வா. உண்மையான உன்னுடைய நிறத்தை நான் பார்க்க வேண்டும்" என்றாள்.

யார் இவள், எங்கிருந்து வந்தாள், இவள் நிஜப்பெயர் என்ன என்று ஜார்னா சில சமயம் ஆச்சரியப்பட்டதுண்டு. ஆனாலும் இவளால் எதையும் கேட்க முடியவில்லை. சோனாவும் எதையும் யாரிடமும் பகிர்ந்து கொண்டதுமில்லை. அவள் நிகழ்காலத்திலே நிலைத்திருந்தாள். இறந்தகாலமும் எதிர்காலமும் அவளுக்கு ஒரு பொருட்டு அல்ல.

சோனா வி.ஐ.பி.யின் வீடுகளுக்கும், அவர்கள் தங்கி இருந்த விடுதிகளுக்கும் அழைத்து வரப்பட்டாள். அவளை அழைத்து வர கார்கள் அனுப்பப்பட்டன. ஆடைகளும், ஆபரணங்களும், அலங்காரப் பொருட்களும் அவளுக்கு அளிக்கப்பட்டன. வாடிக்கையாளர் சிலர் அவளுடைய படுக்கையிலேயே பணப்பையை மறந்துவிட்டு வந்துவிடுவார்கள். சிலர் தங்களது கீழ் உள்ளாடையை விட்டுவிட்டு வந்துவிடுவார்கள். நாங்கள் சோனாவோடு இருப்பது எவ்வளவு மகிழ்ச்சியாக இருக்கிறது, தெரியுமா? அவளின் செயல்பாடுகள் என்ன அற்புதமாக இருக்கின்றன தெரியுமா என்றெல்லாம் ஜார்னாவிடம் சொல்லுவார்கள். ஒரு மண்பாண்டக் கலைஞனின் கைகளில் பட்ட களிமண் போல சோனா எங்களுக்கு என்பார்கள். அவர்களின் விருப்பத்திற்கு அவள் வளைந்து கொடுத்தாள். வாடிக்கையாளர்கள் அடைந்த சந்தோஷத்தை அவளும் அடைந்தாள். சோனா அவர்களின் காதலி ஆனாள். அவளோடு ஓர் இரவைக் கழிக்க அவர்கள் ஏராளமாகச் செலவு செய்தார்கள். மந்திரி, காவல் துறையினர், வர்த்தகர்கள், குண்டாஸ் என எல்லோரையும் சோனா தனது உடமை ஆக்கிக்கொண்டாள். அவளை ஒரு மின்னும் தாரகையாகப் பார்ப்பதாக ஜார்னாவிடம் சொல்லுவார்கள்.

● ● ●

ஜார்னா ஆன்ட்டியின் வாடிக்கையாளர்களில், ஒருவன் நிர்மல். இருபத்தெட்டு, முப்பது வயதுக்குள் இருப்பான். நல்ல உயரம், நாகரிகமானவன், தேர்ந்த ரசனை உள்ளவன். கட்டுமஸ்தான உடல்வாகு. காலப்போக்கில் சோனா தனது விரிந்த கையை அவனது பரந்த மார்பில் வைத்து, "என்னுடைய கை ஒரு புகைப்படம். உங்கள் மார்பு புகைப்படத்தை உள்ளடக்கும் கண்ணாடிச் சட்டங்கள்" என்பாள். நிர்மல் சலவை செய்த வெள்ளை நிற ஆடைகளை அணிவான். இறுக்கமான பேன்ட், கனமான செருப்புகள். மென்மையான வட்ட வடிவத் தொப்பி. எல்லாமே அவன் உருவத்தை முழுமையான ஆளுமை ஆக்கிக் காட்டின.

"நீங்க என்ன டபாங்கா?" நிர்மல் தன் தொப்பியைக் கழற்றி சோனாவின் படுக்கை அருகில் இருந்த ஸ்டூலில் வைத்தபோது சோனா அப்படிக் கேட்டாள்.

அவள் கேட்டதை நிர்மல் புரிந்துகொண்டு அவளைப் பார்த்து புன்னகைத்தான்.

"இல்லை. நான் யுவராஜ்."

ஒரு நாள் அவர்களின் கடின உழைப்புக்குப்பின், "நீங்கள் அதிகமான உடற்பயிற்சி எடுத்துக்கொள்கிறீர்கள்போல் தெரிகிறது" என்று கேட்டாள்.

அவளது முகத்தை வருடிக்கொடுத்துக்கொண்டே, "உனக்கு அதெல்லாம் தெரியாது, ஜானு. நான் உறுதியான உடம்போடு இருக்க வேண்டும். இராப்பகலாக கிரிமினல், அடியாட்களோடுதான் வேலை செய்துகொண்டிருக்கிறேன். எப்போது சண்டை வெடிக்கும் என்று யாருக்கும் தெரியாது. கட்டுமஸ்தான தோற்றத்தோடு உடல்வாகு இருந்தால்தான் அந்த இடத்தில் அமைதியை நிலைநாட்ட முடியும்" என்று நிர்மல் சொன்னான். சோனா அவனுடைய புஜத்தை தடவிக் கொடுத்தாள். நிர்மல் அவளைப் பார்த்து புன்னகைத்து தன் புஜத்தை உயர்த்திக் காட்டினான்.

அவனுடைய குரலில் அவளுக்கு ஒரு கிறக்கம் இருந்தது. அந்தக் குரலில் ஒரு தெளிவு இருந்தது. அவன் உடல் வலிமையைப் போன்று அவன் குரலிலும் ஒரு கம்பீரமும் ஆண்மையும் இருந்தது. எந்த ஒரு ஆணின் உடல் வாசனையும் அவள் நினைவில் நின்றதில்லை. ஆனால்,

பத்து ஆண்களோடு படுத்து உறங்கி எழுந்தாலும், நிர்மலின் உடல் வாசனையை மட்டும் இவள் மூக்கு அடையாளம் கண்டுகொள்ளும்.

பல நாட்களில் அவன் சாப்பாடும், மதுபான வகைகளையும் அவர்கள் இருவருக்காக வரவழைத்தான். அத்துடன் புலோ, பிரியாணி, மட்டன், சிக்கன், வறுத்த மீன், விஸ்கி, ரம், சோடா, குளிர்பானம், ஐஸ் இப்படி எல்லாம் வரவழைப்பான். சட்டை இல்லாமல், டிரவுசர் மட்டும் அணிந்துகொண்டு, சோனாவின் கட்டிலில் படுத்திருப்பான். அவன் விரல்களில் நேவிகட் சிகரெட் எரிந்துகொண்டிருக்கும். சோனா மதுபானங்களைக் கலந்து கொடுப்பாள். பிறகு ஸ்டைரோபார்ம் பிளேட்களில் அவனுக்கு உணவு பரிமாறுவாள். நிர்மல், அவன் கையாலே அவளுக்கு புலோவும், பிரியாணியும் ஊட்டுவான். இருவரும் சேர்ந்து மது அருந்துவார்கள். குளிர்ந்த சோடா கலந்து பிளெண்டர்ஸ் பிரைட் விஸ்கியோ அல்லது தம்ஸ் அப் கலந்த XXX ரம்மோ அருந்துவார்கள். மதுவின் ஆளுமையில் நிர்மல் அவளை ஆட்கொள்வான்.

ஒருநாள் அவன் பிடியிலிருந்து சோனா திமிறி ஓடியபோது அவளை விரட்டிப் பிடித்து தழுவிக் கொண்டான்.

"என்னை விடுங்கள்."

"நோ, இப்படியே இந்த அலங்கோலத்தில் நீ போகக்கூடாது."

"நான் போக வேண்டும். விடுங்கள்."

"நோ, நான் சொல்வதை நீ கேட்க வேண்டும்."

சோனா அவன் கழுத்தைக் கட்டிப்பிடித்து அவன் உதடுகளில் முத்தமிட முயன்றாள். நிர்மல் அதைத் தவிர்த்தான்.

"நீங்கள் சொல்வதை நான் ஏன் கேட்கவேண்டும்?"

"நான் சொல்வதைக் கேட்கவேண்டும்."

"என்னை முத்தமிடுங்கள்."

"இல்லை. இப்போது முடியாது."

"முத்தமிட வேண்டும். நீங்கள் சொல்வதை நான் கேட்கிறேன். நான் சொல்வதை நீங்கள் கேட்கவேண்டும்.

"சரி. நான் கேட்கிறேன். முதலில் நீ என்னோடு வா."

"முடியாது, இப்போது என்னை முத்தமிட வேண்டும்."

நிர்மல் அவளை அணைத்து அவள் கன்னத்தில் மெதுவாக முத்தமிட்டான்.

"என் உதடுகள்மீது முத்தமிட வேண்டும்."

அவன் இலாவகமாக தன்னிடமிருந்து அவளை விடுவித்து, அவளைக் கொண்டுபோய்க் கட்டிலில் கிடத்தினான்.

"நீ இப்போது சரியான நிலையில் இல்லை. படுத்துத் தூங்கு. நான் விரைவில் வந்து விடுகிறேன்" என்று சொன்னான்.

"என்னைவிட்டுப் போக வேண்டாம். போக வேண்டாம்." அவள் வார்த்தைகள் தடுமாறி நினைவிழந்தபோது, அவன் கையை அவள் இறுகப் பற்றி இருந்தாள்.

சோனா தூக்கத்தில் ஆழ்ந்தபிறகு அவளின் வெற்றுடம்பைப் போர்வையால் போர்த்தி விட்டான். தானும் உடைகளை அணிந்து கொண்டு, பணக்கட்டு ஒன்றை அவளின் பக்கத்தில் வைத்துவிட்டுப் புறப்பட்டான்.

நடப்பதெல்லாம் பார்த்தால் சோனாவால் நம்ப முடியாததாக இருந்தது. அவன் சோனாவுக்குச் செய்வது, சோனாவுக்காகவே செய்வது, அவன் பேசிய வார்த்தைகள், அந்த வார்த்தைகளைச் சொன்னபோது அவன் குரலில் கண்ட குழைவு, அவள் மேனியில் மேவிய அவன் விரல்கள், அவளைச் சுட்ட அவனது சுவாசக்காற்று, மதுபானநெடி, சிகரெட் புகையின் சுவாசம், அவன் உடலிலிருந்து தவழ்ந்து வந்த சுகந்தம் - இப்படி அவளுக்கு நெருக்கமான அத்தனையும் நிஜமா, நிழலா என்று அதிசயித்தாள். அவளை அவன் அப்படியே ஆட்கொள்ளும் ஆசையைத் தவிர்த்துவிட்டு, அவள் மனதில் வேறு ஏதேதோ நினைவுகள் இறக்கை கட்டிப் பறக்கத் தொடங்கின. ஒரு சிறு துரும்பு போன்ற வாய்ப்பு - இந்த ஆண்மகன்கள் அழைக்கும் அழைப்பையெல்லாம் ஏற்று அவர்களோடு உலாவரும் பயணத்தை நிராகரித்து வாழும் ஒரு வாழ்க்கை, நிர்வாணத்திற்கு நிரந்தரமாக விடை கொடுத்துவிட்டு வாழும் ஒரு வாழ்க்கை, ஜார்னா - ஆன்ட்டி வீட்டில் நிகழும் போட்டிகள் நிறைந்த அவலங்களை விட்டுவிலகி ஓடிஒளிந்து வாழும் ஒரு வாழ்க்கை - இதயத்தின் எங்கோ ஓர் மூலையில் இந்த ஏக்கம் அவளுக்குள் இருந்து

வந்தது. இப்போது அவளுக்கு ஒரு கனவு வந்திருக்கிறது. உடல் மறைக்க ஆடை அணிந்துகொண்டு, லக்கிப்பூர் வீதிகளில் நிர்மலோடு கைகோர்த்தபடி வாய்விட்டுச் சிரித்துக்கொண்டு, சோனாவின் திரைமூடிய அறைக்குள் அவர்கள் வெற்றுடல்களோடு காதுகளுக்குள் முணுமுணுத்துக்கொண்டதை விடுத்து, அவர்கள் ஒருவரைப்பற்றி ஒருவர் மனம்விட்டுப் பேசிக்கொண்டு, இப்படியெல்லாம் அவள் ஆசைகள் விரிந்துகொண்டே போயின.

"நீங்கள் துப்பாக்கி வைத்திருக்கிறீர்களா?" அவன் மார்புமீது சோனா கோலம் வரைந்துகொண்டே கேட்டாள்.

"எப்போதும் துப்பாக்கி பயன்படுத்த முடியாது. என் கைகளைக் கொண்டு ஒருவனோடு சண்டையிட முடியும் என்கிறபோது, நான் ஏன் துப்பாக்கியால் சுடவேண்டும்? அது ஆபத்தானது இல்லையா? எங்கள் தொழிலில் ஆபத்தான விஷயங்களைத் தவிர்க்க வேண்டும். இல்லையென்றால் நாங்கள் முடிந்தோம்..." என்று அவள் காதுகளில் முணுமுணுத்தான்.

சோனா அவனிடமிருந்து ஏதோ ஒன்று கிடைக்க வேண்டும் என்று எதிர்பார்த்தாள். அவளின் எதிர்பார்ப்பு என்னவென்று நிர்மலுக்கும் தெரியும். அவளின் ஏக்கத்தை நிராகரித்துவிட்டு அவன் வெளியேறினான்.

⬩ ⬩ ⬩

ஒருமுறை ஜார்னா ஆன்ட்டி சோனாவுக்கு விழிப்பாகவும், கவனமாகவும், அவளது மூலதனத்தைக் காப்பாற்றிக் கொள்ள வேண்டும் என்றும் சொல்லி வைத்தாள். "நாம் ஒரு மோசமான உலகத்தில் வாழ்ந்து வருகிறோம், பெண்ணே."

"அவர் மற்றவர்களைப் போல இல்லை" என்று பட்டென்று சொன்னாள். "ஒரு சில தருணங்கள், ஒரு சில தருணங்கள் அவரோடு... இது சிலருக்குப் பொறுக்கவில்லை."

ஜார்னா ஆன்ட்டி மேற்கொண்டு எதுவும் பேசவில்லை. நிர்மல் லக்கிப்பூரைவிட்டு சோனாவை அழைத்துப் போகும் எண்ணத்தோடு அங்கே வரவில்லை. மற்றவர்களைப் போலத்தான் அவனும் வந்தான். சோனாதான் வேண்டுமென்று கேட்டான். அவளுக்காக பணத்தை அள்ளிக்கொடுத்துவிட்டுப் போய்விட்டான்.

⬩ ⬩ ⬩

நிர்மலின் நண்பன் நந்து என்பவன்தான் முதன்முதலில் அவனை லக்கிப்பூருக்கு அழைத்து வந்தவன். நிர்மலிடம் ஓர் உதவியை எதிர்பார்த்து நந்து இந்தக் காரியத்தில் ஈடுபட்டான். இவர்கள் இருவரும் ஜார்னா இடத்திற்கு வந்தபோது, அவள் எல்லாப் பெண்களையும் வரிசையில் நிறுத்தி இவர்களுக்குக் காண்பித்தாள். "உங்களுக்குப் பிடித்தவர்களை எடுத்துக்கொள்ளுங்கள்." முதல் வாய்ப்பு நிர்மலுக்குத்தான். எல்லாப் பெண்களையும் ஆழ்ந்து நோக்கினான்.

சிலர் பளபளவென்று உடுத்தியபடி நின்றார்கள். வரிசையின் கடைசியில் புரிந்துகொள்ள முடியாத ஒரு புன்னகையோடு நின்றுகொண்டிருந்த சோனா, இவன் கண்களில் வீழ்ந்தாள். சோனா ஜாக்கெட் அணிந்துகொண்டு சிலைபோல் நின்றாள். முடியாமல் விடப்பட்ட அவளது முடி, அவளது கனத்த மார்பகங்கள்மீது வீழ்ந்து கிடந்தது. அவளது முகம் ஒரு தேர்ந்த கலைஞன் செதுக்கிய சிற்பம் போலக் காணப்பட்டது. அவளது கண்களைச் சந்தித்த இவனது கண்கள், அவைகளைவிட்டு அகலவில்லை. நிர்மலின் பார்வையால் தாக்கப்பட்ட அவளது கண்கள் சில நொடிப் பொழுதுகள் கழித்துத்தான், நந்துவை நோக்கி நகர்ந்தன.

"அற்புதமான தேர்வு" என்றான் நந்து.

அந்த எட்டுக்கு எட்டு சொர்க்கத்திற்குள் சோனா, நிர்மலை அழைத்துச் சென்றாள்.

"லக்கிப்பூருக்கு இதுதான் முதல் தடவையா?"

"ஆமா" என்று சொல்லிவிட்டான். ஆனால், அப்படிச் சொல்லியிருக்கக் கூடாதே என்றும் வருத்தப்பட்டான். ஒருமனிதன் விலைமாதர்கள் கூடாரத்திற்கு முதன்முறையாக வருகிறான் என்பது, அவன் அப்போதுதான் முதன்முறையாக ஒரு பெண்ணைத் தொடப் போகிறான் என்றுதான் பொருள் ஆகும். முதன்முறையாக அங்கு வரும் ஆண்களை, அந்த விலைமாதர்கள் கண்டபடி நடத்துவார்கள் என்று நிர்மல் கேள்விப்பட்டிருக்கிறான். இது அவனுக்கு முதல் தடவை அல்ல. மரியாதைக்குரிய பெண்களை, அதாவது அவன் நண்பனின் மனைவியையோ, அல்லது அவனின் காதலியையோ ஹோட்டல்களுக்கோ அல்லது வேறு நண்பர்களின் வீடுகளுக்கோ இரகசியாக அழைத்துச் சென்றிருக்கிறான். பேருந்து நிலையங்களில் கூட டிக்கெட் ஏஜெண்ட்டுகள் பெண்களை ஏற்பாடு செய்து

கொடுத்திருக்கிறார்கள். ஆனால், விலைமாதர்கள் கூடாரத்திற்கு இதுதான் முதல் தடவை.

"ம். சொல்லுங்கள். என்ன வேண்டும்? நான் என்ன செய்ய வேண்டும்?" இப்படிக் கேட்டபோது சோனாவின் கண்களில் குறும்புத்தனம் தெரிந்தது. கேலி செய்கிறாளா?

ஆத்திரப்பட்டு அவளைத் திட்ட வேண்டும் என்று நினைத்தான். ஆனால் அவள், நண்பனால் கிடைத்த கொடை-பரிசுப் பொருள். பரிசுப் பொருட்கள் பாதுகாக்கப்பட வேண்டும்.

"ஒரு நடனம் ஆடு."

"என்ன?" நம்ப முடியாமல் அவள் கண்கள் அப்படிக் கேட்டன.

ஆமா, அதைத்தான் கேட்டேன். அவன் கண்கள் பேசின.

நிர்மலும் சோனாவும் ஒருவரை ஒருவர் பரீட்சித்துப் பார்த்ததில், அவனுக்கு பேருந்து நிலைய நினைவு ஒன்று வந்தது.

இப்போது சோனா ஆடிய நடனம் அந்தப் பேருந்துக் காட்சியை நினைவுபடுத்தியது.

"நிறுத்து. ஆட்டம் போதும். இங்கே வா."

"இப்போதே?" என்று குழப்பத்துடன் சோனா கேட்டாள்.

"வா." ஆட்காட்டி விரலால் அவளை அழைத்தான். "கொஞ்சம் களைப்பாக இருக்கிறது. உடம்பைப் பிடித்துவிடுகிறாயா?" அப்படியே கட்டிலில் கால்களை விரித்தபடிப் படுத்தான்.

சோனா ஒரு பாட்டில் நிறைய எண்ணெய் எடுத்து வந்தாள்.

"உடம்பு எங்கும் நன்றாகத் தேய்த்துவிடு."

அவளது படுக்கையில் அவன் குப்புறப் படுத்திருந்தான். அவன் உடம்பு எங்கும் எண்ணெய் ஊற்றினாள். ஒருவாறு எல்லாம் முடிந்தது.

அதைவிட்டுப் புறப்பட்ட நிர்மல் கிங்ஃபிஷர் பீர் குடித்துவிட்டு வயிறுமுட்ட மதியஉணவு அருந்திவிட்டு, ஆறு மணி நேரம் அயர்ந்து தூங்கினான். எழுந்து குளித்து முடித்தபின் நிர்மலுக்குச் சோனாவின் முகம் நினைவுக்கு வந்தது.

ஆதிவாசிகள் இனி நடனம் ஆடமாட்டார்கள் | 163

சோனாவின் முகம் ஈர்த்தது. இரண்டாவது முறையாக, நந்துவின் உதவியின்றி ஜார்னாவின் இடத்திற்குச் சென்றான்.

"எனக்கு அந்தப் பெண் வேண்டும்."

• • •

"என்னை ஏன் திரும்பத் திரும்பக் கூப்பிடுகிறீர்கள்?" சோனா நிர்மலைக் கேட்டாள். அதற்குள் ஓர் அமர்வு முடிந்ததும், அடுத்த வாடிக்கையாளர் அழைப்பிற்கு அவள் அவசரம் காட்டவில்லை.

சோனாவின் தொழில் இன்னும் படுத்துப் போகவில்லை. அவளுக்கு இன்னும் கிராக்கி இருந்தது. ஆனால், என்ன நடக்கும் என்று யாருக்குத் தெரியும்? ஆனால் சோனா, நிர்மல்மீது கொண்டிருந்த தனியாத தாகம், அவளின் திரைமறைவில் என்ன நடந்துகொண்டிருந்தது, அவளைப் பற்றி என்ன பேசப்பட்டு வந்தது, அவளைப் பற்றி என்னென்ன கேள்வி எழும்பியது என்று எதைப் பற்றியுமே தெரிந்துகொள்ளவில்லை. ஆனால், கூர்மதி கொண்ட ஜார்னா, அவள் கூடாரத்தில் மின்னும் தாரகையான சோனா, வேறு ஒரு பாதையைத் தேர்ந்தெடுக்கிறாள் என்றும், அந்தப் பாதை இவளுக்கு இழப்பையும் ஏமாற்றத்தையும் ஏற்படுத்தும் என்றும் தெரிந்துகொண்டாள்.

"என்ன ஆச்சு? எங்கே அந்தப் பெண்? நாங்கள் வருகிற போதெல்லாம் அந்தப் பெண்ணைப் பார்க்க முடியவில்லையே?" என்று தினசரி வாடிக்கையாளர்கள் முறையிட்டார்கள்.

"லக்கிப்பூருக்கு நிறையப் புதுப் பெண்கள் வந்து கொண்டிருக் கிறார்கள், ஜார்னா மேடம்!" ஒரு வாடிக்கையாளர், அதுவும் பெரிய புள்ளியான அந்த வாடிக்கையாளர், நிர்மலை நன்கு அறிந்த அந்த வாடிக்கையாளர் சொன்னார். "எங்களைப் போன்ற ஆண்கள், பெண்களைத் தேடிப் போக வேண்டிய அவசியம் இல்லை. நாங்கள் விரலை அசைத்தால், ஒரு விரலுக்கு ஒரு பெண்வீதம் எங்களால் கூப்பிட முடியும். எங்களில் யாரோ ஒருவர், திருமணம் செய்து அழைத்துக்கொண்டு போகப் போகிறார் என்று சோனா நினைத்தால்..."

அவர் அந்த வாக்கியத்தை முடிக்க வேண்டிய அவசியம் இல்லை. ஜார்னா புரிந்துகொண்டாள்.

“நமக்கு ஒன்றும் சிறகுகள் முளைத்துவிடவில்லை, பெண்ணே அப்படி முளைத்துவிடும் என்று நினைத்துப் பார்க்கவும் முடியாது” ஜார்னா சூசகமாகச் சொன்னாள்.

சோனாவின் காதுகளில் விழுந்த அந்தக் கசப்பான வார்த்தைகளைக் கேட்டும் கேட்காததுபோல் இருந்தாள்.

இப்போது, நிர்மலோடு தனியாக அந்த அறையில் இருந்த நேரத்தில், சோனா எதையும் எண்ணிப் பார்க்க விரும்பவில்லை. கடந்த காலத்தையோ, நிகழ்காலத்தையோ எதையும் எண்ணிப் பார்க்க விரும்பவில்லை. அவளுடைய மனதில் இருந்ததெல்லாம் நிர்மல் மட்டுமே.

கட்டிலின் முழுப் பகுதியையும் ஆக்கிரமித்துக்கொண்டு படுத்திருந்தான் நிர்மல்.

“ஹாய்” ஓர் ஓரமாக ஒதுங்கிப் படுத்திருந்த சோனா நிர்மலைக் கூப்பிட்டாள். அவன் இடதுகை தலைக்கு அடியிலும், வலது கையில் ஒரு சிகரெட்டும் இருந்தது.

“ஹாய், இங்கே பாருங்க” சோனா அவனைத் தட்டிக் கூப்பிட்டாள்.

“என்ன?”

“என்னை மட்டும் ஏன் திரும்பத் திரும்பக் கூப்பிடுகிறீர்கள் என்று கேட்டேன்.”

தனது வாடிக்கையாளர் ஒருவரிடம் சோனா இந்தக் கேள்வியைக் கேட்பது இதுதான் முதல் தடவை. அவளுக்கு அந்த அவசியமும் வந்தது இல்லை.

“ஏன்?” நிர்மல் அவள் பக்கம் திரும்பி தனது வாய் நிறைய இருந்த புகையை அவள் முகத்தில் ஊதினான். “ஏன், நான் திரும்பத் திரும்ப உன்னிடம் வரக்கூடாதா?”

“இல்லை, இல்லை.” கட்டிலில் அவளுக்கும் இடம் போதாததால் நிர்மலைச் சற்று நகர்த்திவிட்டாள். “நான் அப்படிச் சொல்லவில்லை.”

“அப்புறம்?” நிர்மல் சிகரெட்டைக் கீழே போட்டு அணைத்தான். பின் பரிவோடு அவளை நோக்கித் திரும்பி, “நீ என்ன சொல்ல விரும்புகிறாய்?” என்று கேட்டான்.

சோனா இப்போது தன் கைமீது வைத்திருந்த தன் தலையைத் தூக்கித் தலையணை மீது வைத்து, நிர்மலைப் பார்த்து, "நான் என்ன சொல்கிறேன் என்றால், இங்கு நிறைய புதுப்புதுப் பெண்கள் வருகிறார்களே, அவர்களை உங்களுக்குப் பிடிக்கவில்லையா?" என்று கேட்டாள்.

நிர்மல் புன்னகைத்தபடி சோனாவின் கண்களை நோக்கினான். "எனக்கு அவர்களை மிகவும் பிடிக்கும். தினமும் அவர்களோடு என் படுக்கையைப் பகிர்ந்து கொள்வேன். ஆனால், அவர்கள் எல்லாம் உன்னைப் போல இல்லை. நீ மட்டும்தான் உன் தொழிலையும் பணத்தையும் பற்றிக் கவலைப்படுகிறாய்."

நிர்மல் விளையாட்டாகச் சொன்னதை சோனா கோபமாக எடுத்துக்கொண்டாள். "நான் என் தொழிலைப் பற்றி மட்டும்தான் கவலைப்படுகிறேனா? சொல்லுங்கள். இந்தத் தொழிலைச் செய்ய வில்லையென்றல், வேறு எந்தத் தொழிலைச் செய்வது? எனக்கு யார் சாப்பாடும் துணிமணியும் தருவார்கள்?"

"ஏன்? என்னோடு வந்துவிடு. நான் உன்னைப் பார்த்துக் கொள்கிறேன்" என்று சொல்லி, அவள் கையைப் பிடித்து இழுத்து தன் மார்பு மேல் வைத்துக்கொண்டான். "ஏன்? என்மீது உனக்கு நம்பிக்கை இல்லையா?"

இந்த நிமிடங்கள் சோனாவைச் சிறகடித்துப் பறக்க வைத்தன. தொழிலைப் பற்றியும் பணத்தைப் பற்றியும் இருந்த கவலையெல்லாம் கரைந்து காணாமற் போயின. நிர்மலோடு சேர்ந்து வாழப்போகும் வாழ்க்கையைப் பற்றி கனவுகளைத் தொடங்கினாள்.

சோனா ஏதோ ஒரு சிந்தனையில் மூழ்கி இருப்பதை நிர்மல் கண்டான். அவளது ஒரு கை இன்னும் நிர்மலின் மார்பின்மீது அணைத்து வைக்கப்பட்டிருந்தது.

"ஏய், நீ என்னைக் கிச்சுக்கிச்சு மூட்டுகிறாய்."

சோனா தலையை நிமிர்த்திப் பரவசத்தோடு அவனைப் பார்த்தாள்.

ஒரு வகையான வெட்கத்துடன், சிரிப்பை அடக்கிக்கொண்டு, பார்வையை வேறுபக்கம் திருப்பிக்கொண்டு, "நீங்கள்... நீங்கள் உண்மையாகவேதான் அப்படிச் சொல்கிறீர்களா?" என்று கேட்டாள்.

"எதை உண்மையாக...?"

"நீங்கள் வந்து... நீங்கள் வந்து" அவளால் முடிக்க முடியவில்லை.

"சரி, நீ என்னை நம்பவில்லை என்றால், புதிதாக வந்த அந்தப் பெண்ணிடம் போகிறேன். அவள் பெயர் என்ன? ஆமா... டீனா. என்ன அழகு அவள்!"

சோனாவின் முகத்தில் உண்டாகும் மாறுதலைப் பார்க்க விரும்பினான்.

அவள் உதடுகளில் தவழ்ந்த புன்னகை மறைந்தது. புதிதாக வந்த டீனா, எல்லாருடைய கவனத்தையும் ஈர்க்கத் தொடங்கிவிட்டாள். நந்து அவளை இரண்டுமுறை அழைத்துக்கொண்டான். அது மட்டுமல்லாது நிர்மலுக்கும் அவளைச் சிபாரிசு செய்தான். லக்கிப்பூரில் நிர்மல் வேறு எந்த விலைமகளையும் அழைத்துக்கொண்டதில்லை. சோனா எல்லா வகையிலும் அவனுக்கு நிறைவளித்தாள்.

"அவளை ஒருபோதும் நீங்கள் அணுகக்கூடாது" சோனா கட்டிலில் எழுந்து உட்கார்ந்தாள். நிர்மல் தனது சிரிப்பை அடக்க முடியாமல் கஷ்டப்பட்டான்.

"சிரிக்காதீர்கள்" அவள் கட்டிலில் சம்மணம் போட்டு அமர்ந்திருந்தாள். எவ்வளவு அழகாக அந்த முடியை ஒழுங்குபடுத்தி இருக்கிறாள் என்று ஆச்சரியப்பட்டு அவளைப் பார்த்தான்.

எல்லாவற்றையும்விட எப்படி சோனாவின் கோபம் குறைகிறது என்பதைக் காண்பதில் ஆர்வமாக இருந்தான்.

"நான் சொல்வதைக் கவனமாகக் கேளுங்கள். அந்த டீனா, அவள் ஓர் ஏமாற்றுக்காரி. அவள் என்ன செய்தாள் தெரியுமா உங்களுக்கு?"

தெரியாது என்று தலையசைத்தான்.

"கேளுங்கள், ஒருநாள் இரவு ஒரு வாடிக்கையாளர் வந்து அவளை அழைத்துச் சென்றான். அவன் வயிறு முட்டக் குடித்திருக்கிறான். உனக்கு ஏதாவது வாங்கி வரட்டுமா என்று அவன் டீனாவைக் கேட்டிருக்கிறான். டீனா என்ன கேட்டாள் தெரியுமா? ஆரஞ்சுப்பழம் வேண்டும் என்று கேட்டிருக்கிறாள். அந்த மனிதன் ஒரு பழக்கடையைத் தேடிப் போயிருக்கிறான். அந்தப் பழக்கடை இரவு முழுவதும் திறந்தே இருக்கும். அந்த ஆள் அந்தக் கடையில் ஒரு கிலோ ஆரஞ்சுப்பழம் வாங்கினான். அந்தப்பழத்திற்கு கடைக்காரன் எவ்வளவு பணம் கேட்டிருக்கிறான், தெரியுமா? இருநூறு ரூபாய். ஒரு கிலோ ஆரஞ்சுப் பழத்திற்கு இருநூறு ரூபாய்? நினைத்துக்கூடப்

பார்க்க முடியாது, இல்லையா? அந்தப் பழத்தைக் கொண்டுவந்து டீனாவிடம் கொடுத்தான். ஆனால் டீனா, ஒரு பழத்தைக்கூட எடுத்துச் சாப்பிடவில்லை. அந்த ஆள் போனபிறகு, அந்தப் பழத்தை அப்படியே எடுத்துக்கொண்டு போய், அந்தப் பழக்கடைக்காரனிடம் கொடுத்து, நூறு ரூபாய் வாங்கியிருக்கிறாள். அப்படி ஓர் ஏமாற்றுக்காரி, அவள்."

"அப்படியா" நிர்மல் ஆச்சரியப்படுவது போல் நடித்தான்.

"அப்புறம் என்ன? அந்த டீனாதானே உங்களுக்கு வேண்டும். அவளை அழைத்துக்கொள்ளுங்கள். யார் தடுத்தது?"

"நீதான் தடுக்கிறாய்" நிர்மல் அவளை இழுத்தான். "அதுமாதிரி நீயும் என்னை ஏமாற்றுகிறாய்."

"நான் உங்களை ஏமாற்றுகிறேனா? எப்படி?" அவன் பிடியிலிருந்து விடுபடத் திமிறினாள்.

நிர்மல் அவளை இறுகப் பற்றிக்கொண்டான்.

சோனாவின் முகம் வெட்கத்தால் சிவந்தது.

இது என்ன விநோதம்! மற்ற வாடிக்கையாளர்களிடம் இதுபோல இவள் முகம் வெட்கத்தால் சிவந்ததில்லையே. இதற்கு முன்பு பல தடவை நிர்மலுடன் வெற்று உடலோடு இருந்திருக்கிறாளே. அவனின் ஆண்மையை இவள் கரங்களுக்குள் கட்டுப்படுத்தி வைத்திருப்பது இது ஒன்றும் முதல் தடவை இல்லையே. இப்போது மட்டும் ஏன் இந்த வெட்கம்?

சோனா தன் கரங்களிலிருந்து அவனை விடுவித்தாள்.

"அதை எங்கே வைத்தாய்" என்று கேட்டுவிட்டு நிர்மல் எதையோ மும்முரமாகத் தேடத் தொடங்கினான்.

"எதைக் கேட்கிறீர்கள்?" என்று தெரியாததைப் போலக் கேட்டுவிட்டுச் சிரித்தாள்.

"அதுதான், அந்த உறை. எங்கே அது?"

"அது இப்போது உங்களுக்கு எதற்கு?" என்று கேட்டுச் சிரித்துவிட்டு கட்டிலைவிட்டு நகர்ந்தாள்.

"விளையாடாதே. எங்கே அது?"

“சாஜன் மேரா அஸ் பார் ஹை.... மில்னே கோ தில் பெக்கரார் ஹை” என்ற இந்திப் பாடலை ஜாலியாக முணுமுணுத்தபடி கைகளை விரித்துக் கொண்டு சுவரில் சாய்ந்தபடி அமர்ந்திருந்தாள்.

அதற்கிடையில், மெத்தைக்கடியில் வைக்கப்பட்டிருந்த அந்த உறையை நிர்மல் கண்டுகொண்டான்.

அவர்கள் மீண்டும் தயாரானார்கள். அவன் ஆதிக்கம் இன்னும் வலுப்பெற்றது. அவன்தான் அவளது உலகம் என்பது போல, அவனைப் பற்றிக்கொண்டாள் சோனா.

“என்னை முத்தமிடுங்கள்” என்று நிர்மலிடம் சொன்னாள்.

“எ . . . என்ன?”

“முத்தமிடுங்கள், ப்ளீஸ்.”

அவன் தன் இயக்கத்தை நிறுத்திக்கொண்டு அவள் கன்னத்தில் முத்தமிட்டான்.

“இல்லை, இல்லை. அங்கே இல்லை” என்று சொல்லி விரல்களால் தன் உதடுகளைத் தொட்டுக் காண்பித்தாள்.

“இங்கே பார். முதலில் இதைச் செய்து முடித்து விடுகிறேன். எனக்கு இருக்கிற தாக்கம் பற்றி உனக்கு ஒன்றும் தெரியாது.”

சோனா அவன் முடியைப் பற்றி தலையை நிமிர்த்தி, “ப்ளீஸ், கிஸ் மி. நீங்கள் ஒருபோதும் என்னை கிஸ் பண்ணுவதில்லை” என்றாள்.

நிர்மல் அவள் பிடியிலிருந்து தன் தலையை விடுவித்துக்கொண்டு, அவள் உடம்பெங்கும் முத்தமிட்டான். கன்னம், மார்பு என எங்கும் முத்தமிட்டான். அவள் உதடுகளைத் தவிர. அவள் உதடுகளில் முத்தமிடக் கேட்பதை நிறுத்த வேண்டும் என்பதற்காக, அவள் உணர்ச்சிகளைக் கிளறிவிடும் வரை அவளை முத்தமிட்டான்.

“இப்போது சந்தோஷமா? நான் உன்னைச் சந்தோஷப் படுத்தவில்லையா? சொல்லு சோனா.”

சோனா அவன் தலையைப் பிடித்து நிமிர்த்தி, “எனக்குத் தேவை இது இல்லை. நீங்கள் ஏன் என் உதடுகளில் முத்தமிட மறுக்கிறீர்கள்?”

"முத்தமா? பணத்துக்காகச் சோரம் போகும் ஒரு பரத்தையின் உதடுகளில் நான் முத்தமிடுவதில்லை. நான் செய்வது உனக்கு நிறைவு அளிக்கவில்லை. வேறு என்ன செய்ய வேண்டும், சொல்."

கோபமாக அவளை முகம் குப்புற படுக்கையில் தள்ளிவிட்டு தொடர்ந்தான்.

எல்லாம் முடிந்தபிறகு பெருமூச்சுவிட்டபடி வேகமாக பேசினான்: "இதோ பார், சோனா. சங்கத் தலைவரின் மகள் என் ஆண்மையை விரும்புகிறாள். ஆனால், நீ உன் உதடுகளில் என்னை முத்தமிடச் சொல்கிறாய்."

நிர்மல் எழுந்து ஆடை அணிந்துகொண்டு, பணக்கட்டு ஒன்றை சோனாவின் வலப்பக்கத்தில் போட்டுவிட்டு அறையைவிட்டு வெளியேறினான்.

சோனா கட்டிலில் முகம் புதைத்தபடியே நீண்ட நேரம் படுத்திருந்தாள். அவளுக்கு முன்னால் இருந்த சுவரையே வெறித்துப் பார்த்துக் கொண்டிருந்தாள். அவளுக்கு அழுது கதற வேண்டும்போல் இருந்தது.

• • •

நிர்மலுக்கும் சோனாவுக்கும் இடையே நடந்த விஷயம்தான் ஜார்னா வீட்டில் தலைப்புச் செய்தியாக பரபரப்பை உண்டாக்கியது. ஆனால், அதை யாரும் சோனாவிற்குத் தெரிவிக்கவில்லை. ஒருநாள் காலை, சோனா ஒரு கண்ணாடிக் குவளையை எடுத்து டீனாவின் மீது எறிந்துவிட்டாள். டீனா விலகிக் கொண்டதால், அது சுவரின் மீது பட்டு உடைந்தது. ஒருநாள் சோனா சற்று தொலைவில் இருந்தபோது டீனா வெறித்தனமாகச் சிரித்திருக்கிறாள்.

ஜார்னா கொஞ்சம் இரக்கக்குணம் உடையவளாக இருந்தாலும் கண்டிப்பானவள். "உங்கள் தொழிலில் முழுக் கவனத்தையும் செலுத்துங்கள். வாடிக்கைதான் நமக்குப் பாடம் கற்றுத் தருகின்றது. அந்தப் பாடங்களைக் கற்றுக்கொண்டு, அதன்படி நடக்க வேண்டும்."

• • •

சோனாவால் ஜார்னா ஆன்ட்டியை நேருக்கு நேர் பார்க்க முடியவில்லை. அவள் சொல்வதற்கும் எதுவுமில்லை.

மூன்று மாதங்களுக்குப் பிறகு அவர்கள் வந்தார்கள். நிர்மல், நந்து, இன்னும் இவர்களது மூன்று நண்பர்கள். முதல்முறையாக வருவது போல வந்தார்கள். நந்து இவர்களைத் தன் விருந்தினர்களாக அழைத்து வந்தான். இம்முறை அந்தக் கூடாரமே தனக்குச் சொந்தம் என்பது போன்ற பழைய இறுமாப்புடன் நிர்மல் நடந்து வரவில்லை.

"ஆன்ட்டி, எங்கள் நண்பனுக்குத் திருமணம் ஆகப் போகிறது." நந்து நிர்மலைச் சுட்டிக் காட்டினான். நிர்மல் வாய்விட்டுச் சிரித்துக் கொண்டு நின்றான். "இன்னும் ஏழு நாட்களில் நிரந்தரமாக ஒருத்தியோடு படுக்கையைப் பகிர்ந்துகொள்ளப் போகிறான்." நிர்மல் உச்சகட்ட தொனியில் சிரித்தான். "ஆன்ட்டி, நிர்மல், வாழ்க்கையில் எப்போதும் நினைவில் வைத்துக்கொள்வது போல ஏதாவது அவனுக்குக் கொடுக்கக்கூடாதா?" என்று நந்து கேட்டான்.

அடுத்து அவர்கள் முன்னால் வரிசையில் வந்து நிற்கத் தயாராக இருக்கும் ஜார்னா ஆன்ட்டியின் மாதர்கள், வாடிக்கையாளர்கள் பேசிக்கொண்டதை காதில் வாங்கிக்கொள்வதில்லை.

ஆனால், இந்தமுறை அந்த மாதர்கள் அப்படி இல்லை. நிர்மலுக்கும் சோனாவுக்கும் இடையே நடந்த விஷயங்களை நன்கு அறிந்திருந்த அந்த மாதர்கள், இந்த வாடிக்கையாளர் பேசப் போகும் விஷயத்தை காதுகளைத் தீட்டிக்கொண்டு கேட்கத் தயாரானார்கள்.

"ஏன் கொடுக்கக் கூடாது. நீங்கள் என்னுடைய தினசரி வாடிக்கையாளர்கள்" என்று மிக நாகரிகமாக ஜார்னா சொன்னாள். பிறகு நிர்மல் பக்கம் திரும்பி, "திருமணம் ஆனவுடன் எங்களை மறந்து விடாதீர்கள்."

"ஆன்ட்டி. என்ன சொல்கிறீர்கள்? நிச்சயமாக நான் இங்கே வருவேன். உங்களை நான் எப்படி மறக்க முடியும்?" என்று சொல்லிவிட்டு நிர்மல் மீண்டும் சிரித்தான். சோனாவின் மனம் தளர்ந்தது. நிர்மல் சொன்னது சரியாக இருக்குமா? அவன் மீண்டும் வருவானா?

இந்த முறையும் நிர்மலுக்கே அப்பெண்களைத் தேர்வு செய்து கொள்ளும் வாய்ப்பு முதலில் கிடைத்தது. எந்த யோசனையும் இல்லாமல், யாரையும் திரும்பிக்கூடப் பார்க்காமல் அவன் டீனாவைத் தேர்வு செய்தான். சோனா நின்றிருந்த பக்கம்கூட நிர்மல் திரும்பிப் பார்க்கவில்லை.

நந்து சோனாவைத் தேர்வு செய்துகொண்டான்.

ஆதிவாசிகள் இனி நடனம் ஆடமாட்டார்கள் | 171

"மீண்டும் இப்போது உன்னிடம் வந்திருக்கிறேன், சோனா" என்று நந்து சொன்னபோது சோனா புன்னகை புரிந்தாள்.

"நீண்ட நாட்களாக, மிக நீண்ட நாட்களாக நான் உன்னை மிஸ் பண்ணிவிட்டேன், சோனா."

ஆதிவாசிகள் இனி நடனம் ஆட மாட்டார்கள்

அவர்கள் என்னை அசையவிடாமல் அமுக்கிப் பிடித்துக்கொண்டனர். அவர்கள் என்னைப் பேசவிடவில்லை. என்னுடைய எதிர்ப்பைத் தெரிவிக்க விடவில்லை. என்னுடைய சக இசைக் கலைஞர்களும் காவல் துறையினரால் அடித்துத் துன்புறுத்தப்படுவதை தலைநிமிர்ந்து பார்க்கக்கூடவிடவில்லை. எனக்குக் காதில் கேட்டதெல்லாம் தங்களைவிட்டு விடுமாறு அவர்கள் கெஞ்சிக் கேட்ட அழுகைக்குரல் மட்டும்தான். என் கலைஞர்களுக்காக வேதனைப்பட்டேன். அவர்களுக்கு செய்ய வேண்டியதை நான் செய்து கொடுக்கவில்லை. ஏனென்றால், நான் செய்தது எல்லாம், எனக்காகவே தன்னிச்சையாகச் செய்துகொண்டவை. இருப்பினும் எனக்கு ஒரு வாய்ப்புக் கிடைத்ததா? எனது திட்டம் பற்றி அவர்களோடு கலந்துபேசி இருந்தால் மட்டுமே, அவர்கள் எனக்கு நிச்சயமாக ஆதரவு அளித்திருப்பார்கள்.

அவர்கள் எனக்கு ஆதரவு அளித்திருப்பார்கள். என்னோடு கலந்து பேசி இருக்க வேண்டும். எங்கள் குரல்கள் உரத்து எழும்பி இருக்க வேண்டும். ஜார்க்கண்ட் மாநிலத்து சந்தால் பர்கானா இனத்தை விட்டு உலகெங்கும் பயணம் செய்திருக்க வேண்டும். எங்களுக்கு ஏற்பட்டிருக்கும் இடர்பாடுகளை இந்த உலகமே வந்து தெரிந்து கொண்டிருக்க வேண்டும். அதனால் ஏதாவது நல்லது நடந்திருக்கும். அதனால், நான் கேட்டுக் கொண்டதற்கு இணங்க ஜனாதிபதி இணக்கம் தெரிவித்திருக்க வேண்டும்.

ஆனால், என் திட்டத்தை யாரிடமும் நான் பகிர்ந்துகொள்ள வில்லை. முட்டாள்தனமாக, நானே மேற்கொண்டு என் திட்டத்தை செயல்படுத்திக்கொண்டிருந்தேன். என்னை இழுத்து தரையில் போட்டு அடித்தனர். நிராதரவற்று முட்டாள்தனமாக நின்றேன்.

ஆனால், சந்தால் இன மக்களாகிய நாங்கள் எல்லாம் முட்டாள்கள். இல்லையா, பின்னே? ஆதிவாசிகள் நாங்கள் எல்லோருமே அடிமுட்டாள்கள். ஆண்டாண்டுதோறும், தலைமுறை தலைமுறையாக, திக்கு இன மக்கள் எங்கள் முட்டாள்தனத்தைப் பயன்படுத்திக்கொள்கிறார்கள். சொல்லுங்கள். நான் சொன்னது, தவறா?

நான் என்ன அப்படிச் சொல்லிவிட்டேன்? "ஆதிவாசிகளாகிய நாங்கள் ஆடமாட்டோம்." அதில் என்ன தவறு இருக்கிறது? நாங்கள் பொம்மைகள் மாதிரித்தான். சிலர் சாவி கொடுக்கிறார்கள். அதற்கேற்றாற் போல நாங்கள் ஆடுகிறோம், பாடுகிறோம், வாத்தியங்கள் இசைக்கிறோம். நாங்கள் ஆடிக்கொண்டிருக்கும்போதே எங்கள் காலடியில் உள்ள எங்கள் பூமியை எங்களிடமிருந்து அபகரித்துவிடுகிறார்கள். சொல்லுங்கள். நான் சொன்னது தவறா?

சில விஷயங்கள் தவறாகப் போய்விடும் என்று நான் எதிர்பார்க்கவில்லை. இந்தியாவின் தலைசிறந்த மனிதரான குடியரசுத் தலைவரோடுதான் பேசினேன். நான் சொன்னதை அவர் கவனித்துக் கேட்டிருப்பார் என்றுதான் நினைத்தேன். அவர் என்னுடைய சக மானுடன் அல்லவா? அண்டை வீட்டுக்காரர் இல்லையா? அவரின் முன்னோர்கள் அடுத்த மாவட்டமான பீர்பூம் இல்லையா? அவரின் மூதாதையர்கள் வீடு இன்னும் அங்கேதானே இருக்கிறது. பீர்பூம் மாவட்டத்தில் வாழ்ந்த ராபின்-ஹரம் இனத்தவர்கள் சந்தால் மக்களோடு இணக்கமாக இருந்தவர்கள்தானே? ராபின் - ஹரம்யக்கள் குடியேறி வாழ்ந்த பீர்பூம் மாவட்டத்திற்கு போயிருக்கிறேன். அதற்கு என்ன பெயர்? ஆமாம். சாந்திநிகேதன். எங்கள் கலைஞர்களோடு அந்த ஊருக்கு ஒரு நிகழ்ச்சிக்குப் போயிருக்கிறேன். சந்தால் இனத்தவருக்கு சாந்திநிகேதனில் தகுந்த மரியாதை கிடைத்ததை நான் கண்டேனே. சாந்திநிகேதன் பீர்பூம் மாவட்டத்தில் உள்ளது. நம்முடைய குடியரசுத் தலைவரும் பீர்பூம் மாவட்டத்தைச் சார்ந்தவர்தான். நான் பேசியதை அவர் கேட்டிருக்க வேண்டும். இல்லை. அவர் கேட்கவில்லை.

அப்படி ஒரு முட்டாள் நான். ஒரு முட்டாள்தன சந்தால்! ஒரு அடிமுட்டாள்தன ஆதிவாசி.

என் பெயர் மங்கள் மர்மூ. நான் ஓர் இசைக் கலைஞன். இருங்கள்... இருங்கள்... நான் ஒரு விவசாயி. இல்லை. விவசாயியாக இருந்தேன். விவசாயியாக இருந்தேன் என்பதுதான் சரி. ஏனென்றால், இப்போது

நான் விவசாயம் செய்யவில்லை. பாக்கூர் மாவட்டத்தில் அம்ரபாரா தாலுகாவில் உள்ள மட்டியஜோர் என்னும் கிராமத்தில் உள்ள பல சந்தால் இனத்தவர் உழவுத்தொழில் செய்வதில்லை. எங்களில் ஒரு சிலரே இன்னும் விவசாய நிலம் வைத்திருக்கிறார்கள். அதில் பலவற்றை நிலக்கரிச் சுரங்க கம்பெனிக்காரர் ஒருவர் பிடுங்கிக்கொண்டார். அது பெரிய பணக்காரக் கம்பெனி. அந்தக் கம்பெனியை எதிர்த்து நாங்கள் போராடாமல் இல்லை. போராடினோம். நாங்கள் போராட்டம் நடத்திக்கொண்டிருந்தபோதுதான், இந்த அரசியல் தலைவர் வந்தார். கிறிஸ்தவ அருட்சகோதரி வந்தார். கிறிஸ்தவப் பாதிரியார் வந்தார். இவர்கள் எல்லாரும் எங்களுக்கு ஆதரவு அளிக்க வந்தார்கள். ஆனால் நாங்கள் எல்லாவற்றையும் இழந்துவிட்டோம். எல்லாவற்றையும் இழந்தபிறகு, நாங்கள் இந்த இடத்தைக் காலி செய்து விட்டோம். எங்களுக்கு ஆதரவளிக்க வந்த தலைவர்கள் எல்லாம் டில்லிக்கோ, ராஞ்சிக்கோ, அல்லது அவரவர்கள் இடத்திற்கோ திரும்பிப் போய் விட்டார்கள். கிறிஸ்தவர்களும் அவரவர் மடத்திற்குப் போய் விட்டார்கள். ஆனால், எங்கள் நிலம் எங்களுக்குத் திரும்பி வரவில்லை. அதற்கு மாறாக, ஓர் அருட்சகோதரி படுகொலை செய்யப்பட்டார். அந்தக் கொலையில் எங்கள் சிறுவர்களைச் சிக்கவைத்து விட்டார்கள். நாளிதழ்கள், ஊடகங்கள் எல்லாம் எங்கள் சிறுவர்கள் மீது குற்றம் சுமத்தின. அருட்சகோதரி எங்கள் உரிமைகளுக்காகப் போராடினார். இருப்பினும் எங்கள் சிறுவர்களே அவரைக் கொலை செய்துவிட்டார்கள் என்று செய்தியை ஊடகங்கள் குறிப்பிட்டன. அருட்சகோதரி இங்கு வருகை தரும் முன்பே எங்கள் சிறுவர்கள் எங்கள் உரிமைகளுக்காகப் போராடினார்கள் என்ற உண்மையை யாரும் உணரவில்லை. இவர்கள் ஏன் அந்த அருட்சகோதரியைக் கொலை செய்ய வேண்டும்? எங்கள் சிறுவர்களுக்கு நிருபர்கள் நண்பர்களாக இல்லாததால், அவர்களின் போராட்டம் வெளியே தெரியாமல் போய்விட்டது. ஆனால், அதேசமயம் அருட்சகோதரிகளையும், அவர்களது மடங்களையும் பற்றி எங்கள் மாநிலத்தினர் அனைவரும் அறிந்திருந்தனர்.

இப்போது எங்கள் இளைஞர்கள் செய்யாத கொலைக் குற்றத்திற்காக சிறையில் இருக்கிறார்கள். எங்களுக்காக யார் போராடுவார்கள்? கிறிஸ்தவ நிறுவனங்களும், அந்த மக்களும் இப்போது எங்கே போனார்கள்? கிறிஸ்தவ நிறுவனங்கள் எங்களுக்கு ஆதரவு தருபவையாக இருந்திருந்தால், எங்களுக்காகப் போராடுபவர்களாக இருந்திருந்தால், இப்போது அவர்கள் ஏன் எங்களைவிட்டு ஓடிப் போயிருக்க வேண்டும்? பிறருக்காக சேவை செய்ய வந்த அருட்சகோதரியைக் கொன்று விடுங்கள். எங்கள் உரிமைகளுக்காகப்

போராடிய எங்கள் இளைஞர்கள்மீது அந்தக் கொலைக் குற்றத்தைச் சுமத்திவிடுங்கள். உங்களுக்கிருந்த இரண்டு தடைகள் - அதாவது, அருட்சகோதரியும் எங்கள் இளைஞர்களும் ஒழிக்கப்பட்டனர். எவ்வளவு முடியுமோ அவ்வளவு நிலத்தை கையகப்படுத்திக் கொள் ளுங்கள். எவ்வளவு முடியுமோ அவ்வளவு நிலக்கரிச் சுரங்கங்களை ஏற்படுத்திக்கொள்ளுங்கள். எவ்வளவு தோண்ட முடியுமோ அவ்வளவு தோண்டிக்கொள்ளுங்கள். இந்த விதத்தில்தான் சுரங்கக் கம்பெனிகள் செயல்பட்டு வருகின்றன. இங்கு நடைபெறும் இந்த அவலங்கள் ஊடகங்களுக்குப் புரிந்துகொள்ள முடியாதா, என்ன?

நிலக்கரி வியாபாரிகள் எங்கள் நிலங்களை அபகரித்துக் கொண்ட அதே நேரத்தில், கல்குவாரியினர் - அதாவது திக்கு, மார்வாடி, சிந்தி, மந்தால், பகத், இஸ்லாமியர் என பல இனத்தைச் சார்ந்த கல்குவாரியினர் எஞ்சி உள்ள எங்கள் நிலங்களை அபகரித்துக் கொண்டார்கள். அவர்களின் நவீன எந்திரங்களைக் கொண்டு எங்கள் நிலங்களை, தலைப்பகுதியை வால்பகுதியாகவும், வால்பகுதியைத் தலைப்பகுதியாகவும் புரட்டிப் போட்டுவிட்டார்கள். அதேமாதிரி உட்பக்கத்தை வெளிப்பக்கமாகவும் வெளிப்பக்கத்தை உட்பக்கமாவும் மாற்றிப் போட்டுவிட்டார்கள். எங்கள் நிலங்களிலிருந்து தோண்டி எடுத்த கற்களை டில்லி, நோய்டா, பஞ்சாப் போன்ற தொலை தூரத்து இடங்களில் விற்றுவிடுகிறார்கள். இந்த நிலக்கரி நிறுவனமும், கல் குவாரி முதலாளிகளும் எங்கள் நிலங்களைக் கொண்டு செல்வம் கொழிக்கிறார்கள். நகரங்களில் அரண்மனை போன்ற வீடுகளைக் கட்டிக்கொள்கிறார்கள். விலை உயர்ந்த ஆடைகளை அணிகிறார்கள். தங்கள் குழந்தைகளை தூரத்தில் உள்ள தரமான பள்ளிகளுக்கு அனுப்புகிறார்கள். அவர்கள் நோய்வாய்ப்பட்டால், ராஞ்சி, பாட்னா, கொல்கத்தா போன்ற இடங்களிலிருந்து மருத்துவர்களை வரவழைத்து சிகிச்சை பெற்றுக்கொள்கிறார்கள். ஆனால், சந்தால் இனத்தவராகிய எங்களுக்கு என்ன கிடைக்கிறது? நாங்கள் நைந்து, கிழிந்து போன ஆடைகளை அணிகிறோம். கால் வயிற்றுக் கஞ்சிகூட இல்லை. வருகின்ற வியாதிகளில் சரியாகச் சுவாசிக்கக்கூட முடியவில்லை. இருமினால் ரத்தம் வருகிறது. எலும்பும் தோலுமாகத்தான் எப்போதும் காட்சி அளிக்கிறோம்.

எங்கள் குழந்தைகளின் கல்வியை எடுத்துக் கொண்டால், அரசாங்கம் இரக்கம் வைத்து தரும் இலவசப் பள்ளிகளில் குழந்தைகளைப் படிக்க வைக்கிறோம். ஆனால், பள்ளி ஆசிரியர்கள் மதிய உணவு சமைத்துப் போட மட்டும்தான் வருகிறார்கள்.

கிறிஸ்தவ நிறுவனப் பள்ளி நாங்கள் வணங்கும் தெய்வங்களை வணங்க வேண்டாம் என்றும், ஏசு, மரியம் ஆகிய தெய்வங்களுக்கு மாற வேண்டும் என்கிறார்கள். எங்கள் குழந்தைகள் மறுக்கும்பட்சத்தில், உங்கள் சந்தால் இனத்துப் பெயர்களான ஹோப்னா, சோம், சிங்ரை ஆகிய பெயர்கள் நல்ல பெயர்கள் இல்லை என்று கிறிஸ்தவப் பாதிரியார்களும், அருட்சகோதரிகளும் சொல்கிறார்கள். டேவிட் என்றும் மைக்கில் என்றும் கிறிஸ்டோபர் என்றும் இன்னும் என்னென்னவோ பெயர் வைக்கிறார்களாம். இந்தக்கொடுமை போதாது என்று முஸ்லிம்களும் எங்கள் வீடுகளில் புகுந்துவிடுகிறார்கள். எங்கள் பெண்களோடு படுக்கிறார்கள். சந்தால் ஆண்களாகிய நாங்கள் எதுவும் செய்ய முடியாமல் இருக்கிறோம்.

எங்களால் என்ன செய்ய முடியும்? அவர்கள் ஜனக்கூட்டம் பெரியது. கிராமம் கிராமமாக எங்கள் சந்தால் இனமக்கள் முஸ்லிம்களாக மாறிக்கொண்டிருக்கிறோம். இந்து மக்கள் பக்கூர் நகரைச் சுற்றிலும், இன்னும் பல இடங்களிலும் இருக்கிறார்கள். சந்தால் இன கிராமங்களில் வாழும் ஒருசில இந்துக்களும் தாழ்ந்த ஜாதியினர். அவர்கள் எண்ணிக்கையில் குறைவானவர்கள். சக்தியற்ற மக்கள், ஆனால், இந்த இந்துக்கள் ஏன் எங்களுக்கு உதவி செய்ய முன்வர வேண்டும்? பக்கூர் நகரில் இருக்கும் பணம் படைத்த இந்துக்களும் எங்கள் நிலங்களின் மீதுதான் கண் வைத்திருப்பார்கள். அவர்களின் சுபகாரிய நிகழ்வுகளில் எங்கள் ஆட்டம் பாட்டம் அவர்களுக்கு வேண்டும், அவர்கள் எங்களுக்கு உதவிக்கரம் நீட்ட வருகின்றபோது, சந்தால் இன மக்களாகிய நாங்கள் பசுமாட்டு இறைச்சி சாப்பிடுவதையும், பன்றி இறைச்சி சாப்பிடுவதையும், நாங்கள் குடிக்கும் மதுபானம் ஆகிய ஹாண்டியையும் குடிக்கக்கூடாது என்று சொல்வார்கள்.

அத்துடன் நாங்கள் வணங்கும் மதமாகிய சர்னா மதத்தையும் மறந்துவிட வேண்டும் என்றும், அவர்கள் வணங்கும் சாஃபா-ஹார் தெய்வத்தை வணங்க வேண்டும் என்பார்கள். அதனால் அந்த மக்களின் எண்ணிக்கையை இன்னும் அதிகமாக்கி, எங்களை வாக்கு வங்கிகளாக ஆக்க விரும்புவர்கள். சாஃபா ஹார் மத மக்கள் தாங்கள் சொல்லிக் கொள்வது போல அவ்வளவு புனிதமாகவும் தூய்மையானவர்களாகவும் நிச்சயமாக இல்லை. தரம் தாழ்ந்தவர்கள் என்றுதான் சொல்ல முடியும்.

இந்து மக்களின் பார்வையில் சந்தால் இன மக்களாகிய நாங்கள், ஒன்று கிறிஸ்தவர்களாக இருக்க வேண்டும் அல்லது சாஃபா ஹார் மதத்தினராக இருக்க வேண்டும். இதனால் நாங்கள் எங்கள் மத உணர்வுகளையும், எங்கள் சுய அடையாளங்களையும் இழந்து வருகிறோம். நாங்கள் தனி மனிதர்களாக ஆகி வருகிறோம்.

நிலக்கரியும், கிரானைட் கல்லும்தான் சார் காரணம். எங்களைச் சோம்பேறியாக உட்கார வைத்துவிட்டன. எங்கள் ஊர் வழியாகத் தான் கொய்லா ரோடு செல்கிறது. இந்தச் சாலையில்தான் நிலக்கரி ஏற்றிச்செல்லும் ராட்சத ஹைவாஸ் வண்டிகள் செல்லும். இந்த வண்டிகள் சாலையில் சென்றால் வேறு எந்த வாகனமும் செல்ல முடியாது. அந்த அளவு சாலையை அடைத்துக்கொண்டு செல்லும். அதன் வழியில் எந்த வாகனம் வந்தாலும் அதன்மீது ஏறி அதை நசுக்கிவிட்டுச் செல்லும். அதன் ஓட்டுநர்கள் அதைப் பற்றிக் கவலைப்படுவதில்லை. பல தடவை அந்தச் சாலை வழியே சென்று வந்து, நிறையப் பணம் சம்பாதிக்கிறார்கள். அப்படியே அவர்கள் யாரையும் கொன்றுவிட்டால்தான் என்ன ஆகப் போகிறது? ஒரு சில இறப்புகளால் நிலக்கரி நிறுவனம் நொடித்துவிடப் போவதில்லை. இறந்த குடும்பத்தாருக்கு ஏதோ கொஞ்சம் பணத்தைக் கொடுத்துவிடப் போகிறார்கள். இதனால் இந்தச்செய்தி வெளியில் வராது. ஓட்டுநர்கள் எந்தப் பயமுமின்றித் தப்பித்துவிடுவார்கள். அடுத்த சவாரிக்குத் தயாராகி விடுவார்கள்.

ஆனால், இந்த பாச்சா எங்கள் சந்தால் இன மக்களிடம் பலிக்காது. அந்தச் சாலையில் போக்குவரத்தைச் சரிசெய்யும் காவல் துறையினர், நிலக்கரி வண்டியை நிறுத்தும்வரை காத்திருப்போம். அவ்வாறு வண்டி நிறுத்தப்பட்டதும், ஆண்கள், பெண்கள், சிறுவர்கள் என நாங்கள் அத்தனை பேரும் அந்த நிலக்கரி வண்டியைச் சூழ்ந்து கொள்வோம். எங்கள் நகங்களைக் கொண்டோ, விரல்களைக் கொண்டோ, கைகளைக் கொண்டோ அல்லது எங்களிடம் உள்ள ஏதோ ஓர் ஆயுதத்தைக் கொண்டோ நிலக்கரியைத் திருடுவோம். அந்த டிரைவர்கள் எங்களைத் தடுக்க முடியாது. அவர்கள் மட்டுமல்ல நிலக்கரி நிறுவனத்தால் நியமிக்கப்பட்டுள்ள பானை வயிற்று பீஹாரி காவல்காரர்கள்கூட எங்களை எதுவும் செய்துவிட முடியாது. அப்படி நிலக்கரி திருட எங்களை அவர்கள் அனுமதிக்க மறுத்தால் அவ்விடத்தைவிட்டு வண்டி நகராது என்று அவர்களுக்கு நன்கு தெரியும். வண்டியைச் சூழ்ந்துகொள்வோம்.

ஏதோ கொஞ்சம்போல, சிறிதளவு எங்களால் திருடப்படுகிறது. ஆனால், அவர்களோ டன் கணக்காகத் தோண்டி எடுக்கிறார்கள். அதனால் நாங்கள் திருடுவது அவர்களுக்கு ஓர் இழப்பு இல்லை. நாங்கள் முடிவெடுத்தால் அந்தப் பகுதியில் நடைபெறும் நிலக்கரித் தொழிலையே ஸ்தம்பிக்க வைத்துவிடுவோம் என்று அவர்களுக்குத் தெரியும். அதனால் அவர்கள் நடைமுறைச் சிக்கலைப் புரிந்துகொண்டு அதற்கேற்றாற்போல நடந்துகொள்வார்கள். அப்படிப் பார்த்தால், எங்கள் நிலங்களைத்தான் அவர்கள் வைத்திருக்கிறார்கள். எங்கள் நிலக்கரியை அவர்கள் திருடி எடுத்துக்கொண்டிருக்கிறார்கள். எனவே அந்தத் திருடர்களிடமிருந்து நாங்கள் கொஞ்சம் திருடுவதை அவர்கள் தடுக்கமாட்டார்கள்.

இந்த நிலக்கரிதான், சார், எங்களைக் கொஞ்சம் கொஞ்சமாக தின்று கொண்டிருக்கிறது. எங்கும் கருப்பு நிறம்தான். ஆழமான, அழிக்க முடியாத கருப்பு. எங்கள் ஊரில் மரம், செடி, கொடிகளில் உள்ள இலைகள் கருப்பாகத்தான் கண்ணுக்குத் தெரிகின்றன. எங்கள் பூமியின் செம்மண்கூட கருப்பாக மாறிவிட்டது. கல், மண், மணல், பாறை எல்லாம் கருப்பாகிவிட்டன. எங்கள் வீடுகள் மீது போடப்பட்ட ஓடுகள்கூட தங்களின் சுட்ட செந்நிறத்தை இழந்துவிட்டன. எங்கள் தோட்டங்கள், பூக்கள் - பறந்து வருகின்ற மயில்கள்கூட கருப்பு நிறத்தில் வந்து இறங்குகின்றன. வர்ணம் அடித்த சுவர்கள் எல்லாம் கருப்பாகிவிட்டன. எங்கள் குழந்தைகள் - ஏற்கனவே கருப்பாகப் பிறந்திருக்கிற எங்கள் குழந்தைகள் - கன்னங் கரிய நிலக்கரித் தூசுகளைப் பூசிக்கொண்டது போல் வருகிறார்கள். எங்கள் கண்கள் மட்டும்தான் தணல் போல் சிவந்து காணப்படுகின்றன. எங்கள் குழந்தைகள் அவ்வளவாகப் பள்ளிக்குப் போவது இல்லை. ஆனால், அவர்கள் பள்ளிக்கூடம் போகிறார்களோ, இல்லையோ, இரவு பகலாக, நிலக்கரி திருடுவதற்கான வாய்ப்புகளையும், அதை எப்படி விற்பது என்பதற்கான வழிகளையும் தேடி விழிப்போடு காத்திருக்கிறார்கள்.

சந்தால் இன மக்களாகிய எங்களுக்கு வியாபாரம் செய்வது என்ன வென்றே தெரியாது. எப்படியோ நிலக்கரியைத் திருடிவிடுகிறோம். ஆனால், அவற்றைச் சரியான விலைக்கு விற்க எங்களுக்குத் தெரியாது. சாப்பாட்டிற்கு, உடுத்திக்கொள்ளும் உடைக்கு, மாலையில் சரக்கு அடிப்பதற்கு கிடைத்தால் போதும். ஆனால், இந்த ஜோல்கா - நீங்கள் முஸ்லிம் என்று சொல்கிறீர்களே - அவர்களைத்தான் நாங்கள் ஜோல்கா என்று சொல்கிறோம், அந்த ஜோல்காவுக்கு நிலக்கரியின் மதிப்பும் தெரியும். பணத்தின் மதிப்பும் தெரியும். உட்சபட்ச விலையை

ஆதிவாசிகள் இனி நடனம் ஆடமாட்டார்கள் | 179

அவர்கள் நிர்ணயித்து விடுவார்கள். மட்டியஜோர் நகரிலிருந்து நிலக்கரி எவ்வளவு தூரம் பயணிக்கிறதோ, அவ்வளவு தூரம் அதன் விலையும் ஏறுகிறது.

ஒரு பத்து ஆண்டுகளுக்கு முன்பு மட்டியஜோர் நகரில் இருந்த சந்தால் இன மக்கள் நேமல் என்ற இடத்திற்கு அறுவடைக்குச் சென்ற போது, நான்கு ஜோல்கா குடும்பத்தினர் - அவர்கள் எங்கிருந்து வந்தார்கள் என்று எங்களுக்குத் தெரியாது - தங்கிக்கொள்ள ஓர் இடம் கேட்டு எங்களிடம் வந்தார்கள். பாவம் அவர்கள், எங்களைப் போல பஞ்சத்தில் அடிபட்டவர்கள் மாதிரிக் காணப்பட்டார்கள். எங்களைவிட மோசமாகவும் தெரிந்தது. நாங்கள் தங்கிக்கொள்ள இடம் கொடுத்தால், எங்களுக்கு ஏதாவது வேலை செய்து தருவதாகச் சொன்னார்கள். நாங்கள் ஊரில் இல்லாத சமயங்களில் எங்கள் நிலங்களை அவர்கள் பயிர் செய்து தருவதாகவும், விளைச்சலில் ஏதோ ஒரு சிறு பங்கு கொடுத்தால் போதும் என்றார்கள். நாங்கள் சம்மதித்தோம். எங்கள் வயல்களில் வேலை செய்தார்கள். நகரின் தூரத்தில் ஓர் மூலையில் நான்கு குடிசைகள் போட்டுக் கொண்டனர். அந்த நான்கு குடிசைகளும் இப்போது நூற்றுக்கணக்கான வீடுகள் ஆகிவிட்டன. குடிசைகள் அல்ல, வீடுகள். சந்தால் மக்களாகிய நாங்கள் இன்னும் அந்தக்கூரைக் குடிசைகளில்தான் இருக்கிறோம். ஆனால், அந்த ஜோல்காக்கள் பெரிய பெரிய பங்களா வீடுகளில் வசித்து வருகிறார்கள்.

ஒரு காலத்தில் மட்டியாஜோர் நகரே சந்தால் இன மக்களைக் கொண்ட இடமாகத்தான் இருந்தது. இன்றைக்கு இது சந்தால் மக்களையும், ஜோல்கா மக்களையும் கொண்ட இடமாக இருக்கிறது. அதிலும் ஜோல்கா மக்கள் கூடுதலாகவே இருக்கின்றனர். ஜோல்கா மக்கள் கடும் உழைப்பாளிகள். ஒற்றுமையாக வாழ்பவர்கள். அவர்களுக்குள்ளே சண்டையிட்டுக்கொள்வார்கள். அற்ப விஷயத்திற்காக ஒருவருக்கொருவர் மண்டையை உடைத்துக் கொள்வார்கள். ஒருவர்மீது ஒருவர் காவல் நிலையத்தில் புகார் கொடுத்துக்கொள்வார்கள். நீதிமன்றங்களில் வழக்குத் தொடுத்துக் கொள்வார்கள். ஆனால், ஜோல்கா அல்லாத ஒருவன் ஒரு வார்த்தை சொல்லிவிட்டால் போதும். ஜோல்கா சமுதாயமே ஒன்றுதிரண்டு, அந்த மனிதனை உண்டு - இல்லை என்று ஆக்கிவிடுவார்கள். ஜோல்கா மக்கள் தலைவர்கள், பக்கூர் போன்ற ஒவ்வொரு மூலை முடுக்கிலிருந்தும் வந்து ஜோல்கா ஒற்றுமை பற்றி வகுப்பு எடுப்பார்கள். ஆனால், சந்தால் மக்களாகிய நாங்கள்? எங்கள் ஆண் மக்கள் அடி வாங்குகிறார்கள். தவறான குற்றச்சாட்டுகளைச் சுமத்தி

போலீஸ் எங்களைக் காவலில் வைத்துவிடுகிறார்கள். சிறையில் தள்ளி விடுகிறார்கள். எங்கள் பெண் மக்கள் கற்பழிக்கப்படுகிறார்கள். கொய்லா சாலையில் தங்கள் உடல்களை விற்று வாழ்ந்து வருகிறார்கள். பலர் உயிருக்குப் பயந்து ஊரைவிட்டு ஓடிவிடுகிறார்கள். எங்கள் ஒற்றுமை எப்படி இருக்கிறது பாருங்கள். எங்கள் மக்கள் தலைவர்கள் எங்கே இருக்கிறார்கள்?

என்னை மன்னித்து விடுங்கள். என்னால் என்ன செய்ய முடியும்? என்னால் எதுவும் செய்ய இயலாது. நான் ஓர் அறுபது வயதுக் கிழவன். என்னை மாட்டுத்தனமாகப் போட்டு அடித்து போலீஸ் காவலில் போட்டிருக்கிறார்கள். இதற்குமேல் எனக்குப் பொறுமை இல்லை. ஆத்திரம் மட்டும்தான் வருகிறது. ஆகவே, நான் என்ன சொல்ல வருகிறேன். எங்களிடையே எதிர்த்துக் கேட்பவர் யாரும் இல்லை. உரத்த குரல் எழுப்ப ஒருவரும் இல்லை. எங்களிடம் பொருளாதாரம் இல்லை. செல்வம் கொழிக்கும் நிலங்களில் நாங்கள் பிறந்து, வளர்ந்தாலும் எங்களிடம் வசதி என்பது இல்லை. எங்கள் செல்வங்களை எப்படிப் பாதுகாப்பது என்றும் எங்களுக்குப் புரியவில்லை. எப்படி இதைவிட்டுத் தப்பித்துக்கொள்வது என்பது மட்டும்தான் எங்களுக்குத் தெரிகிறது.

பக்கூர் மாவட்டத்தின் ஒவ்வொரு மூலை முடுக்கிலும், மற்ற இடங்களிலும் உள்ள ஆயிரக்கணக்கான சந்தால் மக்கள், விவசாயக் காலங்களில் ஏன் இரயிலேறி நேமல் என்ற இடம் நோக்கிப் போகிறோம் என்றால் இதுதான் காரணம். தப்பித்துக்கொள்வது.

நான் உங்களுக்குச் சொல்லவில்லை, இல்லையா? ஒரு காலத்தில் நான் ஒரு விவசாயி. ஒரு காலத்தில். இப்போது என் மகன்கள் உழுது பயிர் செய்து வருகிறார்கள். என் மூத்த மகன் அங்கேயே தங்கி இருந்து விவசாயத்தைப் பார்த்துக்கொள்கிறான். மற்ற இரு மகன்களும் விவசாய நேரங்களில் குடும்பத்தோடு நேமலுக்கு இடம் பெயர்ந்து விடுகிறார்கள். நான் பாட்டுக் கட்டுவேன். இப்போதும் பாட்டுக் கட்டி வருகிறேன். இப்போதும் ஒரு நடனக்குழு வைத்திருக்கிறேன். இது ஒரு சிறந்த குழு என்று சொல்ல முடியாது. ஆனால் அப்போது - அதாவது ஒரு பதினைந்து இருபது ஆண்டுகளுக்கு முன்னால் - நான் இளமைத் துடிப்போடும் நம்பிக்கையோடும் இருந்த காலகட்டத்தில் வைத்திருந்த நடனக்குழு அற்புதமான ஒன்று. மட்டியாஜோர், பதர்கோலா, அம்ரபரா போன்ற இடங்களிலிருந்து வந்த பாடகர்களும், நடனக் கலைஞர்களும், இசைக் கலைஞர்களும் அந்தக்குழுவில் அப்போது இருந்தார்கள். நானே பாட்டு எழுதி இசை அமைப்பேன். என்

இசைக்குழுவினரான ஆண்களும் பெண்களும், ஆடியும், பாடியும், இசைத்தும் என் பாடல்களுக்கு உயிரூட்டி வந்தார்கள்.

அந்தச் சமயத்தில் எங்கள் சந்தால் பர்கானா பல மாவட்டங்களாகப் பிளவுபடவில்லை. ஆனால் இன்று, பீஹாரி, திக்கு, இதுபோன்ற எல்லோரும் எங்கள் சந்தால் பர்கானாவை அவரவர்கள் வசதிகளுக்கேற்ப பிரித்துவிட்டனர். தேவைப்பட்டால் மாவட்டங்களாகப் பிரித்துவிடுவார்கள். பத்துக்குப் பத்து அடி என்று கூட ஒரு மாவட்டத்தை உருவாக்கிவிடுவார்கள். அந்தச் சமயம், அதாவது நான் இளைஞனாக இருந்தபோது பீகாரிலிருந்து ஜார்க்கண்ட் மாவட்டம் பிரிக்கப்படவில்லை. எங்கள் கிராமங்களில், பக்கத்து கிராமங்களில் பாட்னா, ராஞ்சி, ஏன் கல்கத்தா போன்ற இடங்களில் எங்கள் நிகழ்ச்சியை நடத்தினோம். புவனேஸ்வரில் நிகழ்ச்சி நடத்திய போது கடலைப் பார்க்க பூரி என்ற இடத்திற்கு எங்களை அழைத்துச் சென்றார்கள். என்ன அற்புதமான காட்சி! தோடாவிலும் எங்கள் நிகழ்ச்சியை நடத்தினோம். அங்குதான் என் மகள் மக்லி திருமணம் செய்து கொடுக்கப்பட்டிருக்கிறாள். எங்கள் நிகழ்ச்சிக்குப் பணம் கொடுத்தார்கள். அறுசுவை உணவு படைத்தார்கள். மெடல்கள், கேடயங்கள், சான்றிதழ்கள் வழங்கினார்கள். செய்தித்தாள்களிலும் எங்களைப் பற்றி நிறைய எழுதினார்கள்.

எல்லாமே தலைகீழாக மாறிவிட்டது. முதலில், என்னுடைய குழுவில் இருந்த உறுப்பினர்கள் எல்லோருக்குமே வயதாகிவிட்டது. சிலர் இறந்துவிட்டனர். பலர் புலம் பெயர்ந்துவிட்டனர். சிலர் பருவ காலங்களுக்கேற்ப இடம் மாறிவிட்டனர். எஞ்சி இருப்பவர்கள் பாடல்களை முணுமுணுத்துக்கொண்டிருக்கிறார்கள். ஒருவருக்கொருவர் பாடிக்காட்டிக்கொண்டிருக்கிறார்கள்.

ஆனால் மேடை நிகழ்ச்சி? இல்லை. இனியும் இருக்காது. என்னைப் போலவே எல்லோரும் களைத்துப் போய்விட்டனர். விரக்தி அடைந்துவிட்டனர். நாங்கள் வாங்கிய மெடல்களும், சான்றிதழ்களும் எங்களுக்கு எதைத் தந்துவிட்டன? திக்குவைச் சேர்ந்த குழந்தைகள் பள்ளிக்கூடம், கல்லூரி என்று போய்ப் படிக்கிறார்கள். வேலை தேடிக்கொள்கிறார்கள். எங்களுக்கு என்ன கிடைக்கிறது. சந்தால் மக்களாகிய நாங்கள் ஆடுகிறோம், பாடுகிறோம் எல்லாக் கலைகளையும் கரைத்துக் குடித்து வைத்திருக்கிறோம். இருப்பினும் எங்கள் கலை எங்களுக்கு என்ன தந்தது? நாங்கள் எங்கள் மண்ணை விட்டு வெளியேற்றப்பட்டோம். வெண்குஷ்டம் வந்தது.

எனக்கு இப்போது வயது 60 ஆகிவிட்டது. எல்லோரும் என்னைக் ஹராம் என்று அழைக்கிறார்கள். இது ஒரு மரியாதைக்குரிய பெயர். சோடா புட்டி கண்ணாடி அணிந்து வருகிறேன். கேட்கும்திறன் குறைந்துகொண்டே வருகிறது. ஆனால், என் குரல் இன்னும் இளமையோடு இருக்கிறது. இன்னும் என் குரல் அவர்களைக் கவர்வதாக என் ஊர் மக்கள் பேசிக்கொள்கிறார்கள். சில சமயங்களில் என்னைப் பாடச் சொல்லிக் கேட்டார்கள். நான் மெட்டுக் கட்டிய பழைய பாடல்களைப் பாடுவேன். என் பாட்டைக் கேட்டு மகிழ்ச்சியடைகிறார்கள். நான் இன்னும் பாட்டு எழுதி மெட்டுக் கட்டுகிறேன். அதிகமாக இல்லை. ஆறு, ஏழு மாதங்களுக்கு ஒருமுறை ஒரு பாட்டு எழுதி மெட்டுக் கட்டுகிறேன். ஒரு பாட்டுக்கு ஏழு, எட்டு வரிகள் இருக்கும். அப்போது எனக்கிருந்த பெயரையும், புகழையும் நினைவில்கொண்டு, பக்கூர், டும்கா, ராஞ்சி போன்ற இடங்களில் நடைபெறும் பொது நிகழ்ச்சிகளுக்கு என்னை அழைக்கிறார்கள்.

கிடைக்கிற கலைஞர்களைக்கொண்டு புதுக்குழு அமைத்து வருகிறேன். அவர்கள், குழுவில் நிலைத்து இருப்பதில்லை. இன்று என்னிடம் ஒரு நடனக் கலைஞர் இருப்பார். நாளைக்கு அவர் ஒரு பெங்காளி ஜமீன்தாருக்கு உருளைக்கிழங்கு பயிர்செய்யப் போய்விடுவார். அவர் இடத்திற்கு வேறு ஒரு கலைஞரைத் தேடிப் பிடித்துப் போட வேண்டும். இரண்டு நாட்களுக்கு முன்பு பழைய நடனக் கலைஞர் வந்துவிட்டார். எனவே அவருக்குப் பதிலாகப் போட்ட நடனக் கலைஞரை விடுவிக்க வேண்டும். இப்படித்தான் என்னுடைய குழு செயல்பட்டு வருகிறது. ஆனால், இந்தக் குழுவால் ஏதோ எங்களுக்குக் கொஞ்சம் வருவாய் கிடைக்கிறது. பெரு நகரங்களுக்கு எங்களை அழைக்கிறபோது நல்ல விருந்து கிடைக்கிறது.

எங்கள் இசை, எங்கள் நடனம், எங்கள் பாடல் எல்லாமே, சந்தால் மக்களாகிய எங்களுக்குப் புனிதமானது. ஆனால் பசியும் பட்டினியும் எங்களின் புனிதமான கலையை விற்கச் செய்து விடுகிறது. ஒரு திக்கு இனத் திருமணத்தில் எங்கள் நிகழ்ச்சி நடந்துகொண்டிருந்தபோது, எல்லோரும் நிகழ்ச்சியைக் கவனிப்பார்கள் என்று முட்டாள்தனமாக எதிர்பார்த்தேன். எந்தத் திக்கு இனத்தினர் எங்கள் இசையை ரசிப்பார்கள்? எங்களது உச்சக்கட்ட நிகழ்ச்சியின் போது கூட பல திக்குகள் எங்கள் நிகழ்ச்சி எப்போது முடியும் என்று எதிர்பார்க்கிறார்கள்? ஒரு தடகளப் போட்டியாக இருக்கட்டும், ஒரு திறப்பு விழாவாக இருக்கட்டும் அல்லது பெரும் புள்ளிகள் நடத்தும் விழாவாக இருக்கட்டும் - ஆதிவாசி கலை நிகழ்ச்சி, ஜார்கந்தி கலை நிகழ்ச்சி என்ற பெயரில் எல்லோரையும் அழைத்து, ஆதிவாசிகளைத்

தான் ஆடச் சொல்கிறார்கள். பீஹாரி, பெங்காளி, ஒடியா மக்கள்கூட ஜார்கந்தி கலைக்குழுவை தங்கள் சொந்தக் கலைக் குழுவாகப் பார்க் கிறார்கள். அவர்களின் கலை நிகழ்ச்சியை, ஆதிவாசிகளாகிய எங்களின் ஆடல் பாடல்களைவிட உயர்வாகப் பார்க்கிறார்கள். ஏன், அவர்களின் பெண்களை தங்கள் சொந்த ஜார்கந்தி கலை நிகழ்ச்சி என்ற பெயரில் ஆடவும், பாடவும் அனுமதிப்பதில்லை? திக்கு மக்களின் சொந்த நிகழ்வுகளாக இருந்தால் மட்டும் அவர்களின் ஜார்க்கந்தியர்களை உடனே அழைத்து விடுகிறார்கள். ஆதிவாசிகள் நாசமாகப் போகட்டும் என்று விட்டுவிடுகிறார்கள்.

இப்படியிருக்கையில், குடியரசுத்தலைவர் முன் எப்படிப் போய் நின்றாய் என்றுதானே கேட்கிறீர்கள். ஒரு மூன்று மாதங்களுக்கு முன்பு, ஒரு அரசு அலுவலகக் கடிதம் என் வீட்டு முகவரிக்கு வந்தது. ஜார்க்கண்ட் மாநில அரசு முத்திரை தாங்கிய கனமான வெள்ளைத் தபால் உறை அது. அந்தக்கடிதம் இந்தியில் அச்சடிக்கப்பட்டிருந்தது. ஐந்து வரிகளுக்கும் குறைவாக இருந்தது. ஒரு நிகழ்வில் என்னுடைய இசைக்குழு பாட வேண்டும் என்றும், இடம், நேரம், மற்ற விபரங்கள் விரைவில் அறிவிக்கப்படும் என்றும், ஒரு இருபது நிமிட நிகழ்வுக்கு ஒரு நல்ல இசைக்குழு தயார் செய்துகொண்டு வரவேண்டும் என்றும், எல்லாக் கலைஞர்களுக்கும் தகுந்த வெகுமதி வழங்கப்படும் என்றும் அக்கடிதத்தில் சொல்லப்பட்டிருந்தது. ராஞ்சியில் ஓர் உயர் பதவியில் உள்ள ஒரு ஐ.ஏ.எஸ். அலுவலர் அதில் கையொப்பமிட்டிருந்தார்.

பசியோடு இருக்கும் ஒரு மனிதனுக்கு என்ன வேண்டும்? உணவு. ஓர் ஏழை மனிதனுக்கு என்ன வேண்டும்? பணம். இங்கு, எனக்கு இரண்டும் வேண்டும். அத்துடன் ஓர் அங்கீகாரமும் வேண்டும். கலைஞர்களாகிய நாங்கள் அதிகம் ஆசைப்படுபவர்கள். ஓர் அங்கீகாரத்திற்காக ஏங்குபவர்கள் நாங்கள். எங்களை நினைவில் வைத்துக்கொண்டு, எங்களை ஏற்றுக்கொள்ள வேண்டும் என்று எதிர்பார்ப்பவர்கள் நாங்கள். ஆகவே, எந்த மறுயோசனையும் இல்லாமல், அடுத்தநாளே வருகிறோம், மகிழ்ச்சியாக நிகழ்ச்சி நடத்தித் தருகிறோம் என்று பதில் எழுதிப் போட்டுவிட்டேன். எனக்கு ஏகப்பட்ட மகிழ்ச்சி. இங்கிருந்து இருபது கிலோ மீட்டர் தொலைவில் உள்ள பக்கூர் தபால் அலுவலகத்திற்கு நானே நேரில் சென்று பதிவுத்தபாலில் பதில் அனுப்பினேன். என்னைப் போன்ற சில சந்தால் மக்களைக் கட்டி இழுத்துக்கொண்டு பக்கூர் செல்லும் விக்ரம் வண்டியைப் பிடித்துச் சென்றோம். பயணம் செய்த எல்லோருமே கொய்லா சாலையில் அடித்த நிலக்கரி கலந்த காற்றில் முகங்களும் கருத்துவிட்டன. நான் மகிழ்ச்சியின் எல்லையில்

இருந்ததால் இதையெல்லாம் கவனிக்கவில்லை. இளைஞர்களையும் இளம்பெண்களையும் என் குழுவுக்காகத் தயாரித்துக்கொண்டு, நினைவில் இருந்த பழைய பாடல்களை எல்லாம் தேடி எடுத்து வைத்துக்கொண்டு, நிகழ்ச்சிக்காகக் காத்துக்கொண்டிருந்த அந்த நேரம் எனக்கு ஒரு புதுமையான அனுபவமாக இருந்தது.

என் மகள் மக்லி கோடா மாவட்டத்தில் உள்ள ஒரு குடும்பத்தில் திருமணம் செய்து கொடுக்கப்பட்டிருக்கிறாள் என்று சொன்னேன் அல்லவா? அவள் ஆரம்பத்தில் என்னைத் தொலைபேசியில் கூப்பிடுகிற போதெல்லாம், அந்நிலைமையை என்னால் சரியாகப் புரிந்துகொள்ள முடியவில்லை. ஆனால், அது அவர்கள் நிலம் சம்பந்தப்பட்டது என்று மட்டும் புரிந்தது. என் மகள் வாழ்க்கைப்பட்ட குடும்பம் ஒரு விவசாயக் குடும்பம். அந்தக் கிராமத்தில் உள்ள ஒரு சந்தால் குடும்பம். என் மகள் இருக்கும் ஊரைச் சுற்றி சந்தால், பரியாஸ், தாழ்ந்த ஜாதி இந்துக்கள் ஆகியோர் அதிகமாக இருக்கும் கிராமங்கள் நிறைய உள்ளன.

திடீரென்று அங்கே என்ன நடந்தது என்றால், அந்த மாவட்ட நிர்வாகம், அங்கிருந்த எல்லாக் கிராமங்களின் ஜனங்களையும் உடனடியாகக் காலி பண்ண வேண்டும் என்றும் வீடு வாசல், நிலபுலம், அத்தனையும் காலி பண்ண வேண்டும் என்றும் ஓர் உத்தரவு பிறப்பித்தது. மொத்தம் இப்படி 11 கிராமங்கள். கற்பனை பண்ணிப் பார்க்க முடிகிறதா, பாருங்கள். அனைவரும் கேட்ட ஒரே ஒரு கேள்வி என்னவென்றால், இவ்வளவு நிலத்தை அரசாங்கம் ஆக்கிரமித்து என்ன செய்யப் போகிறது?

ஆரம்பத்தில் இது வெறும் வதந்தி என்றுதான் எண்ணினேன். சந்தால் மக்களை அவர்கள் வாழும் சந்தால் பர்கானா என்னும் இடத்தைவிட்டு, யார் பலவந்தப்படுத்திக் காலி பண்ணச் செய்ய முடியும் என்று நினைத்துப் பார்த்தேன். குடியிருப்பு உரிமை சட்டம் என்பது எங்களுக்கு இல்லையா?

ஆனால், அந்தச் செய்தி இன்னும் வேகமாகப் பரவிக்கொண்டே வந்தது. நாங்கள், ஒரு மாபெரும் கூட்டம், ஒன்றிய ஆணையர் அலுவலகம் நோக்கி அணிவகுத்துச் சென்றோம். அங்கிருந்த அதிகாரிகள், இது வெறும் வதந்தி என்று உறுதியாகச் சொன்னார்கள். கிராமங்களுக்கு எந்தப் பிரச்சினையும் இல்லை. பாதுகாப்பாக இருக்கின்றன. அதேபோல நிலபுலங்களும் பாதுகாப்பாக இருக்கின்றன.

சில நாட்களுக்குப் பிறகு, அந்த ஊர்களுக்குள் போலீசார் புகுந்தனர். மாவட்ட நிர்வாகத்தின் உத்தரவோடு அவர்கள் வந்தார்கள. அனல்மின் நிலையத்திற்கு கட்டிட வேலை தொடங்குவதற்காக அந்தக் கிராமங்களைக் காலி செய்ய வேண்டுமாம்.

கிராமத்தார்கள் முடியாது என்று சொல்லி மறுத்துவிட்டார்கள். சந்தால் மக்கள், தாழ்ந்த ஜாதி இந்துக்கள், பஹரியாஸ், எல்லோரும் சேர்ந்து அவர்கள் உரிமைக்காகப் போராடத் தொடங்கிவிட்டனர்.

மாவட்ட நிர்வாகமும் எதிர்த்துப் போராடியது. போராட்டக்காரர்கள் அனைவரையும் அடி உதை கொடுத்து போலீஸ் காவலில் தள்ளியது மாவட்ட நிர்வாகம். என் மருமகனும் போலீஸ் காவலில் வைக்கப்பட்டார். என் மகளைக் குழந்தைகளை அழைத்துக்கொண்டு மட்டியாஜோருக்கு வருமாறு அழைத்தேன். அவள் குழந்தைகளையும், அந்தக் குடும்பத்தையும் அழைத்துக்கொண்டு இங்கே வந்துவிட்டாள். என்ன கொடுமை இது! ஒரு கிராமம் கொஞ்சம் கொஞ்சமாகக் காலியாகிக்கொண்டிருக்கும் அந்தக் கிராமம், அகதிகள் போல் அங்கே வரும் மக்களுக்கு இடம் கொடுக்க வேண்டிய சூழல்.

என்னை நம்பி வரும் இந்த மக்களை நான் எப்படி இப்போது கவனித்துச் சமாளிக்கப் போகிறேன் என்று தெரியவில்லை. என்னுடைய இசைக்குழுவினர் வீடுகளுக்கு அடைக்கலம் தேடி வரும் நபர்களை அவர்கள் எப்படி உணவளித்துக் காப்பாற்றப் போகிறார்கள்? எங்களுக்குப் பணம் தேவைப்பட்டது. இப்பொழுதோ அல்லது எப்பொழுதோ எங்களுக்குக் கிடைக்கிற கச்சேரி வாய்ப்பு ஒன்றுதான் எங்களுக்கு இருக்கிற ஒரே நம்பிக்கை. எது எப்படி இருந்தாலும் எங்களுடைய பயிற்சியை, இசைப்பயிற்சியை நிறுத்தவில்லை.

இதற்கிடையில், கோடாவில் வீடு வாசலை இழந்துநிற்கும் மக்களுக்கு ஆதரவளிக்க சிலர் வந்தனர். அப்படி வந்தவர்கள், அரசாங்கத்துக்கும், ராஞ்சியிலும், டில்லியிலும் உள்ள மக்களுக்கும் கடிதங்கள் எழுதினார்கள். அத்துடன், அனல்மின் நிலையம் எழுப்ப இருக்கும் அந்த மனிதருக்கும் கடிதம் எழுதினார்கள். அந்த அனல்மின் நிலைய மனிதன் பெரிய பணக்காரன் என்றும் விவேகமான மனிதன் என்றும், அத்துடன் அவர் ஒரு பாராளுமன்ற உறுப்பினர் என்றும் கேள்விப்பட்டேன். அத்துடன் நான் கேள்விப்பட்டது அவன் ஒரு போலோ விளையாட்டுப் பிரியன் என்று. போலோ விளையாட்டு என்பது குதிரைமீது சவாரி செய்து அந்த ஆட்டத்தை ஆட வேண்டும்.

சந்தால் பர்கானாவில் இருக்கும் ஒட்டுமொத்த சந்தால் மக்களைவிட அவனுக்கு, அவனது ஒரு குதிரை மிகமிக முக்கியம் என்றும் கேள்விப்பட்டேன்.

கோடா கிராமத்தை அரசாங்கம் கையகப்படுத்திய செய்தி பெருவாரியாக ஊடகங்களில் வந்துகொண்டிருந்தது. நாங்கள் எங்கள் இசைப்பயிற்சியிலும் நடனப் பயிற்சியிலும் மூழ்கி இருந்தோம். ஆனால், எங்களுக்கு என்ன நடக்குமோ என்று எங்களை அச்சுறுத்திக் கொண்டிருந்த அந்தப் புயலின் நடுவே எங்களால் எப்படி ஆடவோ பாடவோ முடியும்? இதற்கிடையில் ராஞ்சி, தும்கா, பக்கூர் போன்ற பல இடங்களில் உள்ள அலுவலர்களிடமிருந்து எங்களுக்குத் தொலைபேசி அழைப்பு வந்துகொண்டே இருந்தது. நிகழ்ச்சிக்கு நல்ல பயிற்சி எடுத்துக்கொள்ளுமாறு எங்களுக்கு அறிவுறுத்தினார்கள். இந்த நிகழ்ச்சி மிகமிக முக்கியமான நிகழ்ச்சி என்றும், பிரபல வி.ஐ.பி.களுக்கு முன்னால் நிகழ்த்தப் போகிற நிகழ்ச்சி என்றும் அவர்கள் மறக்காமல் சொல்லிக்கொண்டே இருந்தார்கள். தும்கா மற்றும் பக்கூரில் இருந்து அலுவலர்கள் நாங்கள் பயிற்சி மேற்கொள்வதைப் பார்க்க மட்டியாஜோருக்கே நேரில் வந்து, நாங்கள் உண்மையில் பயிற்சி எடுக்கிறோமா இல்லையா என்பதைப் பார்த்தார்கள். நாங்கள் உண்மையில் கடினமாகப் பயிற்சி எடுப்பது கண்டு சந்தோஷப்பட்டார்கள். எங்களை உற்சாகப்படுத்தி, எங்களிடம் இனிக்க இனிக்கப் பேசினார்கள். எங்கள் சக இனத்தவர் வீடுவாசலை இழந்து நிற்பதால் எங்களுக்கு ஏற்படும் மனஉளைச்சலை இவர்களால் புரிந்துகொள்ள முடியவில்லையே என்று நாங்கள் குழம்புகிற போது இவர்கள் சிரிக்கச் சிரிக்கப் பேசினார்கள். பல சமயங்களில் எனக்கு இப்படிக் கேட்க வேண்டும்போல் தோன்றும். "உங்களால் எப்படி இப்படி முரண்பட்டு நடந்துகொள்ள முடிகிறது? எங்கள் குடும்பத்தினரை அடியோடு அவர்கள் ஊரைவிட்டு அடித்து விரட்டிவிட்டு, எப்படி நாங்கள் ஆடவும் பாடவும் செய்ய வேண்டும் என்று உங்களால் எதிர்பார்க்க முடிகிறது?" பிறிதொரு சமயத்தில் இப்படிக் கேட்க வேண்டும்போல் தோன்றியது. "எந்த வி.வி.ஐ.பி. வருகிறார்? இந்திய நாட்டு ஜனாதிபதியா? அல்லது அமெரிக்க நாட்டு ஜனாதிபதியா? சந்தால் மக்களாகிய எங்களை பக்கூரில் ஆடச் சொல்கிறீர்கள், அதேசமயம் கோடாவில் உள்ள எங்கள் மக்களை ஊரைவிட்டே விரட்டி அடிக்கிறீர்கள். உங்கள் வி.ஐ.பி. பேப்பர் வாசிக்கமாட்டாரா? டி.வி. செய்தி கேட்கமாட்டாரா? அடி முட்டாள்களாகிய சந்தால் மக்கள், எங்களைச் சுற்றி எவ்வளவு பயங்கரமான ஆபத்து சூழ்ந்திருக்கிறது என்பதை எங்களால் புரிந்து

கொள்ள முடிகிறதே. இவை எல்லாம் உங்கள் வி.ஐ.பி. கண்ணில் படாதா?"

ஆனால், நான் அமைதியாக இருந்து விட்டேன்.

நிகழ்ச்சி தொடங்குவதற்கு மூன்று வாரங்களுக்கு முன்பு எதார்த்த நிலை என்னவென்று எங்களுக்குப் புரியத் தொடங்கியது. முதலில் வதந்தியாகப் பரவிக்கொண்டு வந்த செய்தி உண்மை என்று ஊடகங்கள் உறுதிப்படுத்திவிட்டன.

கோடாவில் அந்த மனிதன் அனல்மின் நிலையம் தொடங்கப் போகிறான் என்ற உண்மை உறுதியாகிவிட்டது. பக்கூர், அதனை அடுத்துள்ள இடங்களிலிருந்து வரவழைக்கப்படும் நிலக்கரியைக் கொண்டுதான் இந்த அனல்மின் நிலையம் இயங்கும். தேவைப்பட்டால், இன்னும் பல இடங்களிலிருந்து நிலக்கரி வரவழைக்கப்படும். ஜார்க்கண்டில் இரும்பு மற்றும் எஃகு தொழிற்சாலை தொடங்குவதற்கு அந்த மனிதனுக்கு மின்சாரம் தேவைப்படுகிறது. அவனுடைய சுயநலத்திற்காக மட்டுமே அந்தத் தொழிற்சாலை தொடங்கப்படுகிறது. அவரது அனல்மின் நிலையத்திலிருந்து பெறப்படும் மின்சாரம் ஜார்க்கண்ட் நகர் முழுமைக்கும் வந்து சேரும். எல்லா இடங்களிலும் நிற்காமல் விளக்கு எரியும். மின் பற்றாக்குறையால் எந்தத் தொழிற்சாலையும் இயங்காமல் நிற்காது. எங்கும் வளர்ச்சி இருக்கும். வேலை வாய்ப்பு பெருகும். எங்கும் மகிழ்ச்சி கரைபுரண்டுஓடும். கடைசியாக, நம் நாட்டு ஜனாதிபதிதான் இந்த அனல்மின் நிலையத்திற்கு அடிக்கல் நாட்டப் போகிறார் என்ற செய்தியும் எங்களுக்கு வந்தது. அவருக்காகவே நாங்கள், எங்கள் நிழ்ச்சிக்குப் பயிற்சி எடுத்துக்கொண்டிருக்கிறோம்.

ஆம். எனக்கு அதிர்ச்சி. நாங்கள் எல்லோரும் அதிர்ச்சியடைந்து விட்டோம். அதிர்ச்சியும் வேதனையும் ஒரு பக்கம். அதேசமயம் ஆனந்தமும் மகிழ்ச்சியும் இன்னொரு பக்கம். எங்கள் அதிர்ஷ்டத்தை எங்களால் நம்ப முடியவில்லை. அமைச்சர்கள், முதலமைச்சர்கள், ஆளுநர்கள் - இப்படி எல்லோர் முன்னிலையிலும் நிகழ்ச்சி நடத்தியிருக்கிறோம். ஆனால், நம் நாட்டின் ஜனாதிபதியின் முன்னால்...!

இன்னும் கூடுதலான செய்தி எங்களுக்கு வந்தது. பலவந்தமாக நிலம் கையகப்படுத்தப்பட்டதை எதிர்த்து போராட்டம் நடத்தியவர்கள் போலீசாரைக்கொண்டு அடித்துத் துன்புறுத்தி சிறையில் தள்ளப்பட்டனர். நிலைமையைக் கட்டுக்குள்

கொண்டுவர துணை இராணுவமும், சி.ஆர்.பி.எஃப்பும் வரவழைக்கப்பட்டனர். அடிக்கல் நடும் விழாவிற்காக, பதினோரு கிராமங்களில் நான்கு கிராமங்கள் புல்டோஸரால் இடித்துத் தரைமட்டமாக்கப்பட்டுவிட்டன. ராஞ்சிக்கும் தும்காவுக்கும் இடையேயுள்ள சாலை பழுது பார்க்கப்பட்டு வருகிறது என்ற செய்தி படங்களுடன் பத்திரிகைகளில் வெளியாகியிருந்தது. மூச்சு விடாமல் அடுத்த செய்தியாகிய ஜனாதிபதி மூன்று நாட்கள் ஜார்க்கண்டில் தங்கப் போகிறார் என்ற செய்தியையும் பத்திரிகைகள் வெளியிட்டிருந்தன. ஒருநாள் ராஞ்சியிலும், அடுத்தநாள் தும்கா பல்கலைக்கழகப் பட்டமளிப்பு விழாவில் கலந்துகொள்வார் என்றும், மூன்றாம் நாள் அடிக்கல் நாட்டு விழாவிற்கு கோடாவுக்கு வருகை தருவார். பிறகு ஜார்க்கண்டிலிருந்து விமானம் வழியாகத் திரும்புவார் என்ற செய்தியும் வெளியாகி இருந்தது.

விழா தொடங்கும் ஒரு வாரத்திற்கு முன்பே எங்களுக்கு அலுவலக அறிவுப்புத் தகவல் வந்தது. விழா தொடங்குவதற்கு ஒருநாள் முன்பாக வந்து எங்களைப் பேருந்தில் அழைத்துச் சென்றார்கள். அந்த மாவட்டத் தலைநகர் அடையாளம் காண முடியாத அளவுக்கு மாற்றப்பட்டிருந்தது. ஒரு கால்பந்து விளையாட்டு மைதானத்தில் ஹெலிகாப்டர் இறங்குவதற்கு ஏற்பாடு செய்யப்பட்டிருந்தது. நூற்றுக்கணக்கான காவல்துறையினரும் சி.ஆர்.பி.எஃப். ஜவான்களும் பாதுகாப்புக்கு நிறுத்தப்பட்டிருந்தனர். திரும்பிய திசையெல்லாம் கடல்போல் மக்கள் கூட்டம். இவர்கள் எல்லாம் ஹெலிகாப்டர் பார்க்க வந்த மக்கள் என்று எனக்குத் தெரியும். செய்தித்தாளின் எங்கோ ஒரு மூலையில் கிளர்ச்சியாளர்களைப் பிடித்து எங்கோ மறைவான ஓரிடத்தில் வைக்கப்பட்டிருந்ததாகச் செய்தி வெளியிடப்பட்டிருந்தது. என் மருமகனும் அவர்களில் ஒருவராகக்கூட இருக்கலாம்.

நான் நின்றிருந்த இடத்திலிருந்து பார்த்தால் மேடை பிரமாண்டமாகக் காட்சி அளித்தது. ஆனால், மேடையேறிய அனைவருக்கும் அது போதுமானதாக இல்லை. மேடையில் அமர்ந்திருந்த டில்லி அமைச்சர்களும் ராஞ்சி அமைச்சர்களும் வெள்ளைவெளேர் என்று ஆடை அணிந்திருந்தனர். அவர்கள் சிரித்துக்கொண்டும் அரட்டை அடித்துக்கொண்டும் மேடையில் அமர்ந்திருந்தனர். வளர்ச்சியும் முன்னேற்றமும் கண்டு பூரித்துப் போனார்கள். இனி சந்தால் பர்கானா நிலவுக்குப் பறந்து போய்விடும். சந்தால் பர்கானா இப்போது டில்லியாகவோ மும்பையாகவோ மாறிவிடும். அந்த மனிதன் பல்லைக் காட்டிச்

சிரித்துக்கொண்டு அமர்ந்திருந்தான். எல்லாப் பக்கங்களிலிருந்தும் தேசபக்திப் பாடல்கள் ஒலி பெருக்கியின் மூலம் கேட்டன. வந்திருந்தவர்களை உற்சாகப்படுத்துவதற்காக, 'பாரத் மகான்' என்று மேடையில் நின்று ஒருவர் முழங்கிக்கொண்டிருந்தார்.

என்ன மகான்? எனக்குப் புரியவில்லை. எந்தத் தேசம் அதன் மக்களை, தொழிற்சாலைகளுக்கும், நகரங்களுக்கும் மின்சாரம் தயாரிப்பதற்காக அவர்கள் வாழும் மண்ணைவிட்டு விரட்டி அடிக்கிறது? தொழிலா? என்ன தொழில்? ஓர் ஆதிவாசி உழவனின் வேலை வேளாண்மை செய்வது. வேறு எந்தத் தொழிலைச் செய்ய அவன் கற்றுக் கொடுக்கப்பட்டிருக்கிறான். ஒரு வாரத்திற்கு முன்பு வரை அவனுக்குச் சொந்தமாயிருந்த இடத்தைப் பிடுங்கி, அதில் தொழிற்சாலை கட்டியிருக்கும் கோடீஸ்வரன் வீட்டில் கூர்க்கா வேலை பார்க்கவா கற்றுக் கொடுக்கப்பட்டிருக்கிறான்?

செய்தி சேகரிக்கும் நிருபர்கள் புகைப்படக் கருவிகளோடு எங்கும் சுற்றித் திரிந்தனர். மேற்பகுதியில் டிஸ்க் ஆண்டனா நிறுவப்பட்ட மூன்று வாகனங்கள் அங்கே நிறுத்தப்பட்டிருந்தன. ஒரு குறிப்பிட்ட தொலைக்காட்சியின் சின்னம் பொறிக்கப்பட்ட வாகனம் ஒன்று நிற்பது தெரிந்தது. இந்த மண்ணின் மைந்தர்கள் எங்கே பிடித்து அடைத்து வைக்கப்பட்டிருக்கிறார்கள் என்று இதில் யாராவது ஒரு சில நிருபர்களாவது தேடிப் பார்த்திருப்பார்களா என்று நினைத்துப் பார்த்தேன்.

கலைஞர்களுக்காக ஒதுக்கப்பட்ட இடத்தில் எங்கள் குழு காத்துக்கொண்டிருந்தது. எங்கள் பெண்கள் சிகப்பு ஜாக்கெட் அணிந்திருந்தனர். நீலநிற லுங்கியும், பச்சை நிறத்தில் பாஞ்சியும் அணிந்திருந்தனர். தங்கள் கொண்டைகளில் பெரிய வண்ண வண்ண பிளாஸ்டிக் பூக்களைச் சுற்றியிருந்தனர். அழகிய பூங்கொத்துகளை கைகளில் தாங்கி இருந்தனர். ஆண்கள் அனைவரும் சட்டைக்கு மேல் சிகப்பு நிறத்தில் ஜெர்ஸி அணிந்திருந்தனர். பச்சை நிறத்தில் கீழ் ஆடையும், பச்சை நிறக் கைக்குட்டை கொண்டு தலையைச் சுற்றிக் கட்டியிருந்தனர். நாங்கள் அனைவரும் அழகாகக் காட்சியளித்தோம்.

ஹெலிகாப்டர் வந்து இறங்கியது. தட்... தட்... தட்... தரையிலிருந்து புழுதியைக் கிளப்பி அந்த இடத்தையே மறைத்தது. மக்கள் கூட்டம் மகிழ்ச்சியில் ஆர்ப்பரித்தது.

ஜனாதிபதி அவர்கள் பாதுகாவலர்கள் புடைசூழ மேடைக்கு வந்தார். அவர் மக்கள் சிந்தனை உள்ளவராகவும்

காணப்பட்டார். வங்காள மனிதர்கள் எல்லோரும் அறிவாளிகளாகவும், மக்கள் சிந்தனை உள்ளவர்களாகவும் காணப்படுவார்கள். ஆனால், இந்த வங்காள ஜனாதிபதி ஏன் மாறுபட்டுக் காணப்படுகிறார்?

நிகழ்ச்சி தொடங்கியது. 'பாரத் மகான்' என்று முழங்கிய அந்த மனிதர், "இந்த ஜார்க்கண்ட் மண் எவ்வளவு அதிர்ஷ்டம் வாய்ந்தது. இந்தக் கோடீஸ்வரர், இந்த இடம்தான் தனது அனல்மின் நிலையத்திற்கு ஏதுவான இடம் என்று முடிவு செய்திருக்கிறார்..." என்று ஒலிபெருக்கியில் சொன்னார். அவர் இந்தக் கோடீஸ்வரர் எவ்வளவு அதிர்ஷ்டக்காரர் என்று சொல்லவில்லை. கனிமமும் தாதுப் பொருட்களும் புதைந்து கிடக்கும், இந்த மண்ணுக்கு எப்படி வந்தார் என்று சொல்லவில்லை. அதில் வாழ்ந்த அப்பாவி மக்களைச் சொல்லவில்லை. இந்த மாநிலத்தை ஆண்ட, அதன் நிலப்பரப்பையும் அதன் மக்களையும், அதன் வளங்களின்மீது ஆதிக்கம் செலுத்திய, வர்த்தகர்களையும், அரசு அதிகாரிகளையும், சுயநலம் கொண்ட கொள்ளைக்காரத் தலைவர்களையும் சொல்லவில்லை.

அந்த 'பாரத் மகான்' முழக்கம் செய்த மனிதர் அடுத்து வரும் நிகழ்ச்சி, வரவேற்பு நடனம் என்றார். மேடைக்கு முன்னால் விடப்பட்டிருந்த இடைவெளி வழியாக நாங்கள் அழைத்துச் செல்லப்பட்டோம். எங்கள் மேளதாள, தாரை, தப்பட்டை முழக்கங்களோடு மேடை ஏறினோம். ஜனாதிபதி மகிழ்ந்து போனார். அந்த அனல்மின் நிலைய ஆள் சோர்வாகக் காணப்பட்டார்.

மேடை ஏறிய நாங்கள் எங்களுக்குரிய இடங்களைத் தெரிவு செய்து கொண்டு ஆங்காங்கே நின்றோம். மைக்கைக் கையில் வாங்கிக் கொண்ட நான் ஜனாதிபதி அவர்களை வணங்கினேன். கையில் இருந்த மைக் சரியாக வேலை செய்கிறதா என்று அதைத் தட்டிப் பார்த்துக்கொண்டேன். இந்தியில் பேசத் தொடங்கினேன். என் உணர்ச்சிகளையெல்லாம் ஒன்றுதிரட்டி மைக்கைப் பிடித்து இந்தியில் பேசினேன்.

"மாட்சிமை தாங்கிய ஜனாதிபதி அவர்களே! சந்தால் பர்கானா என்ற எங்களின் இந்த இடத்திற்கு தாங்கள் வருகை புரிந்தமைக்கு நாங்கள் பெருமையும் பூரிப்பும் அடைகிறோம். உங்கள் முன்னால் எங்களை ஆடவும் பாடவும் அழைத்தமைக்கும் நாங்கள் பெருமைப்படுகிறோம். உங்கள் முன்னால் நாங்கள் ஆடவும் பாடவும் போகிறோம். ஆனால் சொல்லுங்கள், நாங்கள் இங்கே

ஆடவும் பாடவும் எங்களுக்கு ஏதாவது நியாயம் இருக்கிறதா? நாங்கள் சந்தோஷப்படுவதற்கு எங்களுக்கு இங்கு ஏதாவது நியாயம் இருக்கிறதா? இந்த அனல்மின் நிலையத்திற்கான அடிக்கல் நாட்டு விழாவைத் தொடங்கி வைக்கப் போகிறீர்கள். ஆனால் இந்த அனல் மின் நிலையமே எங்கள் எல்லோருக்கும் மூடுவிழாவாக இருக்கப் போகிறது. ஆதிவாசிகளுக்கு இதுதான் மூடுவிழா. உங்கள் அருகே அமர்ந்திருப்பவர்கள் அனைவரும், இந்த அனல்மின் நிலையத்தால் எங்கள் வாழ்க்கை செல்வம் கொழிக்கப் போகிறது என்று உங்களிடம் சொன்னார்கள். ஆனால், இதே மனிதர்கள்தாம் எங்கள் நில புலங்களையும் வீடுவாசல்களையும்விட்டு எங்களை விரட்டி அடித்தவர்கள். எங்களுக்கு வேறு போக்கிடம் இல்லை. உழுது பயிர் செய்ய ஒரு குழி நிலம் இல்லை. எப்படி இந்த அனல்மின்நிலையம் எங்கள் வாழ்க்கையில் செல்வம் கொழிக்கச் செய்யப் போகிறது? ஆதிவாசிகளாகிய நாங்கள் எப்படி ஆடவும் பாடவும் முடியும்? நிம்மதியாக இருக்க முடியும்? எங்கள் நிலபுலங்களையும், வீடு வாசல்களையும் மீட்டுக் கொடுக்காவிட்டால், எங்களால் ஒருபோதும் ஆடவும் முடியாது. பாடவும் முடியாது. ஆதிவாசிகளாகிய நாங்கள் நடனம் இனி ஆடமாட்டோம். ஆதிவாசிகளாகிய நாங்கள் இனி நடனம் ஆட...''